అథెంటిక్ ఆంధ్రా రెసిపీస్

(Authentic Andhra Recipes)

Sakal Publications

“అథెంటిక్ ఆంధ్రా రెసిపీస్” (Authentic Andhra Recipes)

First Edition:
August 2022

Concept & Author
Vijaya Lakshmi Kalakota

Designing:
Nagaraju Koppineni

Published and Printed by:
Sakal Media Pvt. Ltd.
595, Budhwar Peth,
Pune - 411 002

ISBN 978-93-95139-18-2

Enquiry Contact:
020-2440 5678 / 88888 49050
sakalprakashan@esakal.com

Images credit:
Cover page background image: https://24caratspices.com/wp-content/uploads/2015/05/6817673-spices-wallpaper.jpg
All images and some benefits of vegetables in this book have been collected from www.google.com; pixabay.com/users/publicdomainpictures-14/; unsplash.com/@mockupgraphics; creativecommons.org; www.flickr.com; www.freepik.com; commons.wikimedia.org; www.tripadvisor.co.nz; www.blendwithspices.com, freepngimg.com; www.1zoom.me; istockphoto .com/ subodhsatha; https://wallpaperaccess.com/full/2069188.jpg; https://wallpaperaccess.com/biryani#google_vignette; https://wallpaperaccess.com/fish-fry#google_vignette and some cooking websites

Images are for representation purposes only. The recipes may vary from the images.

ఆరోగ్యమే మహాభాగ్యం

ఈ ఆరోగ్యమే మహాభాగ్యమనే నానుడి తెలియని వారు లేరు. ఏ వయస్సు వారికైనా ఏ భాష వారికైనా ఈ మాట వర్తిస్తుంది. ఎవరికి సాధ్యమైనట్టు వారు దీనిని పాటించవలసిన అవసరము ఉంది. జీవితంలో ఏది తక్కువయినా ఎలాగో సాధించుకోవచ్చు. కానీ ఒకసారి ఆరోగ్యము తగ్గి అనారోగ్యము బారిన పడితే ఎన్నో రకాలుగా బాధపడవలసి వస్తుంది.

ఆరోగ్యమనేది ముఖ్యంగా మనం తినే ఆహారము మీద, మన అలవాట్ల మీద ఆధారపడి ఉంటుంది. మనకు భారతదేశంలో ఏ ప్రాంతం వారికి ఆ ప్రాంతపు ఆహారపు అలవాట్లు ఉన్నవి. వారి వారికి దొరికే కూరగాయలు, పండ్లు వీటిని బట్టి ఒక్కో ప్రాంతంవారు ఒక్కోరకంగా అలవాట్లు కలిగి ఉంటారు.

దక్షిణ భారతదేశపు ఆచారాలు, ఆహారపు అలవాట్లు అన్ని ప్రాంతాలవారు ఇష్టపడతారు. విదేశాలలో కూడ మనదేశం నుండి వెళ్లి అక్కడ స్థిర పడిన వారే కాకుండా ఆయా ప్రాంతాల వారు కూడ మన ఆహారమును ఎంతో ఇష్టపడతారనటానికి, అక్కడ పెరిగిన మన ఆహార వస్తువులు, మసాలాలు, కూరగాయలు వగయిరాలు బట్టి అర్థమవుతుంది. ప్రతి సం॥ము ఇవన్నీ ఎగుమతి అవుతూ, రాను రాను, ఎక్కువ అవుతున్నవి. ఇవన్నీ దృష్టిలో పెట్టుకుని మనకు ఎప్పటినుండో వస్తున్న మన వంటలు ముందు, ముందు తరాలు వాళ్లకు కూడ తెలిసే ఉండాలి అన్న ఉద్దేశ్యముతో ఈ పుస్తకము రాయటము జరిగింది. ఇవన్నీ అందరికీ తెలిసే ఉంటుంది. ఈ తరంలో అంటే ఇప్పుడిప్పుడు వివాహము చేసుకున్న వాళ్లు ఇది చదివి నేర్చుకుంటారని నా ఆశ.

ఇప్పుడు పిల్లలు పెళ్లయ్యేంత వరకు చదువు, ఆపైన ఉద్యోగం, పెళ్లి, వాళ్లకు ముందులాగా చిన్నప్పటి నుండి తల్లి దగ్గర ఈ పనులన్నీ నేర్చుకుని చేసే సమయము ఉండటము లేదు. తీరా వివాహమయి వెళ్లిన తరువాత ఏం చెయ్యాలో కొంత ఇబ్బంది పడుతూ ఉంటారు. అందరూ ఇలాగే ఉంటారని కాదు. కానీ ఇలా ఉన్నవారికి ఎంతో ఉపయోగంగా ఉంటుందని, ఉండాలని అనుకుంటూ ఇవన్నీ పుస్తక రూపంలో చాలా సరళమైన భాషలో అందరికీ అర్థమయ్యేలా వ్రాయటం జరిగింది.

- విజయలక్ష్మి కలకోట

ఎండు మిరపకాయ	ఒకటి	మినప్పప్పు	అరస్పూను
పచ్చిశనగపప్పు	అరస్పూను	ఆవాలు	పావు స్పూను
జీలకఱ్ఱ	పావు స్పూను	కరివేపాకు	రెండు రెమ్మలు
నూనె	1 లేదా 2 స్పూనులు		

చింతపండు వేసి చేసే ఏ పులుసు / పచ్చళ్ళకు మెంతులు తప్పక వేయాలి.

ఎండు మిరపకాయ	ఒకటి	మెంతులు	పావు స్పూను
ఆవాలు	పావు స్పూను	జీలకఱ్ఱ	పావు స్పూను
కరివేపాకు	రెండు రెమ్మలు	నూనె	1 లేదా 2 స్పూనులు

పచ్చళ్ళకు మినప్పప్పు, శనగపప్పు కూడా వేయాలి.

తాళింపులకు నూనె, తాళింపు దినుసులు ఇంతే కొలతలు ఇచ్చారు కాబట్టి ఇంతే వేయాలి అని అనుకోవద్దు. కొంచెము ఎక్కువ కూరలు చేసుకుంటే (పావు కిలో బదులు అరకిలో/కిలో) అన్నీ కొంచెము పెంచి ఎక్కువ వేసుకోవాలి.

ఉప్పు, కారాలు, నూనెలు, మసాలాలు, ఏవయినా మనము చేసుకునే దానినిబట్టే ఎక్కువ, తక్కువలు చూసి వేసుకోవాలి. ప్రతిదానికి మీరు చెప్పినట్లే అంతే వేశాము, కానీ ఏదయినా సరిపోలేదనో, ఎక్కువ అయిందనో అనుకోకండి. చేసే పదార్థాన్ని బట్టి, మనకు సరిపోయే రుచినిబట్టి కానీ ఎక్కువ తక్కువలు చూసి వేసుకోవాలి. కూరగాయలు, ఉల్లిపాయలు తరుగు కోవటమనేది నిజంగానే ఒక కళ అనుకోవచ్చు. ఆ ఏముందిలే ఉడికిన తరువాత అంతా సరిపోతుందిలే అనుకోవచ్చు. కానీ బాగా తరిగి చేసుకునే కూరలు ఉడికిన పిదప చూడటానికి ఎంతో బాగుంటుంది. కూరలు రుచిగా ఉండటమనేది ఉడకటము, పదార్థాలలో వేసే దినుసులు, ఉప్పు, కారాలు బట్టి ఉంటుంది.

పాటించవలసిన సాధారణ జాగ్రత్తలు

మనం అందరము మనం చేసే వంటలు ఇష్టపడతాము. సహజమైన రుచి, రంగు, వాసన ఉండే వంటలు అందరూ ఇష్టపడతారు. దీనికొరకు అదనంగా కృత్రిమ పదార్థములు వాడవద్దు. కూరగాయలు తరగటమనేది ఒక కళ అనే చెప్పవచ్చు. ఏముందిలే ఉడికిన తరువాత అంతా సరిపోతుందిలే అని అనుకోవచ్చు. కానీ సరిగ్గా తరిగిన కూరగాయలతో చేసిన కూరలు చూడటానికి అందంగా బాగా ఉంటాయి. కూరలుగానీ, పొడులుగానీ ఎక్కువ మంటమీద ఉడికించవద్దు. పొడులు చేయటానికి కూడా సన్నమంటమీద లైట్‌గా వేయించుకోవాలి.

కూరలుగానీ, పచ్చళ్ళుగానీ తాళింపులు వేసేటప్పుడు కొద్దిగా ఇంగువ వేసుకుంటే చాలా రుచిగా ఉంటాయి. కానీ అందరూ ఈ వాసన ఇష్టపడరు. ఇష్టపడేవారు ఇంగువ వాడితే రుచిగా ఉండి, ఆరోగ్యానికి కూడా మంచిదే. అల్లం, వెల్లుల్లి పేస్టు చేసి నిలవ పెట్టుకునే దానికన్నా ఎప్పటికప్పుడు గ్రైండ్ చేసుకుని వాడుకుంటే కూరలు రుచిగా ఉంటాయి. సమయం ఎక్కువ లేకుంటే ఒక వారంకన్నా ఎక్కువ పెట్టుకోకండి. కల్తీ వస్తువులు, నూనెలు, పసుపు, కారం వగైరాలు తాజాగా ఉండేవే వాడేటట్లు జాగ్రత్తపడండి. ఆకు కూరలు పచ్చడి చేసుకునేటప్పుడు ఆకు కూరలు మగ్గిన తరువాత మిరపకాయలు వేయించేటప్పుడు ఒక స్పూను నువ్వులుగానీ, వేరుశనగపప్పులుగానీ, కొద్దిగా కొబ్బరిగానీ వేయించి కలుపుకుంటే (నూరుకుంటే) రుచిగా ఉంటాయి. ఒక్కోసారి ఒక్కో రకం వేయించి కలుపుకోవచ్చు. బాగుంటుంది.

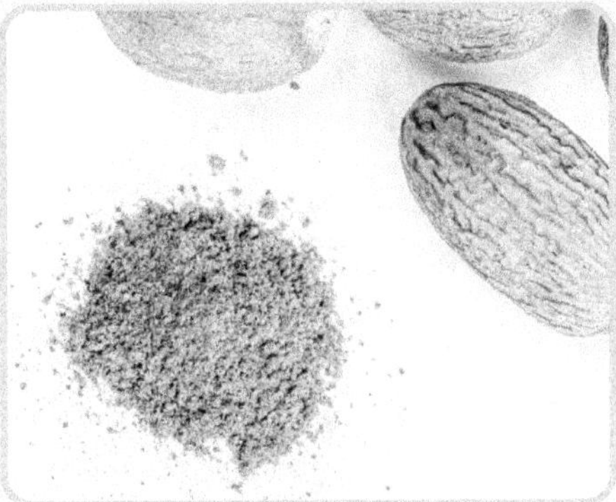

విషయసూచిక

సూప్స్

కాలిఫ్లవర్ సూప్

కావలసిన పదార్థాలు

పాలు	అర లీటరు
కాలిఫ్లవర్ (పువ్వుల్ని కట్ చేయాలి)	50గ్రా.
పన్నీర్ ముక్కలు	
మైదా	ఒక టేబుల్ స్పూన్
ఉప్పు	రుచికి సరిపడా
మిరియాల పొడి	పావు స్పూను
వెన్న	ఒక టేబుల్ స్పూన్

తయారుచేయు విధానము: స్టౌ మీద నాన్‌స్టిక్ పాన్‌లో వెన్నవేసి కాగాక పన్నీర్ ముక్కలు వేసి లేత బ్రౌన్ కలర్ లోకి వచ్చేవరకు వేయించాలి. ప్రక్కన పెట్టాలి. మిగతా వెన్నలో పిండివేసి సన్నని సెగపై ఐదు నిముషాలు వేయించి, నెమ్మదిగా పాలు పోస్తూ కలపాలి. పన్నీర్ క్యూబ్స్, ఉప్పు, మిరియాల పొడి, కాలిఫ్లవర్ మిశ్రమం కలిపి ఉడికించి దింపేయాలి. వేడిగా సర్వ్ చేయాలి.

లెంటిల్ సూప్

కావలసిన పదార్థాలు

పెసరపప్పు	ఒక టేబుల్ స్పూన్
పాలకూర	200గ్రా.
ఉల్లిపాయ	ఒకటి
ఆలివ్ ఆయిల్	పావు కప్పు
క్యారెట్లు	రెండు
కొత్తిమీర	కొద్దిగా
వెల్లుల్లి రేకలు	రెండు
ఎండు తులసి	ఒక టీ స్పూను
బే ఆకు	ఒకటి
టొమాటో ముక్కలు	ఒక కప్పు
లెంటిల్స్	రెండు కప్పులు
నీరు	ఎనిమిది కప్పులు
పాలకూర	అరకప్పు
వెనిగర్	రెండు టేబుల్ స్పూన్లు
ఉప్పు	రుచికి సరిపడా
మిరియాల పొడి	పావు స్పూను

తయారుచేయు విధానము: పెద్ద పాత్ర తీసుకుని మధ్యస్థంగా ఉన్న సెగమీద నూనె వేడిచేసి ఉల్లిపాయలు, క్యారెట్లు, కొత్తిమీర వేసి వేయించాలి. వెల్లుల్లి రేకలు, తులసి వేసి మరో రెండు నిముషాలు ఉడికించాలి. లెంటిల్స్, టొమాటోలు, నీరు జతచేర్చి ఉడికించాలి. సెగ తగ్గించి ఒక అరగంట సిమ్‌లో ఉంచాలి. చివరగా తరిగిన పాలకూర వేసి మరికొద్దిసేపు ఉడికించి వెనిగర్ వేసి కలబెట్టి ఉప్పు, మిరియాల పొడి కలిపి వేడిగా తాగితే రుచిగా ఉంటుంది.

మెలాన్, కొత్తిమీర సూప్

ఒక కర్బూజా కాయ సగానికి కోసి గింజలు తీసేసి పదార్థాలన్నీ బ్లెండ్ చేయాలి. కొద్దిసేపు ఫ్రిజ్‌లో ఉంచి చల్లగా తాగాలి. పుచ్చకాయ కూడ ఉపయోగించవచ్చు. మెలాన్ జాతి పండ్లలో విటమిన్ 'బి', 'సి', నీటిశాతం అధికంగా ఉంటాయి. వేసవి తాపాన్ని తీర్చే పండ్లు ఇవి.

పాలకూర సూప్

కావలసిన పదార్థాలు

పెసరపప్పు	ఒక టేబుల్ స్పూన్
పాలకూర	200గ్రా.
క్యారెట్టు	100గ్రా.
ముల్లంగి	100గ్రా.
కొత్తిమీర	కొద్దిగా
తోటకూర	పది ఆకులు
టొమాటోలు	మూడు
అల్లం	ఒక స్పూను
ఉల్లిపాయ	ఒకటి
పన్నీర్	100గ్రా.
కొబ్బరిపాలు	అరకప్పు
గరంమసాల పొడి	అర టీ స్పూను
వెన్న	టీ స్పూను
మిరియాల పొడి	కొద్దిగా
ఉప్పు	రుచికి సరిపడా
పుదీనా ఆకులు	పది
నీరు	8 కప్పులు

తయారుచేయు విధానము: పన్నీర్‌ను ముక్కలుగా కోసి, టొమాటోలు, అన్ని ఆకులు కడిగి సన్నగా తరిగి పెట్టుకోవాలి. ప్రెజర్‌కుక్కర్‌లో నెయ్యి వేడిచేసి తరిగిన ఉల్లిపాయ, అల్లం ముక్కలు వేసి వేయించాలి. పప్పులు, టొమాటోలు, ఆకులు, నీరు కలిపి పది నిముషాలు ఉడికించాలి. చల్లారిని తరువాత బ్లెండర్‌లో వేసి మెత్తగా చేయాలి. వడకట్టి మరోమారు స్టౌ మీద కాయాలి. పన్నీరు ముక్కలు, గరం మసాలా పొడి, కొబ్బరిపాలు కలిపి మరో నిముషం ఉడికించి కొబ్బరి తురుముతో అలంకరించి వేడిగా సర్వ్ చేయాలి.

టొమాటో సూప్-1

కావలసిన పదార్థాలు

టొమాటో ముక్కలు	రెండున్నర కప్పులు
ఉల్లిపాయ ముక్కలు	ఒకటిన్నర కప్పులు
వెన్న	ఒక టేబుల్ స్పూన్
ధనియాల పొడి	పావు టీ స్పూన్
జీలకర్ర పొడి	పావు టీ స్పూన్
చాట్ మసాల	పావు టీ స్పూన్
ఎండుకారం	పావు స్పూన్
ఉప్పు	రుచికి సరిపడ
నిమ్మరసం	టీ స్పూన్
క్యారెట్ ముక్కలు	కొన్ని
వెజిటేబుల్ స్టాక్	ఆరు కప్పులు

(అన్ని రకాల కూరగాయలతో కలిపి చేస్తారు. మార్కెట్లో రెడీగా కూడా దొరుకుతుంది.

చక్కెర	టేబుల్ స్పూన్
పాలు	రెండు స్పూన్లు
క్రీమ్	రెండు టేబుల్ స్పూన్లు
బ్రెడ్ ముక్కలు	కొన్ని

తయారుచేయు విధానము

బాండీలో వెన్నవేసి కరిగిన తరువాత అందులో ఉల్లిపాయ ముక్కలు వేసి బంగారు రంగు వచ్చేవరకు వేయించాలి. తరువాత టొమాటో, క్యారెట్లు ముక్కలు వేసి ఓ పది నిముషాలు వేయించాలి. దీనికి నిమ్మరసం, వెజిటేబుల్ స్టాక్ కలిపి మరి కొంతసేపు ఉడికించాలి. మరికొద్దిగా నీరు పోసి బాగా ఉడికించాలి. పాలు, చక్కెర, క్రీమ్, ధనియాలు పొడి, జీలకర్ర పొడి కూడా వేసి మరికొద్దిసేపు ఉడికించాలి. సర్వ్ చేసేముందు బ్రెడ్ ముక్కలు వేసి అందించాలి.

టొమాటో సూప్-2

కావలసిన పదార్థాలు

పండు టొమాటోలు	పావు కిలో
క్యారెట్ తురుము	అర ముక్క
ఉల్లిపాయ	ఒకటి
వెన్న	ఒక టేబుల్ స్పూన్
పిండి	ఒక టేబుల్ స్పూన్
నీరు	మూడు కప్పులు
టొమాటో సాస్	అర కప్పు
పంచదార	ఒక స్పూను
ఉప్పు	రుచికి సరిపడ

తయారుచేయు విధానము

టొమాటోలు, క్యారెట్, ఉల్లిపాయ పెద్ద ముక్కలు కట్ చేసుకోవాలి. మందపాటి పాత్రలో వెన్నవేసి సన్నని సెగపైకాయాలి. వెన్న కరిగి నెయ్యిగా మారకముందే కూరగాయ ముక్కలన్నీ వేసి కలపాలి. మూడు కప్పుల నీరుపోసి ఉడికించాలి. పేస్టు మాదిరి తయారుచేసి వడకట్టాలి. వేడి చేసి టొమాటో సాస్, పంచదార, ఉప్పు కలిపి సర్వ్ చేయాలి.

క్లియర్ వెజిటబుల్ సూప్

కావలసిన పదార్థాలు

క్యారెట్లు	రెండు
క్యాబేజ్	ఒక కప్పు
క్రీమ్	ఒక టేబుల్ స్పూన్
వెన్న	కొద్దిగా
ఉప్పు	రుచికి సరిపడ
మిరియాల పొడి	పావు స్పూను
గిలకొట్టిన క్రీమ్	మూడు టేబుల్ స్పూన్‌లు
బఠాణీలు	పావు కప్పు
పుదీనా	ఒక టేబుల్ స్పూను
నీరు	8 కప్పులు

తయారుచేయు విధానము: క్యారెట్ తురిమి పక్కన పెట్టాలి. క్యాబేజి కూడా సన్నగా తరగాలి. మిగతా క్యారెట్లను మెత్తగా కుక్కర్‌లో ఉడికించాలి. చల్లారనిచ్చి బ్లెండ్ చేసి వడకట్టుకోవాలి. క్యారెట్టు తురుము, క్యాబేజి ముక్కలు, ఉప్పు కలిపి సర్వింగ్ బౌల్‌లోకి మార్చుకోవాలి. క్రీమ్, మిరియాల పొడి, పుదీనా ఆకులు వేసి వేడిగా తాగాలి.

స్నాక్స్

అరటికాయ బజ్జీలు

కావలసిన పదార్థాలు

ఒక అరటికాయ చెక్కుతీసి సన్నగా చక్రాల లాగా కోసి పెట్టుకోవాలి.

శనగపిండి	ఒక కప్పు
బియ్యం పిండి	అర కప్పు
జీలకఱ్ఱ	కొద్దిగా
కారం	ఒక స్పూను
బేకింగ్ సోడా	అర స్పూను

తయారుచేయు విధానము: శనగపిండి, బియ్యంపిండి, జీలకఱ్ఱ, ఉప్పు, కారం, బేకింగ్ సోడా అన్నీ గిన్నెలో వేసి సరిపడా నీళ్ళుపోసి గరిట జారుగా కలుపుకోవాలి. స్టౌ మీద బాణలి పెట్టి నూనె పోసి కాగిన తరువాత ఒక్కొక్క ముక్క అరటికాయ చక్రాలు తీసికొని పిండిలో ముంచి నూనెలో వేసి ఎర్రగా వేయించి తీసి పేపరు మీద వేసుకుని అదనపు నూనె పీల్చుకున్న తరువాత అల్లం చట్నీ కానీ, టొమాటో చట్నీతోకాని తింటే చాలా బాగుంటాయి.

బంగాళదుంప బజ్జీలు

బంగాళదుంపలు కూడా చెక్కు తీసుకుని పలుచగా గుండ్రంగా చక్రాలు కోసుకుని అరటికాయ బజ్జీల లాగానే చేసుకోవచ్చు. చాలా బాగుంటాయి.

కూరగాయలతో చేసుకుంటే అన్నంలోకి కూడా బాగుంటాయి.

ఇలా పొట్లకాయలతోను, బీరకాయలతోనూ చేసుకోవచ్చు.

మిర్చి బజ్జీలు

కావలసిన పదార్థాలు

పొడవాటి లావు మిరపకాయలు	10 లేక 12
వేయించడానికి నూనె	
మిరపకాయల్లో కూర్చడానికి మసాలా	
ఉప్పు	సరిపడా
కారం	ఒక టీ స్పూన్
చాట్‌మసాలా	ఒక టీ స్పూన్
జీలకఱ్ఱ పొడి	ఒక టీ స్పూన్
ఆమ్‌చూర్	అర స్పూన్
గరంమసాలా	అర టీ స్పూన్
కొత్తిమీర	ఒక టేబుల్ స్పూన్
పుదీనా	ఒక టేబుల్ స్పూన్

పిండి కోసం:

శనగపిండి	ఒక కప్పు
చిల్లీ ఫ్లేక్స్	ఒక టీ స్పూన్
ఉప్పు	తగినంత
నూనె	ఒక టేబుల్ స్పూన్
బేకిండ్ సోడా	చిటికెడు

తయారుచేయు విధానము

పైన చెప్పిన మిరపకాయల్లో కూర్చే మసాలా అన్నీ కలిపి పెట్టుకోవాలి. పచ్చిమిరపకాయలు చీల్చి గింజలు తీసేసి కలిపి పెట్టుకున్న మసాలా పొడి అన్ని మిరపకాయలలోను కూరాలి. శనగపిండి మిశ్రమాన్ని తగినన్న నీరు పోసుకుని, చిల్లీ ఫ్లేక్స్, ఉప్పు, బేకింగ్ పౌడరు వేసుకుని జోరుగా కలుపుకోవాలి (మరీ పలచగా కాదు). స్టౌ పైన బాణలి పెట్టి నూనెపోసి కాగిన తరువాత మిరపకాయల్ని శనగపిండిలో ముంచి నూనెలో వేయాలి. (ఒకటొకటిగా) బాగా వేయించి తీయాలి.

పప్పులతో బజ్జీలు

కావలసిన పదార్థాలు

పెసరపప్పు	ఒక కప్పు
చాయ మినప్పప్పు	పావు కప్పు
శనగపిండి	ఒక కప్పు
పచ్చిమిరపకాయల పేస్టు	ఒక స్పూను
అల్లం ముక్కలు	ఒక స్పూను
సన్నగా తరిగిన కరివేపాకు	ఒక స్పూను
కారం	ఒక స్పూను
కొత్తిమీర	కొద్దిగా
నూనె	వేయించడానికి సరిపడా

తయారుచేయు విధానము

పప్పులు రెండూ విడివిడిగా నానబెట్టి మెత్తగా రుబ్బుకోవాలి. మిగతా పదార్థాలన్నీ కలపాలి. స్టౌ మీద బాణలి పెట్టి మధ్యస్థంగా ఉండే సెగపై నూనె వేడిచేసి స్పూన్‌తో కొద్దికొద్దిగా పిండి వేస్తూ బంగారు రంగు వచ్చేవరకు వేయించి తీసేయాలి. రెండేసి ముక్కలుగా కట్‌చేసి తిరిగి రెండు నిముషాలు వేయించాలి. పేపర్‌పై పరచి నూనె పీల్చేసిన తరువాత చింతపండు పచ్చడితో తింటే చాలా బాగుంటాయి.

పుదీనా-పన్నీర్ పకోడీలు

కావలసిన పదార్థాలు

శనగపిండి	మూడు కప్పులు
పన్నీర్	400గ్రా.
పుదీనా ఆకులు	అర కప్పు
వేయించడానికి నూనె	సరిపడ
బేకింగ్ సోడా	చిటికెడు
నూనె	రెండు టేబుల్ స్పూన్లు
కారం	ఒక టీ స్పూన్
గరంమసాలా	అర టీ స్పూన్
ఆంచూర్ పొడి	అర టీ స్పూన్
కలపటానికి నీరు	

తయారుచేయు విధానము

పన్నీర్ ముక్కలు కోసి ప్రక్కన పెట్టుకోవాలి. శనగపిండి మిగతా పదార్థాలన్నీ వేసి కలుపుకోవాలి. పన్నీర్ ముక్కల్లో పుదీనావేసి, కొద్దిగా ఛాట్‌మసాలా వేసి కలిపి ఐదు నిముషాలపాటు ప్రక్కన పెట్టాలి. పిండిలో పన్నీర్ ముక్కలు ముంచి నూనెలో వేసి వేయించాలి. చిల్లీసాస్, వేరుశనగపప్పు పచ్చడితో తింటే రుచిగా ఉంటాయి.

ఉల్లి బజ్జీలు

కావలసిన పదార్థాలు

మధ్యస్థంగా ఉన్న ఉల్లిపాయలు (నిలువు చీలికలు కోయాలి)	మూడు లేదా నాలుగు
ఉప్పు	రుచికి సరిపడ
నూనె	వేయించడానికి తగినంత

పిండి కోసం:

శనగపిండి	ఒక కప్పు
కారం	ఒక టీ స్పూను
జీలకఱ్ఱ పొడి	ఒక టీ స్పూను
ఉప్పు	రుచికి తగినంత
బేకింగ్ సోడా	చిటికెడు
నూనె	రెండు టేబుల్ స్పూన్‌లు
మిక్స్‌డ్ హెర్బ్స్	ఒక టీ స్పూన్

తయారుచేయు విధానము

ఉల్లిపాయలు కడిగి స్లైసులు కోశాక ఉప్పు పట్టించి పది నిముషాల అలా వదిలేయాలి. నీటిని పిండేసి శనగపిండిలో కలపాలి. మిగతా పదార్థాలన్నీ కూడా కలపాలి. అవసరమైతే నీరు ఉపయోగించాలి. మిశ్రమం మరీ గట్టిగానూ, మరీ జారుగానూ కాకుండా ఉండాలి. మధ్యస్థంగా ఉండే సెగపై నూనె వేడిచేసి ఉల్లి, శనగపిండి మిశ్రమాన్ని స్పూన్ నిండుగా తీసుకుని కాగిన నూనెలో వేస్తూ అన్నివైపులా కాల్చుకోవాలి. లేత బంగారు రంగులోకి వచ్చాక కిచెన్ పేపర్ని పరిచి అదనపు నూనె తీశాక వేడివేడిగా తినాలి. పుదీనా, కొత్తిమీర పచ్చడి లేదా టొమాటో కెచప్‌తో తింటే చాలా రుచిగా ఉంటాయి.

ఆలూ చీజ్ రోల్స్

కావలసిన పదార్థాలు

చీజ్ తురుము	2 టేబుల్ స్పూన్లు
పచ్చిమిరప-వెల్లుల్లి సాస్	2 టేబుల్ స్పూన్లు
బంగాళదుంపలు	4 కప్పులు (ఉడికించి చిదిమినవి)
మిరియాల పొడి	అర టీ స్పూన్
నూనె	వేయించడానికి సరిపడా
ఉప్పు	సరిపడా

తయారుచేయు విధానము

చీజ్, పచ్చిమిరప, వెల్లుల్లి సాస్ కలిపి ఉంచుకోవాలి. ఓ పాత్రలో బంగాళదుంపలు, ఉప్పు, మిరియాలు పొడి వేసి బాగా కలియపెట్టాలి. దీనిని ఆరు భాగాలుగా విభజించి, చిన్న ఉండలుగా చుట్టాలి.

నడుము నొక్కి ఒక టీ స్పూన్ చీజ్ మిశ్రమం ఉంచి తిరిగి నిలువుగా గొట్టాల మాదిరి చుట్టాలి. మూకుడులో నూనె వేడిచేసి మధ్యస్థంగా ఉండే సెగపై బంగారు రంగు వచ్చేలా (కాల్చుకోవాలి) వేయించాలి.

బంగాళదుంపలతో బాల్స్

కావలసిన పదార్థాలు

ఉడికించి చిదిమిన బంగాళదుంపల గుజ్జు	రెండు కప్పులు
చీజ్ తురుము	ఒక కప్పు
మిక్స్‌డ్ హెర్బ్స్	ఒక టీ స్పూన్
చిల్లీ ఫ్లేక్స్	ఒక టీ స్పూన్
పచ్చిమిరపకాయ ముక్కలు	ఒక టీ స్పూన్
కొత్తిమీర తరుగు	ఒక టేబుల్ స్పూన్
పుదీనా	ఒక టీ స్పూన్
చాట్ మసాలా	ఒక టీ స్పూన్
బ్రెడ్ క్రంబ్స్	అర కప్పు
వేయించడానికి నూనె	
పిండికోసం మైదా	
కార్న్‌ఫ్లోర్	

తయారుచేయు విధానము: పాత్రలో పదార్థాలన్నీ వేసుకుని కలుపుకోవాలి. మిశ్రమాన్ని వాల్‌నట్ సైజులో ఉండలు చేసుకుని మైదా, కార్న్‌ఫ్లోర్ పిండిలో ముంచి బ్రెడ్ పొడిలో అద్ది నూనెలో బంగారు రంగు వచ్చేవరకు వేయించాలి. వేడిగా తింటే రుచిగా ఉంటాయి.

చక్రాలు (జంతికలు)

కావలసిన పదార్థాలు

బియ్యంపిండి	నాలుగు గ్లాసులు
వేయించిన శనగపప్పు (పుట్నాల పప్పు) పొడి	ఒక గ్లాసు
కారం	రెండు స్పూన్లు
ఉప్పు	రుచికి సరిపడా
నూనె	వేయించడానికి సరిపడా
జీలకఱ్ఱ పొడి	ఒక స్పూను
వాము మెత్తగా చేసిన పొడి	రెండు స్పూన్లు
బేకింగ్ పౌడర్	కొద్దిగా

తయారుచేయు విధానము: బియ్యంపిండి, వేయించిన శనగపిండి పొడి, కారం, వాము పొడి, జీలకఱ్ఱ పొడి, ఉప్పు, బేకింగ్ పౌడర్ అన్నీ కలిపి ఒక టేబుల్ స్పూను నూనె కాగబెట్టి పిండిలో పోసి కలిపి తరువాత నీళ్ళు పోసి పిండి గట్టిగా కలిపి స్టౌ మీద బాణలిపెట్టి నూనెపోసి కాగిన తరువాత జంతికల గొట్టములో పిండిపెట్టి గుండ్రంఘా తిప్పుతూ జంతికలు నొక్కి బంగారు రంగు వచ్చేవరకు వేయించి తీయాలి. పిండి అంతా ఇలాగే చేసుకోవాలి.

ఇదే మాదిరి నాలుగు గ్లాసులు బియ్యంపిండి, ఒక గ్లాసు మినప్పిండితో కూడ చేయవచ్చు. పెసరపప్పు ఉడికించి రుబ్బి ఒక గ్లాసు పప్పుకు నాలుగు గ్లాసులు బియ్యంపిండి కలిపి కూడ చేయవచ్చు.

కారపూ్పస

కావలసిన పదార్థాలు

పచ్చిశనగపిండి	మూడు గ్లాసులు
బియ్యంపిండి	రెండు గ్లాసులు
జీలకఱ్ఱ పొడి	రెండు స్పూన్‌లు
వాము మెత్తగా చేసిన పొడి	మూడు స్పూన్‌లు
ఉప్పు	సరిపడా
కారం	మూడు స్పూన్‌లు
నూనె	వేయించడానికి సరిపడా

తయారుచేయు విధానము

ఒక టేబుల్ స్పూను నూనె బాగా కాగబెట్టి పిండిలో కలపాలి (శనగపిండి, బియ్యంపిండి). వాము పొడి, ఉప్పు, జీలకఱ్ఱ పొడి, బేకింగ్ పౌడరు ముందే పిండిలో కలపాలి. ఇప్పుడు పిండిలో కొద్దికొద్దిగా నీళ్ళు పోస్తూ కొంచెం గట్టిగా ముద్దలాగా కలిపి పెట్టుకోవాలి. స్టౌ మీద బాణలిపెట్టి నూనెపోసి కాగనివ్వాలి. కారపూ్పస చేసే గిద్దలు (ఇవి ప్రత్యేకంగా ఉంటాయి) తీసుకుని క్రింద గిద్దలో పిండిపెట్టి పైన గిద్దపెట్టి నూనెలో గుండ్రంగా వత్తి బంగారు రంగు వచ్చిన తరువాత తీయాలి. అదే మాదిరి పిండి అంతా వత్తుకుని కారపూ్పస చేసుకోవాలి. సాయంత్రాలు టీతో పాటు తీసుకోవటానికి బాగుంటాయి.

కారం బూంది

కావలసిన పదార్థాలు

శనగపిండి	నాలుగు గ్లాసులు
బియ్యం పిండి	రెండు గ్లాసులు
నూనె	అర కిలో
జీలకఱ్ఱ పొడి	ఒక స్పూను
(ఎర్రగా వేయించి పొడిచేసి పెట్టుకోవాలి)	
కారం	ఒక స్పూను
మెత్తగా చేసి పెట్టుకున్న ఉప్పు	ఒక స్పూను
కరివేపాకు	
బేకింగ్ పొడరు	
జీడిపప్పు	

తయారుచేయు విధానము

ముందుగా శనగపిండి, బియ్యంపిండి, బేకింగ్ పొడరు కలిపి గరిట జారుగా కలుపుకోవాలి. స్టౌమీద నూనెపెట్టి కాగిన తరువాత బూందీ గరిటెతో పిండివేస్తూ బూందీ చేసుకోవాలి. లడ్డూలకు చేసే బూందీలా కాకుండా కొంచెం ఎర్రగా కాలనివ్వాలి. రెండు మూడు వాయిలు కాలిన తరువాత కరివేపాకు నూనెలో వేస్తే బాగా వేగుతుంది. ఆ కరివేపాకు, కారం, కొద్దిగా ఉప్పు, జీలకఱ్ఱ పొడి బూందీలో వేసి చేత్తో గట్టిగా కలపాలి. కరివేపాకు పొడిపొడిగా అయి ఉప్పు, కారం, జీలకఱ్ఱ పొడి బూందీకి బాగా పట్టి చాలా రుచిగా ఉంటుంది. రెండుమూడు వాయిలు అవగానే ఇలా కలుపుకోవాలి. ఆరిపోతే బూందీకి ఉప్పు, కారం పట్టదు. అందువలన వేడిమీదనే కలుపుకోవాలి. వేయించిన జీడిపప్పు కూడా కలుపుకోవాలి. చాలా రుచిగా ఉంటుంది.

మినప గారెలు (వడలు)

కావలసిన పదార్థాలు

మినపప్పు	పావు కిలో
(మూడు గంటలముందు నానబెట్టుకోవాలి)	
పచ్చిమిరపకాయలు	ఎనిమిది
ఉల్లిపాయలు	రెండు
అల్లం	అంగుళం ముక్క
(సన్నగా ముక్కలు తరిగిపెట్టుకోవాలి)	
ఉప్పు	సరిపడా
జీలకఱ్ఱ	ఒక స్పూను
కరివేపాకు	5 రెమ్మలు
(ఆకు సన్నగా తరిగిపెట్టుకోవాలి)	
కొత్తిమీర (ఆకు సన్నగా కోసి పెట్టుకోవాలి)	
నూనె	పావు కిలో

ఇష్టమయిన వారు పది జీడిపప్పు పలుకులు కూడా వేసుకోవచ్చు

తయారుచేయు విధానము

మినపప్పు కడిగి గ్రైండర్‌లో ఉప్పు వేసి మెత్తగా నీళ్ళు చల్లకుండా రుబ్బుకోవాలి. రుబ్బిన పిండిలో పచ్చిమిరప, ఉల్లి, అల్లం తరిగి పెట్టుకున్న ముక్కలు, జీలకఱ్ఱ, కరివేపాకు, కొత్తిమీరతో తరిగిన తురుము వేసి బాగా కలుపుకోవాలి. స్టౌ మీద బాణలి పెట్టి నూనె పోసి కాగిన తరువాత రుబ్బి తయారుచేసి పెట్టుకున్న పిండి నిమ్మకాయంత ముద్దను తీసుకుని పలుచని గుడ్డమీద గుండ్రంగా వడలు చేసుకుని నూనెలో వేసి బంగారు రంగు వచ్చేవరకు ఉంచి తీసేయాలి. ఇదేమాదిరి పిండి అంతా గారెలు చేసుకుని దీనిలో టొమాటో పచ్చడి గానీ, కొబ్బరిపచ్చడిగానీ నంజుకుని తింటే చాలా బాగుంటాయి. కొన్ని ప్రాంతాలవారు మాంసం, కోడికూరతో కూడా తింటారు. మనకు సామెత ఒకటుంది, తింటే గారెలు తినాలి వింటే భారతము వినాలి అని. అంత గొప్ప పేరు మన ఈ గారెలకు.

మసాలా గారెలు (వడలు)

కావలసిన పదార్థాలు

పచ్చిశనగపప్పు	50గ్రా.
మినప్పప్పు	100గ్రా.
పెసరపప్పు	50గ్రా.
ఉల్లిపాయలు	రెండు
పచ్చిమిరపకాయలు	ఎనిమిది
అల్లం	అంగుళం ముక్క
జీలకఱ్ఱ	ఒక స్పూను
కరివేపాకు	
కొత్తిమీర	
బియ్యం	ఒక టేబుల్ స్పూను
నూనె	పావు కిలో

తయారుచేయు విధానము

పప్పులు అన్నీ నీళ్ళుపోసి మూడు, నాలుగు గంటలు నానబెట్టాలి. తరువాత పప్పులు అన్నీ నీళ్ళు చల్లకుండా రుబ్బుకోవాలి. ఉప్పు కలిపి రుబ్బితే వచ్చే తడే సరిపోతుంది. రుబ్బిన పిండిలో తరిగి పెట్టుకున్న ఉల్లిపాయలు, పచ్చిమిర్చి, అల్లం ముక్కలు, జీలకఱ్ఱ, కరివేపాకు, కొత్తిమీర తరుగు కూడా పిండిలో కలిపి స్టౌ మీద బాణలిపెట్టి అందులో నూనెపోసి కాగిన తరువాత పలుచని గుడ్డమీద నిమ్మకాయంత ముద్దతో వడలు చేసుకుని బంగారు రంగు వచ్చేవరకు వేయించుకోవాలి. ఏ చట్నీ లేకపోయినా ఇవి చాలా బాగుంటాయి. దీనిలో కూడా జీడిపప్పు పలుకులు మన ఇష్టమే.

కార్న్ (మొక్కజొన్నలు) కట్‌లెట్

కావలసిన పదార్థాలు

మొక్కజొన్నలు	ఒక కప్పు
వెల్లుల్లి	ఒక టీ స్పూన్
అల్లం	ఒక టీ స్పూన్
పచ్చిమిరపకాయలు	నాలుగు
ఉల్లిపాయలు	రెండు
చిన్నసైజు బంగాళదుంపలు	రెండు
ఉప్పు	రుచికి సరిపడ
మిరియాల పొడి	అర స్పూను
చిల్లీ ఫ్లేక్స్	రెండు టీ స్పూన్లు
కారం	ఒక టీ స్పూన్
మిక్స్‌డ్ హెర్బ్స్	ఒక టీ స్పూన్
కొత్తిమీర	
కట్‌లెట్స్ బైండింగ్ కోసం బ్రెడ్‌పొడి	ఒక కప్పు
కోటింగ్‌కు గుడ్లు	రెండు
వేయించటానికి నూనె	50గ్రా.

తయారుచేయు విధానము

స్టౌ మీద బాండి పెట్టి నూనె, వెన్న వేడిచేసి అల్లం, వెల్లుల్లి, పచ్చిమిర్చి, ఉల్లి ముక్కలు వేసి వేయించాలి. బంగాళదుంపలు (ఉడికించి చిదిమినవి) హెర్బ్స్, చిల్లీ ఫ్లేక్స్ వేసి కారం, కొత్తిమీర వేసి బాగా కలియబెట్టాలి. పది నిముషాలు ఉడికించాలి. బ్రెడ్ పొడితో కలపాలి. చల్లారాక కట్‌లెట్స్ ఆకృతిలో నొక్కి గుడ్డు సొనలో ముంచి నూనెలో వేయించాలి. చట్నీ లేదా సాస్ అద్దుకుని తింటే రుచిగా ఉంటాయి.

వెజిటబుల్ సమోసా

కావలసిన పదార్థాలు

మైదా	300గ్రా.
నూనె	వేయించడానికి సరిపడా
ఉప్పు	రుచికి సరిపడా
బంగాళదుంపలు	500గ్రా. (ఉడికించి పెట్టుకోవాలి)
పచ్చి బఠాణీలు	250గ్రా.
నెయ్యి	50గ్రా.
జీలకఱ్ఱ	ఒక స్పూను
అల్లం	25గ్రా. (ముక్కలుగా కోసుకోవాలి)
పచ్చిమిరపకాయలు	15గ్రా.
కొత్తిమీర ఆకులు	అర కప్పు
కారంపొడి	ఒక స్పూను
అనార్‌దానా పొడి	కొద్దిగా (మార్కెట్లో దొరుకుతుంది)

తయారుచేయు విధానము: మైదాపిండిలో కొద్దిగా ఉప్పు, రెండు స్పూన్లు వేడినూనె వేసి చపాతీ పిండిలాగా తడుపుకుని తడి గుడ్డకప్పి పావు గంటపాటు ప్రక్కన పెట్టుకోవాలి. బాణలిలో నెయ్యివేసి జీలకఱ్ఱ, అల్లంముక్కలు వేయించుకోవాలి. వేగిన తరువాత బంగాళదుంప లను, పచ్చి బఠాణీలు, ఉప్పు, కారం కొద్దిగా నీరు పోసి బాగా ఉడికించుకోవాలి. దింపేముందు అనార్‌దానా పొడి వేసి దించేయాలి. కూర చల్లారిన తరువాత కావలసిన సైజులో ముద్దలు చేసుకోవాలి. నానబెట్టిన మైదా పిండిని పెద్ద చపాతీగా వత్తుకుని మధ్యలోకి కట్ చేసి రెండు ముక్కలుగా చేసుకోవాలి. ఒక ముక్కను ముక్కోణపు ఆకారంలో మడిచి అందులో బంగాళదుంపకూరను నింపి పైభాగాన్ని నీటి తడితో మూసేయాలి. సమోసాలు అన్నీ తయారుచేసుకున్న తరువాత స్టౌ మీద బాణలి పెట్టి నూనెపోసి కాగిన తరువాత తయారుచేసి పెట్టుకున్న సమోసాలను వేసి బంగారు రంగు వచ్చేలాగా వేయించుకోవాలి. వీటిని టొమాటో కెచప్ లేదా పుదీనా చట్నీతో తింటే రుచిగా ఉంటాయి.

కార్న్ (మొక్కజొన్న) మఫిన్స్

కావలసిన పదార్థాలు

మైదా	రెండు కప్పులు
బేకింగ్ పౌడర్	అర టీ స్పూన్
వెన్న	మూడు టేబుల్ స్పూన్లు
పంచదార	చిటికెడు (ఒక స్పూన్)
మొక్కజొన్న ఉడికించి మెత్తగా చేసిన పూరి	ఒక కప్పు
గుడ్లు	మూడు
ఉప్పు	చిటికెడు
హెర్బ్స్	ఒక టీ స్పూను

తయారుచేయు విధానము

మైదాపిండి, బేకింగ్ పౌడరు, ఉప్పు, పంచదార కలుపుకోవాలి. గుడ్లు గిలకొట్టి వెన్న, కార్న్ పూరి వేసి, హెర్బ్స్ కూడా కలిపి బాగా కలియబెట్టాలి. ఈ మిశ్రమాన్ని మఫిన్ కప్స్ (మార్కెట్‌లో లభిస్తాయి)లో పోసి ముందుగా 150 డిగ్రీల సెల్సియస్ ఉష్ణోగ్రతపై వేడిచేసి ఉంచుకున్న ఓవెన్‌లో 25-30 నిముషాలు బేక్ చేయాలి. కొద్దిగా చల్లారాక తీసి తింటే చాలా బాగుంటాయి.

బెండకాయ పకోడి

కావలసిన పదార్థాలు

బెండకాయలు	అర కిలో
కార్న్‌ఫ్లోర్	50గ్రా.
శనగపిండి	150గ్రా.
చాట్ మసాలా	2 స్పూన్లు
ఉప్పు	తగినంత
నిమ్మకాయ	1
నూనె	

తయారుచేయు విధానము

బెండకాయల్ని కడిగి తడి లేకుండా ఆరనివ్వాలి. ముందు, వెనుక తొడిమలు తీసి నిలువుగా రెండుగా కోసుకోవాలి. వీటిని వెడల్పాటి పళ్ళెంలో పోసి నీడలో రెండు మూడు గంటలు ఆరనివ్వాలి. ఇప్పుడు ముక్కల్ని కార్న్‌ఫ్లోర్‌లో దొర్లించాలి. ఇలా చేస్తే అందులోని గింజలన్నీ రాలిపోతాయి. అవన్నీ పాత్ర అడుగుకు చేరతాయి. అవి తీసేసి మరోగంట ఆరనివ్వాలి.

గిన్నెలో శనగపిండి, ఉప్పు, కారం, పసుపు, చాట్‌మసాలా, కొత్తిమీర తురుమువేసి బెండముక్కలు, నీళ్ళుపోసి పకోడీల పిండిలాగా కలిపి పెట్టుకోవాలి. స్టౌమీద బాణలి పెట్టి నూనె పోసి కాగిన తరువాత బెండకాయల్ని పకోడీల మాదిరిగా వేయించి తీయాలి. చివరగా కొత్తిమీర తురుము చల్లి వేడిగా అందించాలి.

పకోడా-1

కావలసిన పదార్థాలు

భావన గారీ పచ్చిమిరపకాయలు	4 లేక 5 (లావు మిర్చి)
శనగపిండి	ఒక కప్పు
నూనె	బజ్జీలు వేయించడానికి సరిపడా
ఉప్పు	రుచికి సరిపడా
వంటసోడా	చిటికెడు
కొబ్బరిపొడి	రెండు స్పూన్లు
కిస్మిస్	ఒక టేబుల్ స్పూన్
గరంమసాలా పొడి	ఒక టేబుల్ స్పూన్
చక్కెర	ఒక స్పూన్

తయారుచేయు విధానము

పచ్చిమిరపకాయలకు నిలువుగాట్లు పెట్టి విత్తనాలు తీసేసి ప్రక్కన పెట్టుకోవాలి. శనగపిండిలో ఉప్పు, వంటసోడా కలిపి తగినంత నీరుపోసి బజ్జీలు వేయటానికి అనువుగా మృదువుగా కలిపి పెట్టుకోవాలి. ఇప్పుడు పాపడి ఘాటియా కొబ్బరిపొడి, కిస్మిస్, గరంమసాలా, చక్కెర, ఉప్పు అన్నీ బాగా కలిపి కొద్దిగా నీరుపోసి బాగా ముద్దగా కలపాలి. ఈ మిశ్రమాన్ని గాట్లు పెట్టుకుని ప్రక్కన పెట్టుకున్న మిరపకాయలలో నింపి వాటిని పిండిలో ముంచి నూనెలో దోరగా వేయించుకోవాలి. టొమాటో సాస్‌తో వీటిని వేడి వేడిగా తింటే చాలా రుచిగా ఉంటాయి.

పకోడా-2

కావలసిన పదార్థాలు

బంగాళదుంపలు	ఒకటి లేదా రెండు
కాలీఫ్లవర్	100గ్రా.
ఉల్లిపాయలు	రెండు
పాలకూర కట్టలు	ఒకటి లేదా రెండు
వాము	టేబుల్ స్పూను
జీలకఱ్ఱ	ఒక స్పూను
అనార్థాన్ పౌడరు	టేబుల్ స్పూను
వంటసోడా	చిటికెడు
శనగపిండి	ఒక కప్పు
ఉప్పు	రుచికి సరిపడా
కారం	తగినంత
పసుపు	తగినంత
నూనె	వేయించడానికి సరిపడా
పచ్చి మిరపకాయలు	ఐదు లేక ఆరు

తయారుచేయు విధానము

కూరగాయల ముక్కలన్నీ కావలసిన సైజులో తరిగిపెట్టుకోవాలి. శనగపిండిలో కూరగాయల ముక్కలు, వాము, వంటసోడా, ఉప్పు, కారం, పసుపు అనార్దాన్ పౌడరు అన్నీ కలిపి పకోడీల పిండిలాగా కొద్దిగా నీరుపోసి కలుపుకోవాలి. కావలసిన సైజులో పకోడీలను నూనెలో వేసి దోరగా వేయించాలి. సర్వ్ చేసేముందు నూనెలో వేయించిన పచ్చిమిరపకాయలతో అందించండి.

చిల్లీ నూడుల్స్

కావలసిన పదార్థాలు

నూడుల్స్	200గ్రా.
చక్కెర పాకం	రెండు స్పూన్లు
నిమ్మ ఆకులు	నాలుగు
పచ్చిమిరపకాయలు	నాలుగు (ముక్కలు చేయాలి)
ఉప్పు	రుచికి సరిపడా
పచ్చి బఠాణీలు	పావు కప్పు
వెనిగర్	నాలుగు స్పూన్లు
అల్లం	చిన్న ముక్క
నూనె	సరిపడ
నిమ్మరసం	రెండు స్పూన్లు
తులసి ఆకులు	గుప్పెడు

తయారుచేయు విధానము

నూడుల్స్‌ను నీటిలో కొద్దిసేపు ఉడికించి తరువాత నీరంతా వంపేసి ప్రక్కన పెట్టుకోవాలి. పాన్‌లో నూనె పోసుకుని పచ్చిమిరపకాయ ముక్కలు, అల్లం ముక్కలు దోరగా వేయించి, తరువాత పచ్చి బఠాణీలు, నిమ్మ ఆకులు వేసి మరికొద్దిసేపు వేయించుకోవాలి. అన్నీ బాగా వేగిన తరువాత చక్కెర పాకం, నూడుల్స్, వెనిగర్, ఉప్పువేసి మరికొద్దిసేపు ఉడికించుకోవాలి. దింపేముందు నిమ్మరసం కలిపి దించాలి. సర్వ్ చేసేముందు తులసి ఆకులు అలంకరించి అందించాలి. వేడిగా తింటే పుల్లగా, కారంగా, తియ్యగా చాలా బాగుంటుంది.

ములక్కాడ కట్‌లెట్స్

కావలసిన పదార్థాలు

ములక్కాడలు	450గ్రా. (ఉడికించి గుజ్జు తీయాలి)
బంగాళదుంపలు	225గ్రా. (ఉడికించి చిదమాలి)
నూనె	వేయించడానికి సరిపడ
ఉల్లిపాయ	2 స్పూన్లు ముక్కలు
కరివేపాకు	సరిపడ
వెల్లుల్లి పేస్టు	టీ స్పూను
జీలకర్ర	అర టీ స్పూను
మిరియాల పొడి	టీ స్పూను
ఉప్పు	రుచికి సరిపడా
నిమ్మకాయలు	రెండు (రసం)
బియ్యం పిండి	2 టీ స్పూన్లు
వెన్న	50గ్రా.
గుడ్డు	ఒకటి

తాళింపునకు–

జీడిపప్పు పలుకులు	కొద్దిగా
ఉల్లిపాయ ముక్కలు	కొద్దిగా
పచ్చిమిరపకాయలు	రెండు
కరివేపాకు	కొద్దిగా

తయారుచేయు విధానము: ఉల్లిపాయలు, పచ్చిమిరపకాయలు, కరివేపాకు, చిదిమిన బంగాళాదుంపలు, ములక్కాడల గుజ్జు, జీలకర్ర వేసి తాళింపు పెట్టాలి. మిరియాల పొడి, ఉప్పు, నిమ్మరసం, పిండి వేసి కలపాలి. స్టౌ మీద నుండి దింపి చల్లారిన తరువాత చిన్ని చిన్ని ఉండలు తయారుచేయాలి. గిలకొట్టిన గుడ్డు సొనలో ముంచి నూనెలో వేయించాలి. మిగతా ఉల్లిపాయ ముక్కలు, పచ్చిమిరపకాయలు, కరివేపాకు వేసి తాళింపుపెట్టి కట్‌లెట్స్, జీడి పలుకులు వేసి బాగా కలియపెట్టాలి.

హరపావ్ భాజీ

కావలసిన పదార్థాలు

క్యారెట్	200గ్రా.
బీన్స్	50గ్రా.
పచ్చి బఠాణీ	100గ్రా.
బంగాళదుంపలు	200గ్రా.
టొమాటో	150గ్రా.
వెన్న	100గ్రా.
సన్నగా తరిగిన పచ్చిమిర్చి	10గ్రా.
సన్నగా తరిగిన ఉల్లిపాయలు	50గ్రా.
సన్నగా తరిగిన వెల్లుల్లి	25గ్రా.
సన్నగా తరిగిన క్యాప్సికం	50గ్రా.
కారం	10గ్రా.
తరిగిన పాలకూర	2 కప్పులు
సన్నగా తరిగిన కొత్తిమీర	50గ్రా.
ఉప్పు	రుచికి సరిపడా

తయారుచేయు విధానము

క్యారెట్లు, ఫ్రెంచ్ బీను, బఠాణీలు కడిగి చెక్కు తీసి కోసుకుని సగం ఉడికించి పెట్టుకోవాలి. బంగాళాదుంపలు ఉడికించి తొక్క తీసి మెత్తగా చేసి పెట్టుకోవాలి. టొమాటోలు మెత్తగా గుజ్జుచేసి ఉంచుకోవాలి. కళాయిలో వెన్నవేసి మొదట పచ్చిమిర్చి వేయించాలి. తరువాత ఉల్లి, వెల్లుల్లి, క్యాప్సికం, ఒక మోస్తరు వేడిమీద ఐదు నిముషాలు వేయించాలి. కారం, ఉప్పు, సగం ఉడికించిన కూరగాయ ముక్కలు, బంగాళదుంపల గుజ్జు, టొమాటో గుజ్జు వేసి బాగా కలపాలి. గుజ్జు చిక్కగా అయ్యాక పాలకూర గుజ్జు కూడ కలిపి పైన కొద్దిగా వెన్న తరిగిన కొత్తిమీర వేశాక దింపేయండి. ఇది బ్రెడ్ లేదా పావ్ భాజీతో కలిపి తింటే బాగుంటుంది.

మష్రూమ్స్ కట్‌లెట్

కావలసిన పదార్థాలు

మష్రూమ్స్	200గ్రా.	బంగాళదుంపలు	పావు కిలో
ఉల్లిపాయలు	రెండు	పచ్చిమిర్చి	ఆరు
కొత్తిమీర	రెండు టేబుల్ స్పూన్లు (పావు కప్పు)	మిరియాల పొడి	పావు స్పూను
ఉప్పు	సరిపడా	నిమ్మకాయ	ఒకటి
గుడ్డు	ఒకటి	బ్రెడ్ పొడి	100గ్రా.
నూనె	వేయించడానికి సరిపడా		

తయారుచేయు విధానము: పుట్ట గొడుగుల్ని మరిగే నీళ్ళలో వేసి కడిగి సన్నని ముక్కలుగా కోయాలి. బంగాళదుంపల్ని మెత్తగా ఉడికించి చిదిమి పెట్టుకోవాలి. ఫ్రైజర్‌పాన్‌లో నూనెవేసి సన్నగా తరిగిన ఉల్లిపాయ ముక్కలు, పచ్చిమిర్చి ముక్కలు వేసి కొద్దిగా వేయించాలి. ఉడికించిన బంగాళ దుంపల పొడి వేయాలి. తరువాత ఉప్పు, తగినంత నిమ్మరసం వేసి కలపాలి. ఇందులోనే తరిగిన పుట్ట గొడుగుల్ని కూడా వేసి కలిపి చిన్న వడలులాగా చేయాలి. కోడిగుడ్డు సొనను గిలకొట్టి అందులో కొంచెం ఉప్పు వేసి కలపాలి. ఇప్పుడు పుట్టగొడుగు వడలను కోడిగుడ్డు సొనలో ముంచి తీయాలి. తరువాత బ్రెడ్ పొడిలో దొర్లించి నూనెలో ఎర్రగా వేయించి తీయాలి. వీటిని టొమాటో సాస్‌తో తింటే చాలా రుచిగా ఉంటాయి.

తపాళచెక్కలు

కావలసిన పదార్థాలు

బియ్యం పిండి (పొడి)	
నానబెట్టిన శనగపప్పు	కొద్దిగా
ఉప్పు	సరిపడా
జీలకర్ర	కొద్దిగా
తురిమిన అల్లం	
పచ్చిమిరపకాయలు	2
ఉల్లిపాయ	1 (ముక్కలు)
కొత్తిమీర	
కరివేపాకు	

తయారుచేయు విధానము

పిండిలో వేడి నీళ్లుకానీ, చన్నీళ్లు కాని కలిపి చపాతి పిండిలాగ కలుపుకోవాలి. దీనిలో నానబెట్టిన శనగపప్పు, మిర్చి, ఉప్పు కలపాలి. కొత్తిమీర, కరివేపాకు అల్లం తురుము, ఉల్లిముక్కలు పచ్చి తపాళలో నూనెవేసి మధ్యలో ఒక ముద్ద పెట్టి చేతితో నొక్కుకోవాలి. దానిలో కొద్దిగా వేలితో బెజ్జాలు పెట్టుకోవాలి. తపాళ అడగు ఎంత ఉంటే అంత వెడల్పుగా నొక్కాలి. పాన్‌లో కూడా అలాగే పిండి పెట్టి అలాగే నొక్కి బెజ్జాలు పెట్టి వీటిచుట్టూ నూనె వేసి సన్న మంటమీద మూతపెట్టి చిన్నగా నొక్కు కోవాలి. కాలిన తరువాత తీసిపెట్టుకోవాలి. చాలా రుచిగా ఉంటాయి.

గుల్‌గులే

కావలసిన పదార్థాలు

రవ్వ	100గ్రా.
పాలు	100మి.లీ.
మైదా	50గ్రా.
గోధుమపిండి	50గ్రా.
పంచదార	50గ్రా.
సోంపు	10గ్రా.
యాలకుల పొడి	కొద్దిగా
నీరు	తగినంత
నూనె లేదా నెయ్యి	వేయించడానికి సరిపడా

తయారుచేయు విధానము

వేడిపాలలో రవ్వను 20 నిముషాలపాటు నానబెట్టాలి. మైదా, గోధుమ పిండి కలిపి చిక్కగా తయారు చేసుకోవాలి. పంచదార, సోంపు గింజలు, యాలకుల పొడి, కొంచెం నీరు పోసి పది నిముషాలు అలా ఉంచేయాలి. మూకుడులో నెయ్యిగానీ, నూనెగానీ వేడి చేసి పిండిని చేత్తో కొద్ది కొద్దిగా జార్చుతూ వేయించాలి. వేడిగా తింటే రుచిగా ఉంటాయి.

ఫలహారి బాసుంది

(తయారీ సమయం 20 నిముషాలు, ఉడికించాల్సిన సమయం 45 నిముషాలు)

కావలసిన పదార్థాలు

పాలు	ఒకటిన్నర లీటర్లు
పంచదార	ఆరు టేబుల్ స్పూన్లు
ఏదైనా పండు (ఫ్రూట్) గుజ్జు	ఒక కప్పు
యాలకుల పొడి	చిటికెడు

తయారుచేయు విధానము

సన్నని సెగపై పాలు కాయాలి. సగమయ్యేదాకా మధ్య మధ్యలో కలియపెడుతూ కాయాలి. స్టవ్ మీద నుండి క్రిందకు దించాలి. నచ్చిన ఏ పండు గుజ్జునయినా కలుపుకుని యాలకుల పొడి కూడ కలిపి తింటే చాలా రుచిగా ఉంటుంది.

రైస్ ఫిర్నీ

కావలసిన పదార్థాలు

పాలు	ఒక లీటరు
నానబెట్టిన బియ్యం	50గ్రా.
పంచదార	పావు కప్పు
యాలకుల పొడి	పావు టీ స్పూను
పిస్తా పప్పులు	పావు స్పూను
కుంకుమపువ్వు	కొన్ని చుక్కలు పాలలో నానబెట్టండి

తయారుచేయు విధానము

నానబెట్టిన బియ్యాన్ని మెత్తగా రుబ్బుకోవాలి. పాలు వేడిచేసి పంచదార, బియ్యంపిండి పేస్టు కలపాలి. చిక్కబడే వరకు ఉడికించాలి. యాలకుల పొడి, కుంకుమ పువ్వు వేసి కలపాలి. బౌల్‌లోకి మార్చి చల్లారాక ఫ్రిజ్‌లో మూడు గంటలపాటు వుంచాలి. వడ్డించే ముందు పిస్తా పప్పులతో అలంకరించాలి. ఇది చాలా రుచిగా ఉంటుంది.

బొరుగుల మసాలా (మరమరాలు)

కావలసిన పదార్థాలు

బొరుగులు (మరమరాలు)	
టమాట	1
(గింజలు తీసి చిన్న ముక్కలు కోయాలి)	
ఉల్లిపాయ	1
నిమ్మ చెక్క	1
కొత్తిమీర (సన్నగా కట్ చేయాలి)	
చిల్లీ ఫ్లేక్స్ / కారం (ఏదైనా బాగుంటుంది)	
చాట్ మసాలా	
నల్ల ఉప్పు	సరిపడా
పచ్చిమిర్చి ముక్కలు	కొద్దిగా

తయారుచేయు విధానము

ఒక పెద్ద గిన్నెలో మరమరాలు వేసి దీనిలో ఉల్లిపాయ ముక్కలు, టమాట ముక్కలు, కొత్తిమీర, పచ్చిమిర్చి, నల్ల ఉప్పు, కారం లేదా చిల్లీ ఫ్లేక్స్, చాట్‌మసాలా, నిమ్మరసం పిండి అన్నీ బాగా కలపాలి. అన్నీ బాగా కలిపి పెట్టుకుని సర్వింగ్ బౌల్‌లోకి తీసుకొని తినండి. పిల్లలయినా బాగా ఇష్టపడతారు.

ఉలవలు

కావలసిన పదార్థాలు

ఉలవలు	400 గ్రా.
మిరియాలు	10
పాల ఇంగువ	2 గ్రా.

తయారుచేయు విధానము

ఒక లీటరు నీరుపోసి ఉంచాలి. ఈ నీటిలో వేసిన ఉలవలలో మిరియాలు, ఇంగువ వేసి రాత్రిపూట స్టౌమీద పెడితే ఉదయం లేచేటప్పటికి ఒక కప్పు కషాయం మిగిలిన దాన్ని ప్రొద్దునే తాగాలి. ఇలా 40 నుండి 50 రోజుల వరకు చేస్తే థైరాయిడ్ తగ్గుతుంది. ఉడికిన ఉలవలలో కొద్దిగా ఉప్పు కలిపి తినవచ్చు. బాగా పనిచేస్తుంది.

సమోసా తయారీ

కావలసిన పదార్థాలు

మైదాపిండి 4 గ్లాసులు

తయారుచేయు విధానము : మైదాపిండిలో నీళ్ళు కలుపుతూ చపాతీల పిండిలాగా కలపాలి. దీన్ని చిన్న ముద్దలుగా చేసుకోవాలి. ఈ ముద్దలకు కొద్దిగా నూనె అద్దుకుంటూ గుండ్రంగా చేసుకోవాలి.

చపాతీలు చేసే కఱ్ఱతో పొడిపిండి అద్దుకుంటూ చపాతీలు చేసుకుంటూ ఒక్కోదాని మీద నూనె రాస్తూ కొద్దిగా పొడి పిండి అద్దుకుంటూ అన్ని ఇలా చేసుకోవాలి. ఒక్కోదాని మీద అద్దుకుంటూ ఒక్కోదాని మీద వేస్తూ నాలుగయిదు ఒక్కోటి అలా ఎన్ని అయితే అన్ని అలా చేసుకోవాలి. మళ్లీ అన్ని ఒక్కోటి తీసుకుంటూ పెద్దగా చేసుకోవాలి. పెనం స్టౌమీద పెట్టి ఒక్కోటి కాల్చుకుంటూ ఒక్కో చపాతీ తీస్తూ ప్రక్కన పెట్టుకోవాలి. అలా అన్నీ చేసుకుంటూ, చేసిన తరువాత అన్ని కట్ చేసుకోవాలి. అన్ని ఒకదానిమీద ఒకటి పేర్చుకుని 2 1/2 అంగుళం ముక్కలుగా చేసుకోవాలి. ప్రక్కలు మిగిలిన చపాతీముక్కలు నూనెలో క్రిస్పీగా వచ్చేవరకు వేయించుకోవాలి.

మసాల - ఉల్లిపాయ ముక్కలు, బఠాణీలు, పసుపు, అల్లం-వెల్లుల్లి, పచ్చిమిర్చి పేస్టు, గరంమసాల, ధనియాలపొడి అన్నీ ఒక స్పూన్ చొప్పున, కారం, కొత్తిమీర, పుదీనా, కరివేపాకు, క్రిస్పీగా చేసిన చపాతీ ముక్కలు, వేయించిన పొడి, ఉప్పు కలిపి మిక్సీపట్టి అన్నీ కలిపి పెట్టుకోవాలి. చేసిన ముక్కలు తీసుకుని ఒక్కోటి ముక్కోణంగా చుట్టి లోపల మసాలపెట్టి, మనం కలిపి పెట్టుకున్న మైదాపిండి పేస్టు రాసి అతికించేయాలి. అన్నీ ఇలా చేసుకుంటూ స్టౌ మీద పాన్ పెట్టి నూనె పోసి నాలుగు చొప్పున వేయించుకోవాలి. ఇదేవిధంగా ఆలుతో, చికెన్‌తో, ఆకుకూరలతో చేసుకోవచ్చు. పైన చెప్పిన మసాలలాగానే స్టఫింగ్ తయారు చేయాలి. కట్ చేసిన చపాతీముక్కలు ఎయిర్‌టైట్ బ్యాగ్‌లో పెట్టుకుంటే 3,4 రోజులు వాడుకోవచ్చు.

సమోస రగడ

మీఠాచట్నీ : ఎండు ఖర్జురాలు 6 ముందు రోజు రాత్రి నానబెట్టుకోవాలి. ఒక పాత్రలో ఖర్జురాలు, బెల్లం, సగం కప్పు పంచదార, సగం కప్పు యాలకుల పొడి, స్పూను కారం, స్పూను ఉప్పు, గరంమసాల 1/4 స్పూన్, 1 స్పూను ధనియా పొడి, చింతపండు గుజ్జు 50 గ్రా., కొంచెం నీరు కలిపి ఆరంజ్ కలర్ వేయండి. ఇవి అన్నీ గ్రైండర్‌లో వేసి మెత్తగా చేయాలి.

కట్టా చట్నీ : 10 పచ్చిమిర్చి, పుదీనా, ఒక స్పూన్ ఉప్పు, పావు స్పూన్ గరంమసాల, ధనియాపొడి 20 గ్రా., చింతపండు గుజ్జు, పుట్నాలు గానీ, కాజు గానీ వేసి కొద్దిగా నీరు కలిపి మెత్తగా చేయాలి. కట్టా చట్నీ రెడి.

దహి : గట్టిగా ఉన్న పెరుగు చిలికి పల్చగా చేయాలి. నీరు కలపవద్దు స్మూత్‌గా చేయాలి.

రగడ : ఆలు సమోస తెప్పించి రగడ తయారు చేయవచ్చు.

నెయ్యి, నానబెట్టిన బఠాణి (వైట్ బఠాణి రాత్రి నానబెట్టాలి) 50గ్రా., ఎల్లో పీస్ (బఠాణి), 1/2 కేజి మైదా, 100గ్రా డాల్డా, ఓమ, సాల్ట్, జీలకఱ్ఱ కలిపి గట్టిగా కలుపుకోవాలి. పొరలు పొరలుగా పూరీ చేసి మడత వేయాలి.

అన్నీ వేసి కాబూలీ శనగలు, కసూరిమేతి, ఒక స్పూను ధనియాపొడి, ఒక స్పూను గరంమసాల, అర స్పూను మిర్చి పౌడరు రెండు స్పూన్లు, ఉప్పు సరిపడా వేసి అన్నీ కలిపి ఉడకబెట్టాలి. కొద్దిగా నీరు కలపండి.

ఎల్లో పీస్ మాత్రం బాగా ఉడకబెట్టి మిక్సీలో మెత్తగా చేయాలి. ఇది బఠాణీలు, శనగలలో కలిపి ఉడకనివ్వాలి. సమోసా నలిపి రగడ దానిపై వేసి పైన కట్టా చట్నీ కొద్దిగా వేసి, పైన మీటా చట్నీ వేసి ప్రక్కన ఉల్లిపాయ ముక్కలు, కోరిన క్యారట్టు, కొద్దిగా సన్నపూస వేస్తే తినటానికి సమోస రగడ రెడి.

పావ్‌భాజీ

తయారుచేయు విధానము

కాబూలీ శనగలు, బఠాణీలు రాత్రంతా12 గంటలు నానబెట్టాలి. ప్రొద్దున్నే కాబూలీ శనగలు + బాఠాణీలు ఉడకబెట్టాలి. క్యాబేజి, టమాట, క్యారెట్లు, కాలీఫ్లవరు, బీన్సు, క్యాప్సికం, ఆలుగడ్డ అన్నీ కట్ చేసుకుని కుక్కర్‌లో ఒక గ్లాసు నీళ్లు పోసి దానిలో కూరగాయలన్నీ వేసి, పసుపు ఉప్పు కలిపి రెండు విజిల్స్ వచ్చేవరకు ఉంచాలి. కాబూలీ శనగలు, బఠాణీ వేసి గ్రైండర్‌లో మరీ మెత్తగా కాకుండ కొంచెం బరకగా గ్రైండ్ చేయాలి.

బాణలిలో నూనె 10 గ్రా., కొంచెం నెయ్యి, బటర్ వేసి దానిలో ఉల్లిపాయముక్కలు, పచ్చిమిర్చి, క్యాప్సికమ్ ముక్కలు, బఠాణి, సన్నగా తరిగిన 2 టమాటాలు, కొద్దిగా పసుపు, ఉప్పువేసి అల్లం-వెల్లుల్లిపేస్ట్ కొద్దిగా వేసి కలుపుతూ వేయించాలి. కూరగాయలు ఉడకబెట్టిన నీళ్లు, అలాగే కూరగాయలు ఉడకబెట్టి చేసిన పేస్టు ఇందులో వేసి రెండు స్పూన్‌లు కారం కలపాలి. పల్చగా కావాలంటే కొద్దిగా నీరు కలిపి కొత్తిమీర, పుదీనా వేసి కొద్దిగా నెయ్యి కలిపి ఒక స్పూను పావ్‌బాజీ మసాలా, చాట్‌మసాలా వేసి దీనిలో ఒక పెద్ద నిమ్మకాయ రసం కలపాలి. బాజీ రెడీ అయినట్లే. కొద్దిగా కొత్తిమీర, బటర్ వేయాలి. పావ్ తెచ్చుకుని పెనం మీద నెయ్యి, బటర్ కలిపి ఒక స్పూను వేసి పావ్ మధ్యకు కట్ చేసి కాల్చి, తిరగవేసి ప్లేట్‌లోకి తీసుకున్న తరువాత పావ్ ఓపెన్ చేసి మధ్యలో కొద్దిగా కారం, ఉప్పు వేసి మూసేసి పైన కొద్దిగా బటర్ వేయాలి.

ప్లేట్‌లో బాజి ఒక గరిట వేసుకుని కొద్దిగా కొత్తిమీర వేసి పావ్‌బాజీ తినటమే. చాలా రుచిగా ఉంటుంది.

మష్రూమ్ ఫ్రై

కావలసిన పదార్థాలు

మష్రుమ్	200 గ్రా. (సగానికి ముక్కలు చేయాలి)
క్యారెట్	50గ్రా. (ముక్కలు చేయాలి)
టమాటాలు	3 (ముక్కలు చేయాలి)
ఉల్లిపాయలు	2 రెక్కలు (వలవండి)
నూనె	1 టీస్పూన్
ఆలివ్ ఆయిల్	2 స్పూన్స్
సోయాసాస్	
గ్రీన్‌చిల్లీసాస్	

తయారుచేయు విధానము :

స్టౌమీద పాన్ పెట్టి 1 స్పూను నూనె వేసి కాగిన తరువాత మష్రుమ్ కడిగినవి వేయాలి. సన్న మంట మీద వేయించుతూ అల్లం తరిగినవి 1 స్పూను, క్యారెట్ చిన్నముక్కలు చేసినవి, టమాటముక్కలు వేసి, ఉల్లిపాయరెక్కలు, పచ్చిమిరపకాయలు 4 వేసి, నూనె తగ్గినట్లయితే ఒక స్పూను ఆలివ్ ఆయిల్ వేసి మూతపెట్టి మగ్గనివ్వాలి. మష్రూమ్సు ఉడకాలి.

తరువాత నూనె బయటకు వచ్చిన తరువాత 1/4 స్పూన్ పసుపు, కారం 1 స్పూన్, కరివేపాకు, వెల్లుల్లి తరిగిన ముక్కలు, కొత్తిమీర 1 స్పూను, సోయాసాస్ 1 స్పూన్, గ్రీన్‌చిల్లీసాస్ 1 స్పూన్ వేయండి. క్యాప్సికమ్, పన్నీరు ముక్కలు కూడ వేయవచ్చు అన్నీ కలిపి వేగి ఉడికిన తరువాత స్టౌ మీద నుండి దింపి బౌల్‌లోకి తీసుకోవాలి.

వెజ్ క్యాబేజీ మంచూరియా

కావలసిన పదార్థాలు

కార్న్‌ఫ్లోర్	3-5 స్పూన్‌లు	మైదా	2 1/2 స్పూన్‌లు
వెల్లుల్లి-అల్లంపేస్ట్	3 స్పూన్‌లు	పచ్చిమిర్చి	5
సాల్ట్	1 స్పూన్	ఆలు (మెత్తగా ఉడకబెట్టి కలపాలి)	2 పెద్దవి
తరిగిన కొత్తిమీర	1/2 కప్పు	కరివేపాకు	1/4 కప్పు

తయారుచేయు విధానము : క్యాబేజీ సన్నగా తరిగి ఇవన్నీ కలిపి పెట్టుకొని ఉప్పు కలపాలి. కారం 1 స్పూన్, కార్న్‌ఫ్లోర్ 2 1/2 స్పూన్స్, 5 పచ్చిమిర్చి సన్నగా తరిగి వేయాలి. ఆలు ఉడకబెట్టి మెత్తగా చేసి ఇందులో కలపాలి. కొత్తిమీర సన్నగా తరిగి, అల్లం-వెల్లుల్లిపేస్టు 1 స్పూను, మైదా 2 1/2 స్పూన్స్ అన్ని బాగా కలపాలి. కరివేపాకు సన్నగా తరిగి వేయాలి. అన్ని బాగా కలిపి ముద్దలాగా చేయాలి.

ఈ ముద్ద నుండి కొద్దికొద్దిగా ఉండలు తీసుకుని కొద్దిగా కోలగా ఉండేటట్లు చేయాలి. బాదంకాయ షేప్‌తో ఉండాలి గుండ్రంగా వద్దు. స్టౌమీద పాన్‌పెట్టి నూనె పోసి కాగిన తరువాత ఒక్కోటి వేస్తూ రెండు ప్రక్కల వేగిన తరువాత తీసుకుని అన్నీ అలాగే చేసుకోవాలి. మంట మాత్రం సన్నగా పెట్టుకోవాలి. ఎక్కువైతే లోపల ఉడకదు. ముందు వాయి కొద్దిగా రంగు రాగానే తీసేయాలి. రెండవ వాయి సగం కాలిన తరువాత ముందు వేసి తీసిన వాయి కూడ వేసి మంచి రంగు వచ్చిన తరువాత తీసేయాలి. చాలా రుచిగా ఉంటాయి.

తరువాత పోపు వేయాలి. నూనె తీసుకుని అందులో ఉల్లిపాయ తరుగు, అల్లం-వెల్లులి తరుగు, స్ప్రింగ్ ఆనియన్, కొత్తిమీర, పచ్చిమిర్చి, అజనమోటో, కరివేపాకు సన్నగా తరిగి, టొమాటో కెచప్, సోయాసాస్, రెడ్‌చిల్లీసాస్, నిమ్మకాయలు 2, కార్న్‌ఫ్లోర్ 3 స్పూన్స్ నీళ్లలో కలిపి పోపులో వేసి మనం చేసి పెట్టినవన్నీ ఇందులో వేసి కలుపుకుని నిమ్మరసం ఒక చెక్క కలుపుకోవాలి.

వెజిటబుల్ కర్రీస్

- సొరకాయలో విటమిన్-ఎ, విటమిన్-సి, బి కాంప్లెక్స్ మరియు ఖనజ లవణాలు పుష్కలంగా ఉంటాయి.
- మూత్రనాళాల జబ్బులను నివారిస్తుంది.
- పచ్చి సొరకాయ రసం అలసటను తగ్గిస్తుంది.
- శరీరంలో జీర్ణశక్తిని పెంచుతుంది.
- సొరకాయ రసం అనేక జబ్బులకు దివ్య ఔషధంగా పనిచేస్తుంది.

సొరకాయ-మజ్జిగ పులుసు

కావలసిన పదార్థాలు

సొరకాయ ముక్కలు	రెండు కప్పులు
కొబ్బరి తురుము	కప్పు
పచ్చిమిరపకాయలు	రెండు లేక మూడు
ఎండుమిరపకాయలు	రెండు
ఆవాలు	ఒక స్పూను
జీలకఱ్ఱ	ఒక స్పూను
గట్టి పెరుగు	ఒక కప్పు
ఉప్పు	రుచికి సరిపడ
నూనె	ఒక స్పూను
వాము పొడి	ఒక స్పూను

తయారుచేయు విధానము

సొరకాయ ముక్కలను కొద్దిపాటి నీటిలో ఉప్పువేసి ఉడికించుకోవాలి. పచ్చి కొబ్బరి, ఎండుమిరపకాయలు, పచ్చిమిరప కాయలు కలిపి మెత్తగా రుబ్బుకుని ఉడుకుతున్న సొరకాయ ముక్కలలో కలపాలి. తక్కువ మంటమీద పెరుగు వేసి కలపాలి. కొద్ది నిముషాలు తెర్లనిచ్చి దింపి, బాండీలో నూనె వేసి ఆవాలు, జీలకఱ్ఱ, కరివేపాకు వేసి తాలింపు పెట్టాలి. దింపిన తరువాత కొత్తిమీర వేయాలి.

సొరకాయ-కొబ్బరి కూర

కావలసిన పదార్థాలు

సొరకాయ ముక్కలు	రెండు కప్పులు
కొబ్బరి తురుము	అర కప్పు
పచ్చిమిరపకాయలు	మూడు
ఎండుమిరపకాయలు	నాలుగు
చింతపండు గుజ్జు	టేబుల్ స్పూన్
పసుపు	పావు స్పూను
ఉప్పు	రుచికి సరిపడ
ఆవాలు	అర టీ స్పూను
నానబెట్టిన బియ్యం	ఒక టేబుల్ స్పూను
జీలకఱ్ఱ	అర స్పూను
మినప్పప్పు	అర స్పూను
ధనియాలు	అర స్పూను
నువ్వులు	అర స్పూను

తయారుచేయు విధానము

నువ్వులు స్పూను, ధనియాలు స్పూను, కరివేపాకు, కొత్తిమీర, జీలకఱ్ఱ, ధనియాలు, నువ్వులు, ఎండు మిరపకాయలు అన్నీ నూనెలేకుండా దోరగా వేయించుకోవాలి. తరువాత వీటికి పచ్చికొబ్బరి జతచేసి కొద్దిగా వేయించుకోవాలి. ఇవి చల్లారిన తరువాత చింతపండు గుజ్జు జతచేసి మెత్తగా రుబ్బుకోవాలి. బాండీలో కొద్దిగా నీరుపోసి సొరకాయ ముక్కలను, పచ్చిమిరప ముక్కలు, పసుపు వేసి ఉడికించుకోవాలి. ముక్కలు మరీ మెత్తగా కాకముందే రుబ్బి పెట్టుకున్న ముద్ద, ఉప్పు జతచేసి మరి కొద్దిసేపు ఉడకనివ్వాలి. తరువాత కొత్తిమీర వేసి దించాలి.

సొరకాయ వలన చాలా లాభాలున్నాయి. తక్కువ కేలరీలతో పీచు ఎక్కువగా ఉంటుంది. విటమిన్ 'సి', 'బి' కాంప్లెక్సులు, కాల్షియం, ఐరన్, సోడియం, పొటాషియం లాంటి ఖనిజాలు, బయో-ఫ్లేవనాయిడ్స్ లభిస్తాయి. 100గ్రా. సొరకాయలో 12 కేలరీలు మాత్రమే ఉంటుంటాయి. క్రమంతప్పకుండా సొరకాయ రసం తాగుతుంటే బరువు తగ్గుతారు. నాడీవ్యవస్థపై చల్లని ప్రభావం చూపుతుంది. అధిక పీచు మలబద్దకాన్ని నివారిస్తుంది. నిద్రలేమికి సొరకాయ మంచి చికిత్స. సొరకాయ రసాన్ని ప్రతిరోజు తాగడంవల్ల చర్మం ఆరోగ్యంగా మచ్చలు లేకుండా నిగారిస్తుంది.

సొరకాయ రసం చేసేముందు కొరికి చూడాలి. ఒక్కోసారి చేదు వుంటుంది. అలాంటప్పుడు ఆ కాయను పారేయాలి. ఏ ఇతర జ్యూస్‌ల లోనూ కలపకూడదు.

బీరకాయ

బీరకాయతో కూర, వేపుడు, పచ్చడి ఇలా ఎన్నో రకాలుగా చేసుకోవచ్చు. బీరకాయ పథ్యం కూరగా కూడ మంచిది. జ్వరము వచ్చి తగ్గిన వారికి, బాలింతలకు బాగా ఉపయోగ పడుతుంది.

బీరకాయ కూర

కావలసిన పదార్థాలు

బీరకాయలు	పావు కిలో	ఉల్లిపాయలు	ఒకటి
పచ్చి మిరపకాయలు	రెండు	పసుపు	పావు స్పూను
కారం	ఒక స్పూను	వెల్లుల్లి రెబ్బలు	నాలుగు
ఉప్పు	రుచికి సరిపడ	తాళింపు దినుసులు	తగినంత
కరివేపాకు	తగినంత	కొత్తిమీర	కొద్దిగా
నూనె	ఒక స్పూను		

తయారుచేయు విధానము

బీరకాయ పొట్టు తీసుకొని ముక్కలుగా కోసిపెట్టుకోవాలి. ఉల్లిపాయ, పచ్చిమిర్చి చిన్న ముక్కలు తరిగి పెట్టుకోవాలి. బీరకాయ ముక్కలలో కొద్దిగా ఉప్పువేసి గట్టిగా కలిపి పెట్టుకుంటే కొద్దిసేపటికి నీరు ఊరుతుంది. స్టౌ మీద బాణలి పెట్టి నూనె వేసి కాగిన తరువాత పసుపు, తాళింపు దినుసులు వేసి చిటపటలాడిన తరువాత కరివేపాకు, ఉల్లిపాయ, పచ్చిమిరపకాయల ముక్కలు వేసి తరువాత బీరకాయ ముక్కలు ఊరిన నీటినుండి గట్టిగా పిండి తాళింపులో వేయాలి. ముక్క ఉడికిన తరువాత వెల్లుల్లి రేకలను దంచి కూరలో వేసి కారము కూడ వేసి ఒక నిముషం ఉంచి దించి కొత్తిమీర వేసుకుని గిన్నెలోకి తీసుకోవాలి. చపాతీలలోకి, అన్నంలోకి కూడ చాలా బాగుంటుంది.

ఇదేమాదిరి తాళింపులోకి వేసిన తరువాత ఒక కప్పు పాలు పోసుకుని ఉడికించుకుని కారంవేసి దించుకోవాలి. దీనికి వెల్లుల్లి అవసరము లేదు. ఇష్టమయిన వారు కొద్దిగా కొబ్బరి (ఎండుది కానీ, పచ్చిది కానీ) కూడ కలుపుకోవచ్చు.

బీరకాయ-పప్పు

తయారుచేయు విధానము

ఒక కప్పు శనగపప్పు గానీ, పెసరపప్పు గానీ ఒక గంట నీళ్ళలో నానబెట్టి చిల్లుల గిన్నెలో వడపోయాలి. తరువాత స్టౌ మీద బాణలిలో తాళింపుపెట్టి నానబెట్టిన పప్పువేసి బీరకాయ, ఉల్లిపాయ, పచ్చిమిర్చి ముక్కలు, కారం, పసుపు వేసి ఒక కప్పు నీరుపోయాలి. సన్నటి మంటమీద ఉడికించాలి. పప్పు, ముక్క ఉడికిన తరువాత ఉప్పు కలిపి కొత్తిమీర కూడ వేసి దించుకోవాలి. ఇది కూడ చాలా బాగుంటుంది.

కాకరకాయ కూర

కావలసిన పదార్థాలు

కాకరకాయలు	పావు కిలో	పుల్లటి మజ్జిగ	ఒక కప్పు (లేదా)
చింతపండు (లేదా కొద్దిగా పుల్లటి మజ్జిగ)	నిమ్మకాయంత	ఉల్లిపాయ ముక్కలు	పావు కప్పు
నూనె	3 టేబుల్ స్పూన్‌లు	పసుపు	ఒక స్పూను
కరివేపాకు		కొత్తిమీర	
బెల్లం (ఇష్టమయినవారు)	సరిపడ	ఉప్పు	రుచికి సరిపడా
వెల్లుల్లి కారం	(మిక్సీలో కారం 3 స్పూన్‌లు, జీలకఱ్ఱ పొడి ఒక స్పూను, వెల్లుల్లి రేకలు ఎనిమిది, కరివేపాకు నాలుగు రెబ్బలు, కొద్దిగా ఉప్పు గ్రైండ్ చేసి పెట్టుకోవాలి)		

తయారుచేయు విధానము: ముందుగా కాకరకాయలను శుభ్రంగా కడిగి పెట్టుకోవాలి. తొడిమలు తీసివేయకూడదు. తీస్తే కాకరకాయలు ఉడికేటప్పుడు లోపలికి నీరు చేరి వేయించేటప్పుడు ఎక్కువ నూనె పీల్చుకుంటాయి. వేయించటానికి కూడా ఎక్కువ సమయం పడుతుంది. కాకరకాయలు మందపాటి గిన్నెలో వేసి ఉప్పు, పసుపు, మజ్జిగ కలిపి స్టౌ మీద ఉడకబెట్టాలి. నీరంతా ఇగిరే దాకా ఉంచి దించేయాలి. స్టౌ మీద బాణలి పెట్టి 100గ్రా. నూనె పోసి కాగిన తరువాత కాకరకాయలు నాలుగు నాలుగు చొప్పున ఎఱ్ఱగా వేయించి ప్రక్కన పెట్టుకుని ఎండుమిరపకాయ, మినపప్పు, ఆవాలు, జీలకఱ్ఱ, కరివేపాకు వేసి తాళింపు పెట్టుకుని ఉల్లిపాయ ముక్కలు వేసి వేగిన తరువాత కాకరకాయలు వేసి కలిపి చేసి పెట్టుకున్న వెల్లుల్లి కారంవేసి బాగా కలిపి కొత్తిమీర వేసి దింపుకోవాలి. ఇష్టమయినవారు కొద్దిగా బెల్లము వేసుకోవచ్చు. బెల్లము వేయకపోయినా చేదు లేకుండా చాలా రుచిగా ఉంటుంది. ముద్దపప్పు కాంబినేషను చాలా బాగుంటుంది.

కాకరకాయ పులుసు

కావలసిన పదార్థాలు

కాకరకాయలు	పావు కిలో
(శుభ్రంగా కడిగి చక్రాల్లాగా ముక్కలు కోసి పెట్టుకోవాలి)	
ఉల్లిపాయ	ఒకటి
పచ్చిమిరపకాయలు	నాలుగు
(ముక్కలు కోసి పెట్టుకోవాలి)	
చింతపండు (నానబెట్టి ఉంచుకోవాలి)	నిమ్మకాయంత
కారం	మూడు స్పూన్‌లు
పసుపు	అర స్పూను
ఉప్పు	సరిపడా
నూనె	1 టేబుల్ స్పూన్
బెల్లం	కావలసినంత
తాళింపు దినుసులు	

తయారుచేయు విధానము: నానబెట్టిన చింతపండు పులుసు తీసి కాకరకాయ ముక్కలు, ఉల్లిపాయ ముక్కలు, పచ్చిమిరప ముక్కలలో పోసి స్టౌ మీద పెట్టాలి. కారం, పసుపు, ఉప్పు, బెల్లం అన్నీ వేసి బాగా ఉడకనివ్వాలి. పులుసు చిక్కబడ్డ తరువాత గిన్నెలో నూనెవేసి వేడి అయిన తరువాత తాళింపు దినుసులు వేసి తాళింపు పెట్టి దించేటప్పుడు కొత్తిమీర వేసి దింపుకోవాలి. అన్నంలోకి చాలా రుచిగా ఉంటుంది.

కాకరకాయ వేపుడు

తయారుచేయు విధానము

కాకరకాయలను చక్రాల్లాగా ముక్కలు కోసుకుని మజ్జిగలో కానీ కొద్దిగా చింతపండు, ఉప్పు, పసుపు వేసి ఉడకబెట్టి ఉంచుకోవాలి. మజ్జిగలో అయినా ఉప్పు, పసుపు వేయాలి. బాణలిలో నూనెపోసి ఈ ముక్కలను కొద్దికొద్దిగా వేయించుకోవాలి. తాళింపు దినుసులు వేసి ఉల్లిపాయ ముక్కలు వేసి వేగిన తరువాత వెల్లుల్లి కారం, కొత్తిమీర వేసి దించాలి. కూర చేదు ఉండదు. ముక్కలు బాగా వేయించుకోవాలి. ఇష్టమయిన వారు కొద్దిగా బెల్లం వేసుకోవచ్చు.

కాకరకాయ పచ్చడి

కావలసిన పదార్థాలు

కాకరకాయలు	పావు కిలో
చింతపండు	రెండు నిమ్మకాయలంత
ఉప్పు	సరిపడా
కారం	రెండు స్పూన్‌లు
ఉల్లిపాయ ముక్కలు	పావు కప్పు
నూనె	2 టేబుల్ స్పూన్లు
తాళింపు దినుసులు	
కొత్తిమీర	
నిమ్మరసం	పావు కప్పు

తయారుచేయు విధానము

ముందుగా కాకరకాయలు చిన్న ముక్కలుగా కోసుకుని దానిలో ఉప్పు, పసుపు, నిమ్మరసం కలిపి ఒక గంట నాననివ్వాలి. తరువాత ముక్కలను గట్టిగా పిండి మిక్సీలో కచ్చా పచ్చాగా దంచి తీసి నీరు లేకుండా గట్టిగా పిండి పెట్టుకోవాలి. తరువాత చింతపండు, ఉప్పు, కారం, పసుపు వేసి గ్రైండ్ చేసుకుని వెల్లుల్లిపాయ, జీలకర్ర పొడి కూడా వేసి అన్నీ కలిసేటట్లు చేయాలి. తరువాత బాణలి స్టౌ మీద పెట్టి నూనెవేసి కాగిన తరువాత తాళింపు దినుసులు వేసుకుని తాళింపు పెట్టి కొత్తిమీర చల్లి దించేయాలి.

పొట్లకాయ

పొట్లకాయ కూడా పథ్యమునకు పనికి వస్తుంది. పొట్లకాయ కూడ కూరగా, వేపుడుగా, పెరుగు పచ్చడిగా, పప్పుతో ఇగురు కూరగా ఎన్నో విధములుగా చేసుకోవచ్చు.

- **పొట్లకాయలో విటమిన్-ఎ, బి, సి మరియు పిండిపదార్థాలు, ఖనిజాలు పుష్కలంగా ఉంటాయి.**
- **ఇది మధుమేహం ప్రభావం తగ్గిస్తుంది.**
- **గుండె ఆరోగ్యాన్ని మెరుగుపరుస్తుంది.**
- **మలబద్ధకాన్ని తగ్గిస్తుంది.**
- **కామెర్ల వ్యాధిని తగ్గించుటలో ఉపయోగపడుతుంది.**

పొట్లకాయ కూర

కావలసిన పదార్థాలు

పొట్లకాయ ముక్కలు	పావు కిలో
ఉల్లిపాయలు	ఒకటి
పచ్చి మిరపకాయలు	రెండు/మూడు
పసుపు	పావు స్పూను
కారం	ఒక స్పూను
వెల్లుల్లి రేకలు	నాలుగు
ఉప్పు	రుచికి సరిపడ
తాళింపు దినుసులు	తగినంత
కరివేపాకు	తగినంత
కొత్తిమీర	కొద్దిగా
నూనె	ఒక స్పూను

తయారుచేయు విధానము:

పొట్లకాయకు ఉప్పు రాసి, కడిగి ముక్కలు చేసి పెట్టుకోవాలి. ఉల్లిపాయ, పచ్చిమిర్చి ముక్కలు తరిగి పెట్టుకోవాలి. స్టౌ మీద బాణలి పెట్టి నూనెవేసి వేడక్కిన తరువాత తాళింపుగింజలు, కరివేపాకు వేసి ఉప్పులో పిండిన పొట్లకాయ ముక్కలు, ఉల్లి, పచ్చిమిరప ముక్కలు, పసుపు వేసి వేగిన తరువాత వెల్లుల్లి చిదిమి వేసి కారం కలిపి దించుకోవాలి. తరువాత కొత్తిమీర కలపండి. (పొట్లకాయకు ఉప్పురాసి కడికి ముక్కలు కోసుకున్న తరువాత బీరకాయ ముక్కల లాగా ఉప్పు కలిపి పెట్టుకుని తాళింపులో వేసేటప్పుడు గట్టిగా పిండి వేయాలి).

దీనిలో కూడ ఉడికిన తరువాత ఒక కప్పు పాలు పోసుకుని కారంవేసి దింపుకోవాలి. దీనిలో వెల్లుల్లి అవసరం లేదు. దించేముందు కొత్తిమీర వేసుకోవచ్చు.

పొట్లకాయ + కందిపప్పు పొడి కూర

కావలసిన పదార్థాలు

పొట్లకాయ ముక్కలు	రెండు కప్పులు	కందిపప్పు	ఒక కప్పు
ఉల్లిపాయ	ఒకటి	పచ్చి మిరపకాయలు	మూడు
పసుపు	అర స్పూను	కారం	ఒక స్పూను
వెల్లుల్లి రేకలు	ఐదు	ఉప్పు	రుచికి సరిపడ
తాళింపు దినుసులు		కరివేపాకు	
కొత్తిమీర		నూనె	

తయారుచేయు విధానము: పొట్లకాయ ముక్కలను కొద్దిగా ఉప్పువేసి ఉడికించి ప్రక్కన పెట్టుకోవాలి. ఒక కప్పు కందిపప్పు మరీ మెత్తగా కాకుండా ఉడకబెట్టి నీళ్ళు వార్చి పెట్టుకోవాలి. స్టౌ మీద బాణలి కానీ, మందపాటి గిన్నెగానీ పెట్టి నూనె వేసి వేడెక్కిన తరువాత తాళింపు గింజలు వేసి తరిగిన ఉల్లిపాయ, పచ్చిమిర్చి ముక్కలు వేసి ఉడికిన పొట్లకాయ ముక్కలు, కందిపప్పు వేసి కొంచెంసేపు వేయించుకొని ఉప్పు, పసుపు, కారం వేసి వెల్లుల్లి రెబ్బలు కూడ దంచి కూరలో కలిపి రెండు నిముషాలు ఉండి దించి కొత్తిమీర చల్లి వడ్డించుకోవాలి. చపాతీలలోకి, అన్నము లోకి కూడా చాలా రుచిగా ఉంటుంది.

పొట్లకాయ-పెరుగు పచ్చడి

రెండు కప్పులు పొట్లకాయ ముక్కలు, 10 పచ్చిమిరపకాయలు, కొద్దిగా చింతపండు, జీలకఱ్ఱపొడి, వెల్లుల్లి, కరివేపాకు, కొత్తిమీర, రుచికి సరిపడా ఉప్పు, ఒక కప్పు పెరుగు, తాళింపుకు నూనె ఒక స్పూను, తాళింపు దినుసులు

పొట్లకాయ ముక్కలు ఉడకబెట్టుకుని ప్రక్కన పెట్టుకోవాలి. స్టౌ మీద బాణలి పెట్టుకుని నూనె వేసి దానిలో పచ్చిమిరప కాయలు వేసి మగ్గబెట్టుకోవాలి. మిక్సీలో చింతపండు, ఉప్పు, పచ్చిమిరపకాయలు, జీలకఱ్ఱపొడి, ఉప్పువేసి (అన్నింటికన్నా ముందు వెల్లుల్లిపాయలు మిక్సీలో వేయాలి. లేకపోతే ఆఖరున వేస్తే వెల్లుల్లిపాయలు నలగవు. జారిపోతాయి. ఏ పచ్చడికయినా ముందు వెల్లుల్లిపాయలు గ్రైండ్ చేయాలి) అన్నీ మెత్తగా అయిన తరువాత పొట్లకాయ ముక్కలు, పెరుగు కలిపి బాగా కలిసిన తర్వాత, స్టౌ మీద బాణలి పెట్టి నూనె కాగిన తరువాత తాళింపు పెట్టి కొత్తిమీర కలుపుకోవాలి. చాలా రుచిగా ఉంటుంది.

దొండకాయ

దొండకాయలో విటమిన్లు, ఖనిజాలు, పీచు పదార్థాలు, ప్రొటీన్లు లభిస్తాయి. ఇందులో ఉండే బి-విటమిన్ నాడీ వ్యవస్థను రక్షిస్తుంది. ఇందులో ఉండే యాంటీ- హిస్టమైన్ గుణాల వల్ల అలర్జీ రాదు. ఇందులో ఉండే కాల్షియం మూత్రపిండాల్లో రాళ్లు ఏర్పడకుండా చేస్తుంది. ఇందులోని సి విటమిన్, బీటాకెరోటిన్లు యాంటీ ఆక్సిడెంట్లుగా పనిచేస్తూ శరీరంలో క్యాన్సర్ కణాల పెరుగుదలను అడ్డుకుంటాయి. మనసును ప్రశాంతంగా ఉంచి, డిప్రెషన్‌ను తగ్గిస్తుంది.

దొండకాయ వేపుడు

కావలసిన పదార్థాలు

దొండకాయలు	పావు కిలో	ఉప్పు	రుచికి సరిపడా
నూనె	ఒక స్పూను	కారం	ఒక స్పూను
తాళింపు దినుసులు		శనగపండి (ఇష్టమయితే)	రెండు స్పూన్లు
ఎండు కొబ్బరి (ఇష్టమయితే)	రెండు స్పూన్లు		

తయారుచేయు విధానము: పావు కిలో కడిగి పొడుగ్గా గానీ, చక్రాల లాగా గానీ కోసిపెట్టుకోవాలి. ఈ ముక్కలలో సరిపోయే ఉప్పువేసి బాగా కలిపి పెట్టుకోవాలి. తాళింపు పెట్టి దానిలో ఉప్పు కలిపిన దొండకాయ ముక్కలను నీరు పిండి వేసుకోవాలి. ఉడికిన తరువాత కారం వేసి దింపాలి.

ఉడికిన దొండకాయ కూరలో కొద్దిగా శనగపిండి, కొద్దిగా ఎండుకొబ్బరి కోరువేసి కొద్దిసేపైన (2 లేక 3 నిముషములు) తరువాత కారంవేసి దింపాలి.

దొండకాయ పచ్చడి

కావలసిన పదార్థాలు

దొండకాయలు	పావు కిలో	పచ్చిమిర్చి	10 లేక 15
చింతపండు	నిమ్మకాయంత	వెల్లుల్లి	5 రెబ్బలు
ఉప్పు	రుచికి సరిపడా	నూనె	ముక్కలు వేయించడానికి సరిపడా
జీలకఱ్ఱ పొడి	ఒక స్పూను	కొత్తిమీర	కొద్దిగా

తయారుచేయు విధానము

బాణలిలో నూనెవేసి దొండకాయ ముక్కలు, పచ్చిమిరపకాయ ముక్కలు వేయించాలి. తరువాత కొద్దిగా చింతపండు, ఉప్పు, వెల్లుల్లి, పచ్చిమిరపకాయలు గ్రైండ్‌చేసి తరువాత జీలకఱ్ఱ పొడి కూడ వేసి దొండకాయ ముక్కలు మరీ మెత్తగా కాకుండ కచ్చాగా గ్రైండ్ చేసి గిన్నెలోకి తీసుకోవాలి. ఇది అన్నంలోకి చాలా బాగుంటుంది.

బెండకాయ

బెండకాయ కూడ మనం కూరగాను, పులుసుగాను, మజ్జిగ పులుసులాగా, పచ్చడిలాగా కూడ చేసుకుంటాము.

బెండకాయ కూర

కావలసిన పదార్థాలు

బెండకాయలు	పావు కిలో	ఉల్లిపాయ	ఒకటి
పచ్చిమిర్చి	మూడు	కారం	ఒక స్పూను
పసుపు	పావు స్పూను	ఉప్పు	రుచికి సరిపడ
నూనె	ఒక స్పూను	తాళింపు దినుసులు	
కొత్తిమీర			

తయారుచేయు విధానము: బెండకాయ శుభ్రంగా కడిగి తుడుచుకుని పెట్టుకోవాలి. లేకపోతే జిగురుగా ఉంటుంది. బెండకాయలను మరీ చిన్నవీ, పెద్దవీ కాకుండా ముక్కలు కోసుకుని పెట్టుకుని, నాలుగు పచ్చిమిరపకాయలు, కొద్దిగా అల్లం ముక్క సన్నగా తరిగి పెట్టుకోవాలి. స్టౌ మీద బాణలి పెట్టి నూనెవేసి తాళింపు దినుసులు వేసి పచ్చిమిర్చి, అల్లం ముక్కలువేసి ఒక నిముషం తర్వాత బెండకాయ ముక్కలు వేసి ఉప్పు, పసుపు వేసి బాగా వేయించాలి. ముక్క మెత్తబడ్డ తరువాత కావాలంటే కారం వేసుకోవచ్చు. పచ్చిమిర్చి కారం సరిపోతుందనుకుంటే కారం వేయనవసరము లేదు. దీనిలో ఉల్లిపాయలు అవసరము లేదు. కొత్తిమీర చల్లి అన్నంలో తింటే చాల బాగుంటుంది.

బెండకాయ పులుసు

తయారుచేయు విధానము: బెండకాయలను మరీ చిన్నవిగా కాకుండ ముక్కలు కోసి పెట్టుకోవాలి. నిమ్మకాయంత చింతపండు నానబెట్టుకుని పులుసు తీసి పెట్టుకోవాలి. తాళింపు పెట్టి బెండకాయ ముక్కలు, ఒక ఉల్లిపాయ, రెండు పచ్చిమిరపకాయల ముక్కలు వేసి ఉప్పు, పసుపు, కారం వేసి చింతపండు పులుసు పోసి మూతపెట్టాలి. పులుసు చిక్కబడి ముక్క మెత్తగా ఉడికిన తరువాత కొత్తిమీర వేసి దించవలయును.

మసాలా బెండకాయ

కావలసిన పదార్థాలు

బెండకాయలు	పావు కిలో	నూనె	టేబుల్ స్పూను
కారం	టేబుల్ స్పూను	పసుపు	పావు స్పూను
ఉప్పు	రుచికి సరిపడ	శనగపిండి	3 టేబుల్ స్పూన్లు
నిమ్మరసం	టేబుల్ స్పూను	చాట్ మసాల	స్పూను

తయారుచేయు విధానము: బెండకాయలను శుభ్రం చేసుకుని కావలసిన సైజులో ముక్కలు కోసి పెట్టుకోవాలి. తరువాత ఈ ముక్కల్ని ఉప్పు, కారం, శనగపిండి, నిమ్మరసం, పసుపు పట్టించి పావు గంటపాటు ప్రక్కన పెట్టుకోవాలి. తరువాత మందపాటి గిన్నె లేదా బాండీలో నూనెపోసి ఈ ముక్కలను వేయించుకోవాలి. దించిన తరువాత వాటిమీద చాట్‌మసాలా చల్లుకోవాలి.

దోసకాయ

దోసకాయ ఆరోగ్యానికి మంచిదని మన అందరికీ తెలును. చలవ చేసే గుణ ముంటుంది. దోసకాయతో కూడా ఎన్నో రకాలుగా కూర, పచ్చడి, పప్పుతో కలిపి, పులుసు చేసుకోవచ్చు.

This vegetable is helpful for diabetes patients. It cures ill effects of 'Vaata', cold, cough, asthma besides body pains. It is good for those who have bodies with excess heat.

దోసకాయ కూర

కావలసిన పదార్థాలు

దోసకాయ ముక్కలు	2 కప్పులు	ఉల్లిపాయలు	ఒకటి
పచ్చి మిరపకాయలు	రెండు/మూడు	పసుపు	పావు స్పూను
కారం	ఒక స్పూను	వెల్లుల్లి రేకలు	నాలుగు
ఉప్పు	రుచికి సరిపడ	తాళింపు దినుసులు	తగినంత
కరివేపాకు	తగినంత	కొత్తిమీర	కొద్దిగా
నూనె	ఒక స్పూను		

తయారుచేయు విధానము

దోసకాయ ముక్కలు కోసి, ఒక ఉల్లిపాయ, మూడు పచ్చిమిరపకాయలు ముక్కలు కోసి స్టౌ మీద గిన్నెకానీ, బాణలి కాని పెట్టి నూనెవేసి కాగిన తరువాత తాళింపుగింజలు, కరివేపాకు వేసి (దోసకాయ ముక్కలు, కొద్దిగా ఉప్పు, కారం, పసుపు కలిపి బాగా కలుపుకొని పెట్టుకోవాలి) ఉల్లిపాయ, పచ్చిమిరపకాయ ముక్కలు వేసి దానిలో ఉప్పు, కారం, పసుపు కలిపిన దోసకాయ ముక్కలు వేయాలి. సన్న శగ మీద ఉడికితే కూర చాలా బాగుంటుంది. ముక్క మెత్తగా ఉడికిన తరువాత దించి గిన్నెలోకి తీసుకుని కొత్తిమీర కలుపుకోవాలి.

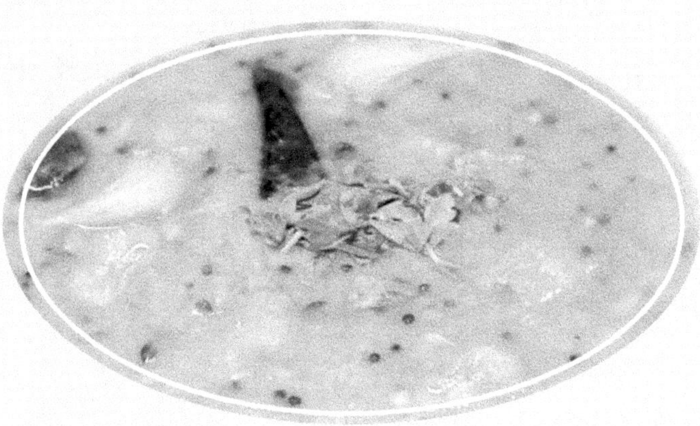

దోసకాయ-పప్పు

కావలసిన పదార్థాలు

చెక్కు తీయకుండా దోసకాయ ముక్కలు	2 కప్పులు
కందిపప్పు/పెసరపప్పు	1 కప్పు
చింతపండు	కొద్దిగా
ఉల్లిపాయలు	ఒకటి
పచ్చి మిరపకాయలు	రెండు
పసుపు	పావు స్పూను
కారం	ఒక స్పూను
వెల్లుల్లి రేకలు	నాలుగు
ఉప్పు	రుచికి సరిపడ
తాళింపు దినుసులు	తగినంత
కరివేపాకు	తగినంత
కొత్తిమీర	కొద్దిగా
నూనె	ఒక స్పూను

తయారుచేయు విధానము

ప్రెషర్‌కుక్కర్‌లో కందిపప్పు, దోసకాయ ముక్కలు, ఉల్లిపాయ, పచ్చిమిరపకాయ ముక్కలు, చింతపండు, కారం, పసుపు వేసి స్టౌ మీద మూడు విజిల్స్ వచ్చిన తరువాత స్టౌ ఆపివేయవలయును. కొంచెము సేపయిన తరువాత కుక్కర్‌లో ప్రెజరు తగ్గిన తరువాత ఉడికిన పప్పు, పప్పుగుత్తితో మెదిపి ఉప్పువేసి బాగా కలిపి తాళింపు పెట్టుకోవాలి. దించిన తరువాత కొత్తిమీర వేయాలి. చాలా రుచిగా ఉంటుంది.

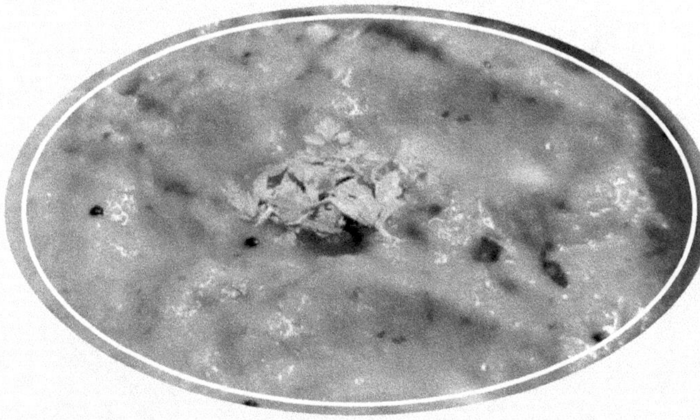

దోసకాయ పులుసు

కావలసిన పదార్థాలు

చెక్కు తీయకుండా దోసకాయ ముక్కలు	2 కప్పులు
ఉల్లిపాయ	ఒకటి
చింతపండు	నిమ్మకాయంత
పచ్చి మిరపకాయలు	మూడు
పసుపు	పావు స్పూను
కారం	ఒక స్పూను
ఉప్పు	రుచికి సరిపడ
తాళింపు దినుసులు	తగినంత
కొత్తిమీర	కొద్దిగా
నూనె	ఒక స్పూను

తయారుచేయు విధానము

దోసకాయ ముక్కలు తోలు తీయకుండా ముక్కలు కోసుకుని ఉల్లిపాయ, పచ్చిమిరపకాయ ముక్కలు, ఉప్పు, కారం, పసుపువేసి నానబెట్టిన చింతపండు రసము పోసి ఉడికిన తరువాత తాళింపు పెట్టుకుని ఆఖరున కొత్తిమీర కలుప వలయును. పులుసుగా కూడా చాలా రుచిగా ఉంటుంది.

దోసకాయ పచ్చడి

కావలసిన పదార్థాలు

దోసకాయ ముక్కలు	2 కప్పులు
పచ్చి మిరపకాయలు	పది
పసుపు	పావు స్పూను
ఉప్పు	రుచికి సరిపడ
చింతపండు	నిమ్మకాయంత
జీలకఱ్ఱ పొడి	ఒక స్పూను

తయారుచేయు విధానము: దోసకాయను చెక్కు తీసుకుని సన్నగా ముక్కలు కోసి పెట్టుకోవాలి. రెండు కప్పుల ముక్కలయితే పది పచ్చిమిరపకాయలు స్టౌ మీద బాణలి పెట్టి ఒక స్పూను నూనె వేసి వేయించుకోవాలి (మగ్గబెట్టుకోవాలి). మిక్సీలో కొద్దిగా చింతపండు, ఉప్పు, వెల్లుల్లి, జీలకఱ్ఱపొడి వేసి మెత్తగా చేసుకుని దోసకాయ ముక్కలు కలిపి తాళింపు పెట్టుకోవాలి. దోసకాయకు పచ్చిమిరపకాయలు వేయించకుండా పచ్చివి కూడ వేసి చేసుకోవచ్చు.

దోసకాయ పచ్చడి మరోవిధంగా... దోసకాయలను కాల్చి పై చెక్కు తీసేసి కొంచెము పెద్ద ముక్కలుగా కోసి పెట్టుకోవాలి. నిప్పులలో వేసి కాల్చటము కుదరకపోతే దోసకాయకు నూనెరాసి కుక్కర్‌లో కొద్దిసేపు మగ్గనిచ్చి పది పచ్చిమిరపకాయలు, చింతపండు, ఉప్పు, వెల్లుల్లి, జీలకఱ్ఱ పొడి వేసి గ్రైండ్ చేసి దోసకాయ ముక్కలు, కొత్తిమీర కలుపుకోవాలి. దీనికి తాళింపు అవసరము లేదు.

చిక్కుడు కాయలు

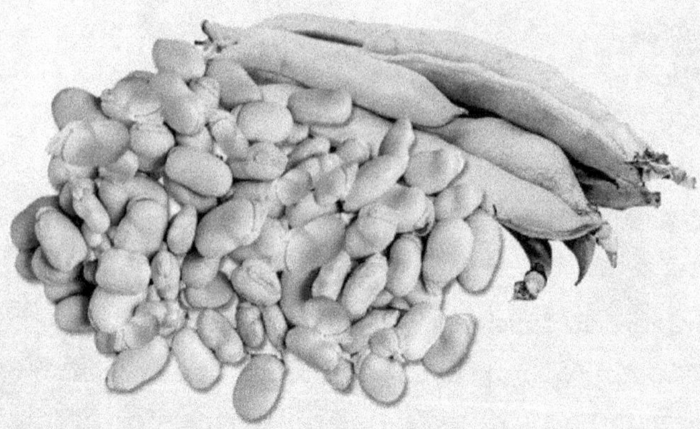

చిక్కుడు కాయలతో మంచి పోషకాహారము లభిస్తుంది. చిక్కుడు కాయతో కూర, టొమాటో కలిపి, వంకాయతో కలిపి చేయవచ్చు. చిక్కుడు గింజలతో కైమా (కీమా) కలిపి చేసిన కూర గానీ, కుర్మా గానీ చాలా బాగుంటుంది.

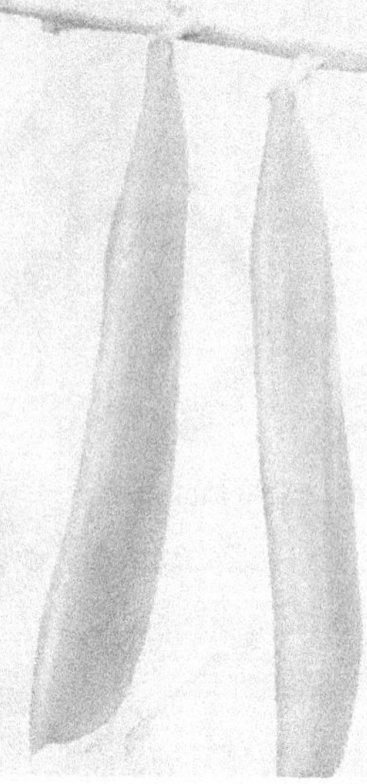

పెద్ద చిక్కుడుకాయల కూర

పెద్ద చిక్కుడు కాయలలో రెండు రకములు కలవు. ఒకటి కణుపు చిక్కుడు, రెండు వెడల్పు చిక్కుడు కాయలు.

కావలసిన పదార్థాలు

చిక్కుడుకాయలు	పావు కిలో
ఉల్లిపాయ	ఒకటి (ముక్కలు కోయాలి)
ఉప్పు	రుచికి సరిపడా
పసుపు	పావు స్పూను
నూనె	ఒక స్పూను
వెల్లుల్లి కారం	ఒక స్పూను
తాళింపు దినుసులు	
కొత్తిమీర	

తయారుచేయు విధానము

కణుపు చిక్కుడు పొట్టిగా, లావుగా ఉండి బాగా గింజలతో ఉంటుంది. చిక్కుడు కాయలు రెండు ప్రక్కల ఈనలు తీసి కుక్కర్‌లో ఉడకబెట్టాలి. తరువాత తరిగిన ఒక ఉల్లిపాయ ముక్కలు తాళింపులో వేసి వేగిన తరువాత ఉడికిన చిక్కుడు కాయలు వేసి 5 నిముషాలు వేగిన తరువాత ఉప్పు, పసుపు వేసి 2 నిముషాలు ఆగి వెల్లుల్లి కారంవేసి దించవలయును.

వెడల్పు చిక్కుడు కాయలు కూడ ఇదేవిధంగా చేయవలయును. ఇది పూర్తిగా ప్రొటీను గల కూరగా చెప్పవచ్చు. చాలా రుచిగా కూడ ఉండును.

గోరు చిక్కుడుకాయల కూర

కావలసిన పదార్థాలు

గోరు చిక్కుడుకాయలు	పావు కిలో
ఉల్లిపాయ	ఒకటి (ముక్కలు కోయాలి)
ఉప్పు	రుచికి సరిపడా
నూనె	ఒక స్పూను
వెల్లుల్లి కారం	ఒక స్పూను

(కారం ఒక స్పూను, జీలకఱ్ఱ పొడి అర స్పూను, వెల్లుల్లి కలిపివేయాలి)

తాళింపు దినుసులు

తయారుచేయు విధానము

గోరుచిక్కుడు కాయలు ఈనలు తీసి కుక్కర్‌లో ఒక విజిల్ వచ్చేవరకు ఉంచి నీటిని వడపోసి తాళింపు పెట్టి దానిలో ఉల్లిపాయ ముక్కలు వేసి తరువాత ఉడికిన గోరు చిక్కుడు కాయ ముక్కలు వేసి ఉప్పు, వెల్లుల్లి కారం వేసి దింపుకోవాలి.

చిక్కుడుకాయ వేపుడు

కావలసిన పదార్థాలు

చిక్కుడు కాయలు	పావు కిలో
ఉల్లిపాయ	ఒకటి
పచ్చిమిర్చి	రెండు
ఉప్పు	రుచికి సరిపడ
కారం	ఒక స్పూను
పసుపు	పావు స్పూను
తాళింపు గింజలు	
వెల్లుల్లి రెబ్బలు	నాలుగు
నూనె	రెండు స్పూన్లు

తయారుచేయు విధానము: పావు కిలో చిక్కుడు కాయలు ఉడకబెట్టి ప్రక్కనుంచుకోవాలి. ఉల్లిపాయ ఒకటి, రెండు పచ్చిమిరపకాయలు ముక్కలు కోసి పెట్టుకోవాలి. స్టౌ మీద బాణలి పెట్టి రెండు స్పూన్లు నూనెవేసి వేడి అయిన తరువాత తాళింపు గింజలు వేసి చిటపట లాడిన తరువాత ఉల్లి, పచ్చిమిర్చి ముక్కలు వేసి వేగిన తరువాత ఉడకబెట్టి ఉంచుకున్న చిక్కుడు కాయల్ని వేసి ఉప్పు, కారం, పసుపు వేసి రెండు నిముషాలు వేగనిచ్చి నాలుగు రెబ్బలు వెల్లుల్లిపాయల్ని దంచి కూరలో వేసి దించేముందు కొత్తిమీర వేసి దించాలి. సామాన్యంగా ఇది ఇష్టపడనివారు ఉండరు. చాలా రుచిగా ఉంటుంది. మంచి పోషకాలను అందిస్తుంది. చిక్కుడు కాయలో ఉండే ప్రోటీన్సు, ఫైబర్ ఆరోగ్యానికి చాలా మంచిది. ఇలాగే చిక్కుడుకాయ, టొమాటో కలిపి కూర చేయవచ్చు. పైవిధముగానే తాళింపులో చిక్కుడు, ఉల్లి, పచ్చిమిర్చి వేసి రెండు టొమాటో ముక్కలు కూడా వేసి ఉడికిన తరువాత దించేయాలి. ఏదయినా కూర కలిపి చేసుకోవాలనుకుంటే పైవిధముగా చేయాలి.

చిక్కుడు గింజలు + కీమా కూర

కావలసిన పదార్థాలు

చిక్కుడు గింజలు	ఒక కప్పు
కీమా	పావు కిలో
(రెండూ వేర్వేరుగా ఉడకబెట్టుకోవాలి)	
అల్లం,వెల్లుల్లి పేస్ట్	రెండు టేబుల్ స్పూన్లు
ధనియాలు	ఒక స్పూను
గసగసాలు	ఒక స్పూను
యాలకులు	రెండు
లవంగాలు	నాలుగు
దాల్చిన చెక్క	ఒక అంగుళం
(అన్నీ కొద్దిగా వేడిచేసి పొడిచేసి పెట్టుకోవాలి)	
ఉల్లిపాయలు	రెండు
పచ్చిమిర్చి	నాలుగు
నూనె	రెండు స్పూన్లు
కరివేపాకు	
కొత్తిమీర	

తయారుచేయు విధానము

స్టౌ మీద కుక్కర్ పెట్టి నూనెవేసి ఉల్లిపాయ, పచ్చిమిర్చి ముక్కలు వేసి వేగాక అల్లం, వెల్లుల్లి పేస్ట్ వేసి వేగిన తరువాత ఉడకబెట్టి ఉంచుకున్న కీమా, చిక్కుడు గింజలు వేసి, కైమా కూడా వేసి ఒక అరకప్పు నీరు, ఉప్పు, కారం, పసుపు వేసి బాగా ఉడికి కూర దగ్గర పడ్డ తరువాత కొత్తిమీర వేసి దించాలి. ఇది చపాతీలలోకి, అన్నంలోకి కూడా చాలా బాగుంటుంది. పోషకాహారం కూడా.

బీన్స్

కావలసిన పదార్థాలు

బీన్స్	పావు కిలో	ఉల్లిపాయ	ఒకటి
పచ్చిమిర్చి	రెండు	తాళింపు గింజలు	
ఉప్పు	రుచికి సరిపడ	కారం	ఒక స్పూను
పసుపు	పావు స్పూను	వెల్లుల్లి	నాలుగు రెబ్బలు
నూనె	రెండు స్పూన్లు	కరివేపాకు	
కొత్తిమీర			

తయారుచేయు విధానము: బీన్స్ పావు కిలో ఈనలు తీసి (రెండు ప్రక్కలా) సన్నగా ముక్కలు తరిగి పెట్టుకుని ఒక ఉల్లిపాయ, రెండు పచ్చిమిరప కాయలు ముక్కలు కోసి పెట్టుకోవాలి. బీన్సు ఉడకబెట్టి స్టౌ మీద బాణలిపెట్టి రెండు స్పూన్లు నూనె వేసి కాగిన తరువాత తాళింపు గింజలు వేసి చిటపట లాడిన తరువాత ఉల్లి, పచ్చిమిర్చి ముక్కలు వేసి కొద్దిగా వేగనిచ్చి ఉప్పు సరిపడా, పావు స్పూను పసుపు వేసి కొద్దిగా వేగిన తరువాత స్పూను కారము, నాలుగు రెబ్బలు వెల్లుల్లి దంచి వేసి దించేముందు కొత్తిమీర వేయాలి. ఉల్లి కారంతో చాలా రుచిగా ఉంటుంది.
ఇదే మాదిరి తాళింపులో వేసిన తరువాత నానబెట్టిన పెసరపప్పు వేసి చేస్తే కూడా బాగుంటుంది.
బీన్స్‌లో ఫైబర్ ఉంటుంది. ఫైబర్ ఆరోగ్యానికి చాలా మంచిదని మనకు తెలుసు. క్యాన్సరును అడ్డుకునే శక్తి దీనికి ఉంది.

మునగాకు - మునగకాయ

మునగకాయ, ఆకు అన్నీ ఆరోగ్యానికి ఎంతో మంచివని అందరకూ తెలుసు. మునగకాయతో కూడా ఎన్నో విధాలుగా కూరలు చేయవచ్చు. రుచిగా కూడ ఉంటాయి. ఒకప్పుడు మునగాకు ఆకుకూరగా వాడుకుని తింటారని చాలామందికి తెలియదు. ఇప్పుడు మునగాకులో ఉన్న పోషక విలువలు తెలుసుకుని ఈ ఆకుని ఎన్నో విధములుగా ఆహారములో వాడుతున్నారు. దీనిలో ఐరన్ ఎక్కువగా కలిగి ఉండటము వలన ఈ ఆకు ఏ మాసములో తిన్నా ఎంతో మేలు చేస్తుంది.

మేలైన సుగుణాల సమాహారం మునగాకు

ఆకుల ప్రత్యేకత: ఔషధ గుణాలు, పోషక విలువలు మునగ ఆకులో అధికం. అయితే చాలామందికి ఈ ఆకుల విలువ తెలియకపోవటము చాలా విచారకరం. వాటి గురించి తెలుసుకుంటే మనం ఎంత విలువైన ఆరోగ్యాన్నందించే ఆకుకూర నష్టపోతున్నామో తెలుస్తుంది.

మునగాకులో పోషకాలు: విటమిన్ 'ఎ' క్యారెట్లలోకన్నా నాలుగు రెట్లు ఎక్కువ ఉంటుంది. దీనివలన కంటి వ్యాధులు, చర్మవ్యాధులు, గుండె సమస్యలు, డయేరియా తదితరాలనుండి రక్షణ లభిస్తుంది.

- విటమిన్ 'సి' – కమలాల కన్నా ఏడురెట్లు ఎక్కువ. దీనివలన జ్వరము, జలుబు, ఫ్లూల నుండి రక్షణ.
- పొటాషియం – అరటిపండ్లకన్నా మూడురెట్లు ఎక్కువ. దీనివల్ల, మెదడు, నరాలు చక్కగా పనిచేస్తాయి.
- కోడిగ్రుడ్డులో లభించే ప్రొటీన్లు మునగాకులోనూ లభిస్తాయి.
- శరీర కణజాల అభివృద్ధికి మునగాకు ప్రత్యేక మూలకం.

కప్పు మునగాకు రసం:

- 9 కోడి గ్రుడ్లకు సమానం
- 50గ్రా.ల మేక కాలేయంకు సమానం
- 16గ్రా.ల మాంసానికి
- 500 గ్రా.ల వెన్నకు సమానం

ఉపయోగాలు:

మునగాకులు మూడు రకాల దోష నివారణకు పనికొస్తాయి. మునగాకులు ఒక పిడికెడు 2 కప్పుల నీళ్ళలో వేసి కాచి చల్లార్చాలి. దీనిలో చిటికెడు మిరియాల పొడి, చిటికెడు ఉప్పు, అర స్పూను నిమ్మరసం వేసి ఉదయాన్నే తాగితే బలం చేకూరడమేకాక పోషకాహార లోపాలు సరిచేసి రక్తహీనత, దగ్గు, ఆయాసం, జలుబు నరాల బలహీనత తగ్గుతాయి. చర్మం మృదువుగా ఉంటుంది.

మునగాకుల రసంలో తేనె:

- లేత కొబ్బరినీరు కలిపి రోజుకు రెండు, మూడుసార్లు తీసుకుంటే విరేచనాలు తగ్గుతాయి. పదిహేను రోజులు తీసుకుంటే రక్తహీనత తగ్గుతుంది.
- మునగాకు రసం ఒక కప్పు మరిగించి పావుకప్పు అయ్యాక రెండు, మూడు స్పూన్లు పాలలో కలిపి రోజుకు రెండు, మూడుసార్లు తాగిస్తే ఎముకలు, కండరాలు దృఢంగా ఉంటాయి.
- మునగాకు రసం కాచి రెండు, మూడు స్పూన్ల చొప్పున రోజుకు రెండుమూడుసార్లు అన్ని వయసులవారు తీసుకోవచ్చు.
- మునగాకుతో పప్పుకూర, పులుసు, పచ్చడి చేసి తరచూ తింటే శరీరానికి బలం చేకురుతుంది.
- అప్పుడే తీసిన మునగాకు రసం 3 లేక 4 స్పూన్లు సరిపడ తేనె కలిపి రోజూ పండుకునే ముందు తాగితే కంటి నరాల బలహీనత తగ్గుతుంది. ముఖ్యంగా చిన్నపిల్లలకు చాలా మంచిది.
- అధికమూత్రం, మూత్రంలో మంట వంటి సమస్యలతో బాధపడేవారు మునగాకు రసం కాచి దానిలో రెండు స్పూన్ల దోసకాయ రసం, రెండు స్పూన్ల క్యారెట్ రసం, చిటికెడు సైంధవ లవణం వేసి తాగాలి.
- గర్భిణీలకు మునగాకు రసం ఇస్తే (తగు మోతాదులో) రక్తహీనత, కాల్షియం లోపం ఏర్పడకుండా చూడవచ్చు. కప్పు పాలలో రెండు స్పూన్ల రసం కలిపి రోజుకు రెండు, మూడుసార్లు తీసుకోవాలి. పాలిచ్చే తల్లులకూ ఇది చాలామంచిది.
- కీళ్ళ నొప్పులు, నరాల నొప్పులు సయాటికా (తుంటినరం నెప్పిపట్టడం) వంటి సమస్యలకు మునగాకు వేడిచేసి కాపడం పెడితే నొప్పి, వాపు తగ్గుతాయి.
- మునగాకు నూరి సెగగడ్డలపై పెడితే ఫలితం ఉంటుంది.
- నూరిన మునగాకును వెచ్చచేసి నుదుటిపై పెడితే తలనొప్పి తగ్గుతుంది. శుక్లాలు, చెవిపోటు నివారణకు ఉపయోగ పడుతుంది ఆకు.
- పిల్లలకు చిన్నప్పటి నుండీ ఇలాంటి మునగాకు వంటకాలను తినిపించగలిగితే కంటి జబ్బులు, జుట్టు రాలడం వంటివి నిరోధించవచ్చు. పెద్దలు కూడ రాత్రి భోజనంలో మునగాకు రసం నిత్యం ఓ కప్పును తాగగలిగితే మలబద్ధకం వంటి ఇబ్బందులకు దూరం కావచ్చు.

మునగకాయ కూర

కావలసిన పదార్థాలు

మునగకాయ ముక్కలు	2 కప్పులు
ఉల్లిపాయలు	3
పచ్చిమిరపకాయలు	3
పాలు	1 కప్పు
కొబ్బరి (కావాలనుకుంటే)	1 చిప్ప
పసుపు	పావు స్పూను
కారం	ఒక స్పూను
ఉప్పు	రుచికి సరిపడ
తాళింపు దినుసులు	తగినంత
కరివేపాకు	తగినంత
కొత్తిమీర	కొద్దిగా
నూనె	ఒక స్పూను

మునగకాయలు, ఉల్లిపాయలు, పచ్చిమిరపకాయలు ముక్కలు కోసి పెట్టుకోవాలి.

తయారుచేయు విధానము

స్టౌ మీద బాణలి పెట్టి నూనెవేసి తాళింపువేసి ఉల్లిపాయ, పచ్చిమిరపకాయ ముక్కలు వేసి కొద్దిగా మగ్గనిచ్చి మునగకాయ ముక్కలు వేసి ఉప్పు, కారం, పసుపు వేసి బాగా మగ్గి ముక్క ఉడికిన తరువాత పాలుపోసి మరికొద్దిసేపు ఉడకనిచ్చి స్టౌ మీద నుండి దింపి కొత్తిమీర తరుగు చల్లుకోవాలి. ఈ కూరలో ఇష్టమయిన వాళ్ళు కొబ్బరి మెత్తగా నూరి వేసుకోవచ్చు. చాలా రుచిగా ఉంటుంది.

మునగకాయ పులుసు

కావలసిన పదార్థాలు

మునగకాయ ముక్కలు	2 కప్పులు
చింతపండు	తగినంత
ఉల్లిపాయలు	ఒకటి
పచ్చి మిరపకాయలు	రెండు/మూడు
పసుపు	పావు స్పూను
కారం	ఒక స్పూను
వెల్లుల్లి రేకలు	నాలుగు
ఉప్పు	రుచికి సరిపడ
తాళింపు దినుసులు	తగినంత
కరివేపాకు	తగినంత
కొత్తిమీర	కొద్దిగా
నూనె	ఒక స్పూను

తయారుచేయు విధానము

స్టౌ మీద బాణలికానీ, మందంగా ఉన్న గిన్నెగానీ పెట్టి నూనె వేసి కాగిన తరువాత తాళింపువేసి మునగకాయ ముక్కలు, ఉల్లి-పచ్చిమిర్చి ముక్కలు వేసి అందులో ఉప్పు, కారం, పసుపు వేసి రెండు నిముషాల తర్వాత నానబెట్టి తీసిన చింతపండు రసంపోసి ఉడకనివ్వాలి. ముక్కలు బాగా ఉడికి పులుసు కొద్దిగా చిక్కగా అయిన తరువాత తాళింపు పెట్టుకుని దించేసిన తరువాత కొత్తిమీర వేయాలి. రుచిగా ఉంటుంది.

మునగకాయ-చిలగడదుంప కూర

తయారుచేయు విధానము

చిలగడదుంప ఉడకబెట్టిగానీ, కాల్చిగానీ తినటమనేది అందరమూ చేస్తాము. దీనిని కూరలలో కూడ వాడవచ్చు. చాలామంది అలాగ కూడ వాడుతారు. మునగకాయ, సొరకాయ, వంకాయ, దోసకాయలాంటి కూరలలో, పులుసులలో కలిపి వేస్తే చాలా బాగుంటుంది. ఆరోగ్యానికి కూడ చాలా మంచిది.

మునగాకు పప్పు

కావలసిన పదార్థాలు

మునగాకు	150గ్రా.
కందిపప్పు	రెండు కప్పులు
ఉల్లిపాయ	ఒకటి
పచ్చిమిరపకాయ	ఐదు
చింతపండు	కొద్దిగా
కారం	ఒక స్పూను
పసుపు	పావు స్పూను
ఉప్పు	రుచికి తగినంత
తాళింపు దినుసులు	
నూనె	రెండు టేబుల్ స్పూన్లు

తయారుచేయు విధానము

ముందుగా మునగాకు శుభ్రంచేసి పెట్టుకోవాలి. కందిపప్పు కొద్దిగా వేయించి పెట్టుకోవాలి. ఉల్లిపాయలు, పచ్చిమిరప కాయలు ముక్కలు చేసి పెట్టుకోవాలి.

స్టౌ మీద కుక్కర్ పెట్టి కందిపప్పు కడిగి కుక్కర్‌లో వేసి ఉల్లిపాయ, పచ్చిమిరప ముక్కలు, చింతపండు, కారం, పసుపు వేసి మూడు కప్పులు నీళ్ళుపోసి మూతపెట్టి, మూడు విజిల్స్ వచ్చిన తరువాత స్టౌ ఆపేయాలి. ఆవిరి తగ్గిన తరువాత ఉడికిన పప్పులో ఉప్పు వేసి బాగా కలిపి తాళింపు పెట్టాలి. తరువాత దించి గిన్నెలోకి తీసిన తరువాత కొత్తిమీర కలిపి వేడిమీద తింటే చాలా రుచిగా ఉంటుంది. అన్నంలోకి చపాతీలలోకి కూడ బాగుంటుంది.

మునగాకు -పెసరపప్పు కూర

కావలసిన పదార్థాలు

మునగాకు	150గ్రా.
పెసరపప్పు	రెండు కప్పులు
ఉల్లిపాయ	ఒకటి
పచ్చిమిరపకాయముక్కలు	నాలుగు
కారం	ఒక స్పూను
పసుపు	పావు స్పూను
వెల్లుల్లి	5 రెబ్బలు
ఉప్పు	రుచికి తగినంత
తాళింపు దినుసులు	
నూనె	మూడు స్పూన్లు

తయారుచేయు విధానము

పెసరపప్పు ఒక అరగంట నానబెట్టుకోవాలి. స్టౌ మీద మందపాటి బాణలి పెట్టుకుని నూనె వేసి తాళింపు దినుసులు వేసి ఉల్లి, పచ్చిమిరపకాయ ముక్కలు వేసి ఒక నిముషం తరువాత నానబెట్టి ఉంచుకున్న పెసరపప్పు వేసి కొద్దిగా ఉడికిన తరువాత మునగ ఆకు, కారం, పసుపు వేసి బాగా ఉడికిన తరువాత వెల్లుల్లి రెబ్బలను దంచి వేయాలి. బాగా ఉడికిన తరువాత ఉప్పువేసి కలిపి దించేముందు కొత్తిమీర కలిపి దించుకోవాలి. ఇది కూడా చపాతీలకు, అన్నంలోకి కూడా బాగుంటుంది.

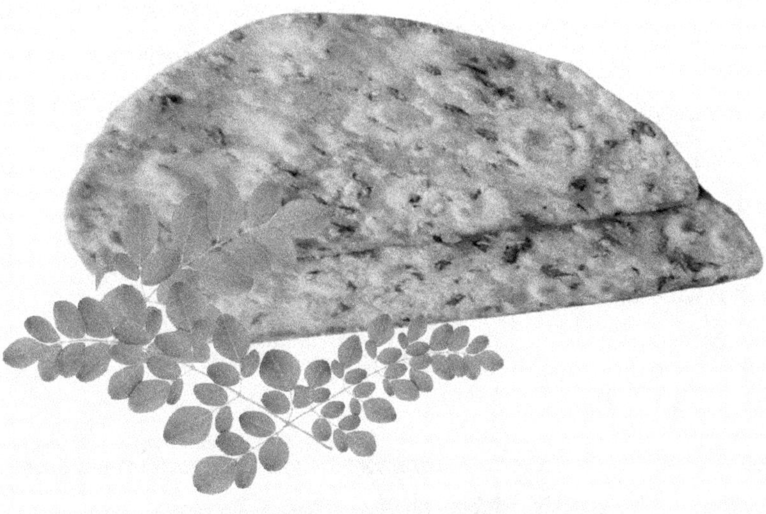

మునగాకు కలిపిన చపాతీలు

తయారుచేయు విధానము

మునగాకు శుభ్రంగా కడిగి జల్లించి ఉంచుకున్న గోధుమ పిండిలో కలపాలి. తరువాత ఈ పిండికి తగినంత ఉప్పు కొద్దిగా పాలు పోసుకుని కలిపి చివరగా తగినంత నీరు చేర్చి చపాతీల పిండి తయారు చేసుకోవాలి. అరగంటసేపు నానిన తరువాత ఉండలు చేసుకుని చపాతీలు వత్తుకుని కాల్చుకోవాలి. ఈ మునగాకు రోటీలు శరీరానికి ఎంతో బలాన్ని ఇస్తాయి.

వంకాయ

వంకాయతో కూడ ఎన్నో రకాల ఆధరవులు చేసుకోవచ్చు. లేతగా ఉన్న వంకాయలు పథ్యానికి ఆరోగ్యానికి బాగుంటాయి. వంకాయతో వేపుడు, పులుసు, బజ్జీ, పచ్చడి, మసాల కూర చేసుకోవచ్చు.

వంకాయ వేపుడు

కావలసిన పదార్థాలు

వంకాయలు	పావు కిలో
ఉల్లిపాయ	ఒకటి
పచ్చి మిరపకాయలు	మూడు
పసుపు	పావు స్పూను
కారం	ఒక స్పూను
వెల్లుల్లి రేకలు	నాలుగు
ఉప్పు	రుచికి సరిపడ
తాళింపు దినుసులు	తగినంత
కొత్తిమీర	కొద్దిగా
నూనె	ఒక స్పూను

తయారుచేయు విధానము

పావుకిలో వంకాయలను కడిగి వేరే గిన్నెలో నీళ్ళు పోసుకుని దానిలో కొంచెం ఉప్పు, కొద్దిగా పసుపు వేసుకోవాలి. ఆ నీళ్ళలోకి వంకాయలను ముక్కలుగా కోసి వేయాలి. రెండు ఉల్లిపాయలు, రెండు పచ్చి మిరపకాయలు ముక్కలు కోసి పెట్టుకోవాలి. స్టౌ మీద బాణలి పెట్టి ఒక స్పూను నూనెవేసి వేడి అయిన తరువాత తాళింపు గింజలు వేసి, ఉల్లిపాయ, పచ్చిమిర్చి ముక్కలువేసి ఒక నిముషం ఆగి వంకాయ ముక్కలు వేసి మగ్గబెట్టాలి. ఉడికిన తరువాత వెల్లుల్లి దంచి వేసి కారం కలిపి గిన్నెలోకి తీసి కొత్తిమీర తరిగి చల్లుకోవాలి.

ఇంకోవిధంగా... వంకాయ ముక్కలు ఉడికిన తరువాత నాలుగు పచ్చిమిరపకాయలు, చిన్న అల్లం ముక్క దంచి కూరలో కలపాలి. దీనికి వెలుల్లిపాయలు, కారము అవసరము లేదు.

వంకాయ బజ్జి

వంకాయ పెద్దగా ఉన్నది ఒకటి తీసుకోవాలి. రెండు ఉల్లిపాయలు సన్నగా తరిగి పెట్టుకోవాలి. కారం సరిపోయేటట్లుగా పచ్చిమిరప కాయలు కూడా సన్నగా ముక్కలు తరిగి పెట్టుకోవాలి. చింతపండు నానబెట్టి చిక్కగా గుజ్జు తీసి పెట్టుకోవాలి. వంకాయను నాలుగు ముక్కలు చేసి బాణలిలో నూనె వేసి మగ్గబెట్టాలి. ఒక గిన్నెలో వంకాయల గుజ్జు, చింతపండు గుజ్జువేసి, ఉల్లిపాయ ముక్కలు, పచ్చిమిరపకాయ ముక్కలు, కొత్తిమీర, ఉప్పు, జీలకఱ్ఱ పొడి, కరివేపాకు తరుగు అన్ని కలిపి గిన్నెలోకి తీసుకోవాలి. తాళింపు అవసరము లేదు. అన్నంలోకి చాలా రుచిగా ఉంటుంది.

మరోవిధంగా...

కొద్దిగా చింతపండు నానబెట్టి బాగా చిక్కగా గుజ్జు తీసుకుని ప్రక్కన పెట్టండి. రెండు ఉల్లిపాయలు, పచ్చిమిరప కాయలు సన్నగా తరిగి, వేయించిన వంకాయల గుజ్జు, చింతపండు గుజ్జు, ఉల్లి, పచ్చిమిరప ముక్కలు, ఉప్పు, కొద్దిగా జీలకఱ్ఱ పొడి అన్నీ బాగా చేతితోగానీ, గరిటెతోగానీ కలుపుకొని కరివేపాకు, కొత్తిమీరవేసి గిన్నెలోకి తీసుకోండి (ఉల్లిపాయ ముక్కలు, పచ్చిమిరపకాయ ముక్కలు పచ్చివే). దీనికి కూడా తాళింపు అవసరములేదు.

వంకాయ మసాల కూర

తయారుచేయు విధానము

గుండ్రంగా ఉన్న చిన్న వంకాయలను తీసుకుని కాడ తెగకుండా 4 ముక్కలుగా కోసుకోవాలి. అంటే కాయ విడిగా అవకుండా కాయగానే ఉండాలి. రెండు స్పూనులు ధనియాలు, నువ్వులు, వేరుశనగపప్పు, కొద్దిగా జీలకఱ్ఱ, కొంచెం మెంతులు, ఐదు ఎండు మిరపకాయలు అన్నీ విడివిడిగా వేయించి పొడి చేసుకోవాలి. కొద్దిగా చింతపండు నానబెట్టి గుజ్జుతీసి పెట్టుకోవాలి. స్టౌమీద బాణలి పెట్టి 100గ్రా. నూనెవేసి దానిలో వంకాయలు నాలుగు, నాలుగుగా వేసి వేయించి, తాళింపు పెట్టి నూరి వుంచుకున్న మసాల, చింతపండు గుజ్జు రెండు స్పూనులు ఉప్పు, పసుపు వేసి ఉడకబెట్టిన తరువాత వేయించి ఉంచుకున్న వంకాయలు వేసి ఇంకొద్దిసేపు ఉడికించి దించి కొత్తిమీర చల్లి గిన్నెలోకి తీసుకోవాలి.

మరోవిధంగా... అంటే వంకాయలలో నూరి ఉంచుకున్న మసాల కూరి నూనెలో వేయించుకుంటే కూడ రుచిగా వుంటుంది. ఇది అన్నంలోకి, ఫ్రైడ్‌రైస్‌లోకి, చపాతీలలోకి కూడ చాల రుచిగా ఉంటుంది.

వంకాయ-బంగాళదుంప కూర

కావలసిన పదార్థాలు

వంకాయలు	పావు కిలో
బంగాళదుంపలు	నాలుగు
ఉల్లిపాయలు	రెండు
పచ్చిమిరపకాయలు	రెండు
ఉప్పు	రుచికి సరిపడా
కారం	ఒక స్పూను
పసుపు	పావు స్పూను
నూనె	రెండు స్పూన్లు
తాళింపు దినుసులు	
కొత్తిమీర	

తయారుచేయు విధానము

బంగాళదుంపలు చెక్కు తీసుకుని ముక్కలు కోసుకుని, వంకాయలు, పచ్చిమిర్చి కూడ ముక్కలు కోసి పెట్టుకోవాలి. స్టౌ మీద బాణలి పెట్టి నూనె వేసి కాగిన తరువాత తాళింపు దినుసులు వేసి వేగిన తరువాత ఉల్లిపాయ, పచ్చిమిరపముక్కలు వేసి, బంగాళదుంప ముక్కలు వేసి సగము ఉడికిన తరువాత వంకాయ ముక్కలు వేసి ఉప్పు, పసుపు వేసి మగ్గబెట్టాలి. మగ్గిన తరువాత కారం, కొత్తిమీర వేసి దించుకోవాలి. చాలా బాగుంటుంది.

వంకాయ పులుసు

కావలసిన పదార్థాలు

వంకాయలు	పావు కిలో
చింతపండు	నిమ్మకాయంత
ఉల్లిపాయ	ఒకటి
పచ్చి మిరపకాయలు	మూడు
పసుపు	పావు స్పూను
కారం	ఒక స్పూను
ఉప్పు	రుచికి సరిపడ
తాళింపు దినుసులు	తగినంత
కొత్తిమీర	కొద్దిగా
నూనె	ఒక స్పూను

తయారుచేయు విధానము: వంకాయలు కడిగి ముక్కలు కోసుకుని ఉల్లిపాయ, పచ్చిమిరప కాయలు కూడ ముక్కలుకోసి పెట్టుకోవాలి. చింతపండు కొద్దిగా నానబెట్టి పులుసు తీసుకుని, వంకాయ, ఉల్లిపాయ, పచ్చిమిరపకాయ ముక్కలలో తీసిపెట్టిన చింతపండు పులుసు పోసి ఉప్పు, కారం, పసుపు వేసి స్టౌ మీద ఉడకబెట్టాలి. బాగా ఉడికిన తరువాత తాళింపు పెట్టి దించిన తరువాత కొత్తిమీర చల్లుకోవాలి. ఈ వంకాయ పులుసు అన్నంలోకి చాలా రుచిగా ఉంటుంది.

వంకాయ-ములక్కాయ పులుసు

కావలసిన పదార్థాలు

వంకాయలు	పావు కిలో	ములక్కాయలు	రెండు
ఉల్లిపాయ	ఒకటి	పచ్చిమిరపకాయలు	రెండు
చింతపండు	నిమ్మకాయంత	ఉప్పు	రుచికి సరిపడా
కారం	ఒక స్పూను	పసుపు	పావు స్పూను
నూనె	రెండు స్పూన్లు	కొత్తిమీర, కరివేపాకు	

తయారుచేయు విధానము: వంకాయలు, ములక్కాయలు, ఉల్లిపాయ, పచ్చిమిర్చి ముక్కలు కోసుకుని అడుగు మందంగా ఉన్న గిన్నెలో ముక్కలన్నీ వేసి ఉప్పు, కారం, పసుపు వేసి చింతపండు పులుసు పిండి ముక్కలన్నీ ఉడికిదాకా స్టౌ మీద ఉంచాలి. తరువాత బాణలిలో నూనెవేసి కాగిన తరువాత తాళింపు దినుసులు వేసి ఉడికిన పులుసు తిరగబోసి దించేముందు కొత్తిమీర వేయవలయును. అన్నంలోకి బాగా బాగుంటుంది.

వంకాయ-టొమాటో కూర

కావలసిన పదార్థాలు

వంకాయలు	పావు కిలో
ఉల్లిపాయలు	రెండు
టొమాటోలు	నాలుగు
ఉప్పు	రుచికి సరిపడా
కారం	ఒక స్పూను
పసుపు	పావు స్పూను
నూనె	రెండు స్పూన్లు
తాళింపు దినుసులు	
కొత్తిమీర	

తయారుచేయు విధానము

వంకాయలు ముక్కలు కోసి పెట్టుకుని, టొమాటోలు, ఉల్లిపాయలు కూడ కోసి పెట్టుకుని స్టౌ మీద బాణలిపెట్టి నూనెవేసి వేడి అయిన తరువాత తాళింపు దినుసులు వేసి వేగిన తరువాత ఉల్లిపాయ ముక్కలు వేసి ఒక నిముషము తరువాత వంకాయ ముక్కలు వేయాలి. సగం వేగిన తరువాత టొమాటో ముక్కలు వేసి ఉప్పు, కారం, పసుపు వేసి పూర్తిగా ఉడికిన తరువాత దించి కొత్తిమీర వేసి సర్వ్ చేయాలి.

వంకాయ-దోసకాయ పచ్చడి

కావలసిన పదార్థాలు

వంకాయలు	పావు కిలో
దోసకాయ	ఒకటి
పచ్చిమిరపకాయలు	50గ్రా.
చింతపండు	నిమ్మకాయంత
వెల్లుల్లి	ఆరు రెమ్మలు
జీలకఱ్ఱ	ఒక స్పూను
నూనె	ఒక స్పూను
ఉప్పు	రుచికి సరిపడా
కొత్తిమీర	
కరివేపాకు	

తయారుచేయు విధానము

వంకాయలు బాణలిలో నూనెవేసి స్టౌ మీద పెట్టాలి. అందులోనే పచ్చి మిరపకాయలు కూడా వేసి మగ్గనివ్వాలి. ఆ వేడి మీద స్టౌ ఆపేసి చింతపండు పెట్టి ఉంచుకోవాలి. దోసకాయ చెక్కుతీసి చిన్నముక్కలు కోసి పెట్టుకుని, మిక్సీలో వెల్లుల్లి, జీలకఱ్ఱ, ఉప్పువేసి గ్రైండ్ చేసి వంకాయ ముక్కలు, పచ్చిమిరపకాయలు, కరివేపాకు వేసి తీసిన తరువాత దోసకాయ ముక్కలు, కొత్తిమీర కలుపుకోవాలి. దీనికి తాళింపు అవసరములేదు.

వంకాయ-టొమాటో పచ్చడి

కావలసిన పదార్థాలు

వంకాయలు	పావు కిలో
టొమాటోలు	నాలుగు
పచ్చిమిరపకాయలు	50గ్రా.
చింతపండు	నిమ్మకాయంత
ఉప్పు	రుచికి సరిపడా
వెల్లుల్లి	ఆరు రెమ్మలు
జీలకఱ్ఱ	ఒక స్పూను
కరివేపాకు	నాలుగు రెమ్మలు
నూనె	రెండు స్పూన్లు
కొత్తిమీర	

తయారుచేయు విధానము:

స్టౌ మీద బాణలి పెట్టి నూనెవేసి వేడి అయిన తరువాత వంకాయలు, టొమాటోలు, పచ్చిమిర్చి వేసి మగ్గనివ్వాలి. స్టౌ ఆర్పిన తరువాత చింతపండు కడిగి మగ్గిన ముక్కలపైన పెట్టాలి. చల్లారిన తరువాత మిక్సీ పెట్టి ముందుగా వెల్లుల్లి, కరివేపాకు, జీలకఱ్ఱ వేసి ఒకసారి తిప్పి తరువాత చింతపండు, పచ్చిమిర్చి గ్రైండ్ చేసి వంకాయ ముక్కలు, టొమాటోలు గ్రైండ్ చేయాలి. ముందే ఉప్పు వేయాలి, ఉప్పు సరిచూసుకుని కొత్తిమీర కలిపి గిన్నెలోకి తీసుకోవాలి. దీనికి తాళింపుతో పనిలేదు. ముందు వెల్లుల్లి, ఉప్పు గ్రైండ్ చేయాలి. లేకపోతే వెల్లుల్లి జారిపోయి నలగవు.

టొమాటో అందరికి ఇష్టమైన కూరగాయ. దీనితో ఎన్నో రకాల కూరలు చేయవచ్చు. చాలామంది ప్రతిరోజూ ఎన్నో రకాల కూరలలో టొమాటో వాడతారంటే అతిశయంగా చెప్పటము కాదు. ఇది వాస్తవముగా జరిగేదే. పప్పు, మసాలా కూర, రసము టొమాటోతో చేసేవే. మిగతా కూరలలో అంటే చిక్కుడుకాయ, వంకాయ, క్యాబేజి, కాలిఫ్లవర్, నాన్‌వెజ్ కూరలలో, సాంబారు, రసం, ఆకుకూరలు ఏవయినా టొమాటో లేకుండా చాలామంది చేయరు.

టొమాటో మసాలా కూర

కావలసిన పదార్థాలు

టొమాటో ముక్కలు	రెండు కప్పులు
ఉల్లిపాయ (ముక్కలు)	రెండు
పచ్చిమిర్చి (ముక్కలు)	రెండు
ఉప్పు	రుచికి సరిపడ
కారం	ఒక స్పూను
పసుపు	పావు స్పూను
పెరుగు	కొద్దిగా
గరం మసాలా	ఒక స్పూను
తాళింపు దినుసులు	
నూనె	ఒక స్పూను
కరివేపాకు	
కొత్తిమీర	

తయారుచేయు విధానము:

స్టౌ మీద బాణలిపెట్టి నూనెవేసి కాగిన తరువాత తాళింపు దినుసులు వేసి వేగిన తరువాత ఉల్లి, పచ్చిమిర్చి ముక్కలు వేసి ఒక నిముషము తరువాత టొమాటో ముక్కలు వేసి కొంచెము ఉడికిన తరువాత పెరుగు, గరంమసాల పొడి వేసి బాగా ఉడకనిచ్చి కలిపి దించేముందు కొత్తిమీర కలిపి దించుకోవాలి. ఇది పెరుగు లేకుండా కూడా చేసుకోవచ్చు. రుచిగా ఉంటుంది. అన్నంలోకి, చపాతీలలోకి కూడా బాగుంటుంది.

టొమాటో-పప్పు

కావలసిన పదార్థాలు

కందిపప్పు	ఒక కప్పు
టొమాటో ముక్కలు	ఒక కప్పు
ఉల్లిపాయ (ముక్కలు)	ఒకటి
పచ్చిమిర్చి (ముక్కలు)	రెండు
అల్లం ముక్కలు	అర స్పూను
చింతపండు	కొద్దిగా
కారం	ఒక స్పూను
పసుపు	పావు స్పూను
ఉప్పు	రుచికి సరిపడ
కరివేపాకు	
కొత్తిమీర	

తయారుచేయు విధానము

స్టౌ మీద కుక్కర్‌పెట్టి, కందిపప్పు కడిగి టొమాటో ముక్కలు, ఉల్లి, పచ్చిమిరప, అల్లం ముక్కలు వేసి, దానిలో కారం, పసుపు, చింతపండు వేసి మూడు విజిల్స్ వచ్చిన తరువాత దించి ఆవిరిపోయిన తరువాత మూత తీసి ఉప్పు వేసి మెత్తగా అయ్యేలా కలిపి ప్రక్కన పెట్టాలి. స్టౌ మీద బాణలి పెట్టి నూనెవేసి కాగిన తరువాత తాళింపు వేసి దించేముందు కొత్తిమీర కలిపి గిన్నెలోకి తీసుకోవాలి. అన్నంలోకి, చపాతీలలోకి చాలా బాగుంటుంది.

గుమ్మడికాయ

Calories	49
Carbs	12 g
Protein	1.8 g
Fiber	2.7 g
Fat	0.17 g

Cholesterol Free

Soidum Free

Good Source of Fibre

Fat Free

గుమ్మడికాయ కూర

కావలసిన పదార్థాలు

గుమ్మడికాయ ముక్కలు	2 కప్పులు
ఉల్లి, పచ్చిమిర్చిముక్కలు	
ఉప్పు, కారం ఒక	స్పూను
పసుపు	పావు స్పూను
నూనె	
తాళింపు గింజలు	
కరివేపాకు	
కొత్తిమీర	

తయారుచేయు విధానము:

స్టౌ మీద మందపాటి గిన్నె పెట్టి నూనె వేసి తాళింపు గింజలు వేగిన తరువాత ఉల్లి, పచ్చిమిరప ముక్కలు వేసి వేగనిచ్చి ఉప్పు, కారం, పసుపు వేసి కూర మగ్గిన తరువాత కొత్తిమీర చల్లి దించుకోవాలి. గుమ్మడికాయ కూర అంతా పై విధముగానే చేసి తాళింపులో ఉల్లిపాయ, పచ్చిమిర్చి ముక్కలతో పాటు అల్లం, వెల్లుల్లి పేస్ట్ వేసి, కొద్దిగా గరంమసాలా వేస్తే చాలా బాగుంటుంది.

గుమ్మడికాయ ముక్కలు, ఉల్లిపాయ, పచ్చిమిర్చి ముక్కలు తాళింపులో వేసి ఉప్పు, కారం పసుపు వేసి కొద్దిగా ఉడికిన తరువాత ఒక కప్పు పాలు పోసి మరి కొద్దిసేపు ఉడికించి కొత్తిమీర వేసి దించుకోవాలి. కావాలంటే కొద్దిగా బెల్లం వేసుకోవచ్చు. గుమ్మడికాయ చిన్న పిల్లలకు పెడ్తే కంటి చూపు చాలా బాగుంటుంది. రుచిగా కూడ ఉంటుంది.

గుమ్మడికాయ పులుసు

కావలసిన పదార్థాలు

గుమ్మడికాయ పెద్దముక్కలు	2 కప్పులు
ఉల్లిపాయ	ఒకటి
పచ్చిమిరపకాయలు	రెండు (ముక్కలు కోసి పెట్టుకోవాలి)
చింతపండు	కొద్దిగా (నానబెట్టి పెట్టుకోవాలి)
కారం	ఒక స్పూను
పసుపు	పావు స్పూను
ఉప్పు	రుచికి సరిపడా
బెల్లం	తీపికి సరిపోయేంత
కరివేపాకు	
కొత్తిమీర	
నూనె	ఒకటేబుల్ స్పూను
తాళింపు గింజలు	

తయారుచేయు విధానము:

స్టౌ మీద మందపాటి గిన్నె పెట్టి నూనె వేసి కాగిన తరువాత తాళింపు గింజలు వేసి ఉల్లిపాయ, పచ్చిమిర్చి ముక్కలు వేసి తరువాత గుమ్మడికాయ ముక్కలు వేసి ఉప్పు, కారం, పసుపు వేసి కొద్దిగా వేగిన తరువాత నానబెట్టుకున్న చింతపండు రసము పోసి ఉడకనివ్వాలి. కొద్దిసేపునకు దించుతామనగా బెల్లం వేయాలి. ఇంకొద్దిసేపు ఉడకనిచ్చి కొత్తిమీర వేసి దించుకోవాలి. వాతపు నొప్పులు అనగా నడుము నొప్పి, కీళ్ళనొప్పులు ఉన్నవారు ఇది తినకపోవటమే మంచిది.

గుమ్మడిలో ఉండే కెరోటినాయిడ్స్, పీచుపదార్థాలు, పొటాషియం, విటమిన్ సి, జింక్, ఐరన్, కాల్షియం, కాపర్, ఫాస్పరస్ వంటి ఖనిజాలు ఆరోగ్యానికి ఎంతో మేలు చేస్తాయి. గుండె, ఊపిరితిత్తులు, కిడ్నీల ఆరోగ్యానికి ఇది ఎంతగానో ఉపకరిస్తుంది. కొన్ని రకాల క్యాన్సర్లు, స్ట్రోక్‌లను నివారిస్తుంది. గుమ్మడిలో ఉండే విటమిన్ సి వల్ల మన రక్తంలోని తెల్ల రక్తకణాలు వృద్ధి చెందుతాయి.ఇది కంటి ఆరోగ్యానికి ఎంతగానో సహాయపడుతుంది. గుమ్మడి రక్తపోటు తగ్గడంలోనూ తోడ్పడుతుంది.

బూడిద గుమ్మడి

బూడిద గుమ్మడికాయతో ఎన్నో రకాలుగా కూర, పచ్చడి, సూప్, వడియాలు లాంటివి చేసుకోవచ్చు. ఆరోగ్యానికి కూడా చాలా మంచిది.

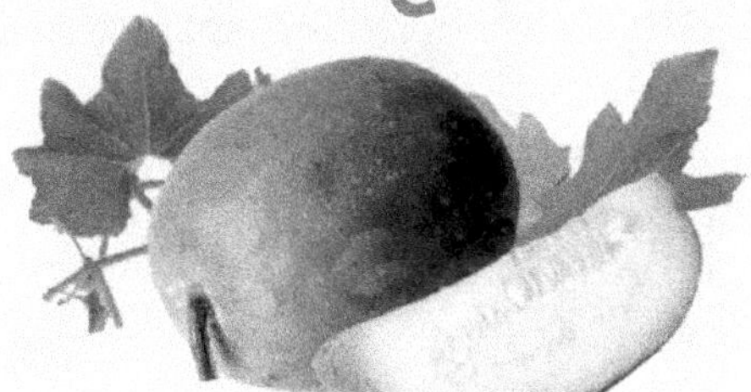

బూడిద గుమ్మడి కూర

కావలసిన పదార్థాలు

బూడిద గుమ్మడి ముక్కలు	2 కప్పులు (ఉడకబెట్టి ఉంచుకోవాలి)
పచ్చి శనగపప్పు	అర కప్పు (నానబెట్టి ఉంచుకోవాలి)
పసుపు	పావు స్పూను
పచ్చిమిర్చి (ముక్కలు)	రెండు
ఉల్లిపాయ (ముక్కలు)	ఒకటి
కారం	రెండు స్పూన్లు
వెల్లుల్లి రెబ్బలు	నాలుగు
ఉప్పు	రుచికి సరిపడ
నూనె	రెండు స్పూన్లు
తాళింపు దినుసులు	
కొత్తిమీర	కొద్దిగా

తయారుచేయు విధానము:

స్టౌ మీద బాండీ పెట్టి నూనెవేసి కాగిన తరువాత తాళింపు గింజలువేసి వేగిన తరువాత నానబెట్టి ఉంచుకున్న శనగపప్పు వేసి ఒక కప్పు నీరు పోయాలి. కారం, పసుపు వేసి శనగపప్పు ఉడికేవరకు ఉంచి గుమ్మడికాయ ముక్కలు వేసి మరికొద్దిసేపు ఉడికించి ఉప్పు కూడ కలిపి దించే ముందు కొత్తిమీర, దంచిన నాలుగు వెల్లుల్లి రెబ్బలు వేసి దించుకోవాలి.

బూడిద గుమ్మడి ఆవకాయ

తయారుచేయు విధానము:

బూడిద గుమ్మడి కాయ ముందురోజు సాయంత్రం ముక్కలు కోసుకుని ఒక బట్టలో వేసి ఏదయినా బరువు పెట్టాలి. ప్రొద్దుటే నీరంతా పోయిన ముక్కలు నాలుగు కప్పులు ప్రక్కన పెట్టుకోవాలి. కారం ఒక కప్పు, ఉప్పు సరిపడా, పసుపు, ఆవపిండి అర కప్పు, మెంతిపిండి పావు కప్పు, నువ్వుల నూనె ఒక కప్పు, వెల్లుల్లి 50గ్రా. అన్నీ పచ్చివే ఒక గిన్నెలో వేసి బూడిద గుమ్మడి కాయ ముక్కలు కూడా వేసి అన్నీ కలిపి మూడు రోజులుంచి తరువాత ఉప్పు, కారం చూసుకుని వాడుకుంటే చాలా బాగుంటుంది.

బూడిద గుమ్మడి పచ్చడి

కావలసిన పదార్థాలు

బూడిద గుమ్మడి ముక్కలు	రెండు కప్పులు
పచ్చి కొబ్బరి తురుము	అర కప్పు
పసుపు	పావు టీ స్పూను
పచ్చిమిర్చి	ఆరు లేక ఎనిమిది
జీలకఱ్ఱ	పావు స్పూను
ఉప్పు	రుచికి సరిపడ
నూనె	తగినంత
తాళింపు దినుసులు	
కరివేపాకు	
కొత్తిమీర	

తయారుచేయు విధానము

బూడిద గుమ్మడి ముక్కలలో ఒక కప్పు నీరుపోసి ఉడికించాలి. పసుపు, జీలకఱ్ఱ, మిర్చి, కొబ్బరి తురుము మెత్తగా గ్రైండ్ చేసుకోవాలి. ఉడికిన ముక్కల్లో కొబ్బరి, జీలకఱ్ఱ, మిర్చి కలిపి రుబ్బుకున్న పేస్టు, పెరుగు కలపాలి. తరువాత కడాయిలో నూనె వేసి బాగా కాగిన తరువాత కరివేపాకుతో తాళింపుపెట్టి ముక్కల మిశ్రమంలో కలపాలి.

బూడిద గుమ్మడి కాయ సూప్

కావలసిన పదార్థాలు

బూడిద గుమ్మడి ముక్కలు	రెండు కప్పులు
ఉల్లికాడల తరుగు	పావు కప్పు
ఉల్లి తరుగు	పావు కప్పు
వెల్లుల్లి	రెండు రెబ్బలు
ఉప్పు	రుచికి సరిపడ
మిరియాల పొడి	రుచికి సరిపడ
వేడి చల్లార్చిన పాలు	ఒక కప్పు
నూనె	ఒక టేబుల్ స్పూను

తయారుచేయు విధానము

బూడిద గుమ్మడి ముక్కలను బాణలిలో వేసి కొద్దిగా నూనెవేసి సన్నని శగపై మగ్గబెట్టాలి. తరువాత ఉల్లికాడల తరుగు, ఉల్లి తరుగు దంచిన వెల్లుల్లి రేకలను వేసి కాసేపు వేయించాలి. తరువాత ఉప్పు, మిరియాల పొడి వేసి కొద్దిగా (నాలుగు కప్పులు) నీరుపోసి ఉడికించాలి. దించేసి చల్లార్చిన పాలను పోసి కొత్తిమీరతో అలంకరించాలి.

ఉల్లిపాయ

జీర్ణశక్తిని పెంచుతుంది

జ్వరం & ఎలర్జీలను తగ్గిస్తుంది

రక్త ప్రసరణను నియంత్రిస్తుంది

వాపులను తగ్గిస్తుంది

కేన్సర్‌ను తగ్గిస్తుంది

గ్యాస్ట్రిక్ అల్సర్‌ను తగ్గిస్తుంది

ఆస్తమా చికిత్సలో
రోగనిరోధక శక్తిని పెంచుతుంది

మంచి చర్మ సంరక్షిణి
తక్కువ క్రొవ్వు మరియు కెలోరీలు కలిగివుంటుంది

ఉల్లిపాయ కూర

కావలసిన పదార్థాలు

ఉల్లిపాయలు	పెద్దవి నాలుగు	శనగపిండి	ముప్పావు కప్పు
కారం	అరస్పూన్	పసుపు	అరస్పూన్
నూనె	ఐదు టేబుల్ స్పూన్లు	ఉప్పు	రుచికి సరిపడ

తయారుచేయు విధానము

బాణలిలో నూనెపోసి వేడిచేయాలి. తరిగిన ఉల్లిపాయ ముక్కలు వేసి బాగా వేయించాలి. శనగపిండిని కొద్దికొద్దిగా తీసుకుంటూ ఉల్లిపాయ ముక్కలలో వేస్తూ కలియబెడ్తూ ఉండాలి. శనగపిండి ఉండలు కట్టకుండా ఉల్లిముక్కలకు సమంగా పట్టేలా చూడాలి. ఉప్పు, కారం, పసుపు వేసి కలిపి దించాలి. పుల్కాలు, అన్నంతో తింటే చాలా రుచిగా ఉంటుంది.

ఉల్లిపాయ బఠాణీ

కావలసిన పదార్థాలు

పచ్చి బఠాణీలు	ఒక కప్పు	ఉల్లిపాయ ముక్కలు	ఒక కప్పు
టొమాటో ముక్కలు	అర కప్పు	టొమాటో పురి	పావు కప్పు
జీలకఱ్ఱ	ఒక టీ స్పూను	అల్లం ముక్కలు	అర స్పూను
కారం	ఒక స్పూను	ధనియాలు	రెండు స్పూన్లు
జీలకఱ్ఱ పొడి		గరంమసాలా	ముప్పావు స్పూను
ఆంచూర్ పొడి	అర స్పూను	నూనె	రెండు టీ స్పూన్లు
ఉప్పు	రుచికి సరిపడ	కొత్తిమీర తురుము	పావు కప్పు (అలంకరణకు)

తయారుచేయు విధానము

నాన్‌స్టిక్ పాన్‌లో నూనె వేడిచేసి జీలకఱ్ఱ వేసి చిటపట లాడిన తరువాత ఉల్లిపాయలు వేసి వేయించాలి. బ్రౌన్ రంగులోకి వచ్చిన తరువాత అల్లం ముక్కలేసి ఒక నిముషం ఉంచి 'టొమాటో' ప్యూరి, కారం, ధనియాలు, జీలకఱ్ఱ పొడి, గరంమసాల, ఆంచూర్ వేసి బాగా కలపాలి.

టొమాటోలు మెత్తబడే వరకు ఉడికించాలి. అవసరమైతే కొద్దిగా నీరు చల్లండి. ఉడికించిన బఠాణీలు, ఉప్పు వేసి బాగా కలియబెట్టి మరో రెండు లేక మూడు నిముషాలు ఉడికించాలి. టొమాటో ముక్కలు వేసి కలబెట్టి దించి కొత్తిమీరతో అలంకరించి వడ్డించాలి. రుచికి రుచి, ఆరోగ్యానికి ఎంతో మంచిది.

క్యాబేజి

క్యాబేజి అల్సర్ పేషెంట్లకు చాలామంచిది. అల్సర్ ఉన్న వాళ్ళు క్యాబేజి ఉడికించిన నీళ్ళు తాగితే వారికి ఉపశమనము కలుగుతుంది.

క్యాబేజి కూడా చాలా రకముల కూరలకు వాడుతాము. క్యాబేజి వేపుడు కూర. క్యాబేజి పచ్చిశనగపప్పు కలిపి కూర, క్యాబేజి పచ్చడి, క్యాబేజి మసాల కూర ఇలా అన్ని రకముల కూరలు చాలా రుచిగా చేయవచ్చు. క్యాబేజి టొమాటో ముద్దకూర, క్యాబేజి పచ్చి బఠాణి కూర కూడ చాలారుచిగా ఉంటాయి.

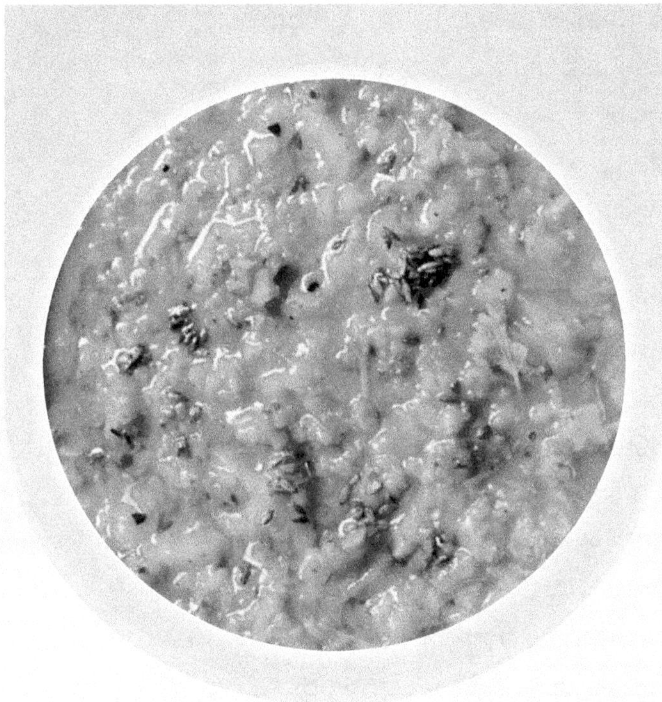

క్యాబేజి వేపుడు

కావలసిన పదార్థాలు

సన్నగా తరిగిన క్యాబేజి	రెండు కప్పులు
ఉల్లిపాయలు (ముక్కలు)	ఒకటి
పచ్చిమిరప కాయలు (ముక్కలు)	రెండు
అల్లం (సన్నని ముక్కలు)	కొద్దిగా
కారం	ఒక స్పూను
పసుపు	పావు స్పూను
నూనె	ఒక స్పూను
ఉప్పు	సరిపడా
తాళింపు దినుసులు	
లవంగాలు	రెండు
వెల్లుల్లి	నాలుగు రెబ్బలు
కరివేపాకు	
కొత్తిమీర	

తయారుచేయు విధానము: స్టౌ మీద బాణలి పెట్టి నూనెవేసి వేడి అయిన తరువాత తాళింపు గింజలు, లవంగాలు వేసి వేగిన తరువాత ముందు పచ్చిమిరపకాయ ముక్కలు, అల్లం ముక్కలు వేసి తరువాత ఉల్లిపాయ ముక్కలు వేసి తురిమిన క్యాబేజి వేసి ఉప్పు, పసుపు వేసి మూతపెట్టి సన్నటి సెగ మీద మగ్గనివ్వాలి. క్యాబేజి బాగా ఉడికిన తరువాత వెల్లుల్లి నలగ గొట్టి, కారం, వెల్లుల్లి కూరలో వేసి వేగిన తరువాత దించేముందు కొత్తిమీర వేసి దింపాలి. అన్నంలోకి, చపాతీలలోకి కూడా చాలా బాగుంటుంది.

క్యాబేజి-పచ్చిశనగపప్పు

కావలసిన పదార్థాలు

తురిమిన క్యాబేజి	2 కప్పులు (ఉడికించి పెట్టుకోవాలి)
నానబెట్టిన పచ్చిశనగపప్పు	ఒకటిన్నర కప్పు
ఉల్లిపాయలు (ముక్కలు)	రెండు
పచ్చిమిరప కాయలు (ముక్కలు)	నాలుగు
కారం	ఒక స్పూను
పసుపు	పావు స్పూను
నూనె	ఒక స్పూను
ఉప్పు	సరిపడా
తాళింపు దినుసులు	
కరివేపాకు, కొత్తిమీర	

తయారుచేయు విధానము: స్టౌ మీద బాణలి పెట్టి నూనె కాగిన తరువాత రెండు లవంగాలు, తిరగమోత గింజలు వేసి కాలిన తరువాత ఉల్లిపాయ, పచ్చిమిర్చి ముక్కలు వేసి నానిన శనగపప్పు వేసి ఒక కప్పు నీళ్ళుపోసి కారం, పసుపు వేసి ఉడికించాలి. సగం ఉడికిన తరువాత క్యాబేజీ తురుము (ఉడికించి పెట్టిన) వేసి కూర దగ్గర పడ్డ తరువాత శనగపప్పు బాగా ఉడికిన తరువాత ఉప్పు కలిపి కొద్దిసేపు ఉంచి కొత్తిమీర వేసి దించుకోవాలి. ఇది కూడా అన్నం, చపాతీలలోకి కూడా రుచిగా ఉంటుంది.

క్యాబేజి-మసాలా కూర

కావలసిన పదార్థాలు

తురిమిన క్యాబేజి	రెండు కప్పులు
అల్లం-వెల్లుల్లి పేస్ట్	రెండు స్పూన్లు
ఉల్లిపాయలు (ముక్కలు)	రెండు
పచ్చిమిరప కాయలు (ముక్కలు)	నాలుగు
కారం	ఒక స్పూను
పసుపు	పావు స్పూను
నూనె	ఒక స్పూను
ఉప్పు	సరిపడా
గరంమసాలా	ఒక స్పూను
లవంగాలు	రెండు
దాల్చిన చెక్క	ఒక అంగుళం
యాలుక్కాయ	ఒకటి
తాళింపు దినుసులు	
కరివేపాకు	
కొత్తిమీర	

తయారుచేయు విధానము:

స్టౌ మీద బాణలి పెట్టి నూనె కాగిన తరువాత లవంగాలు, యాలకులు, దాల్చినచెక్క వేసి తాళింపు గింజలు వేసి వేగిన తరువాత అల్లం వెల్లుల్లి పేస్ట్ వేసి పచ్చివాసన పోయిన తరువాత ఉల్లిపాయ, పచ్చిమిరప ముక్కలు వేసి, క్యాబేజి ముక్కలు, ఉప్పు, పసుపు, కారం వేసి బాగా మగ్గనిచ్చి గరం మసాల వేయాలి. అన్నీ కలిపి బాగా ఉడికిన తరువాత దించేముందు కొత్తిమీర, పుదీనా కలిపి కొద్దిసేపుంచి దించుకోవాలి. మసాల కూరలు ఇష్టపడేవారికి ఇది బాగా నచ్చుతుంది. అన్నంలోకి, చపాతీలలోకి బాగుంటుంది.

క్యాబేజి-టమాట ముద్దకూర

కావలసిన పదార్థాలు

సన్నగా తరిగిన క్యాబేజి	రెండు కప్పులు
టొమాటో ముక్కలు	ఒక కప్పు
ఉల్లిపాయ (ముక్కలు)	ఒకటి
పచ్చిమిరప (ముక్కలు)	రెండు
కారం	ఒక స్పూను
పసుపు	పావు స్పూను
ఉప్పు	సరిపడా
నూనె	రెండు స్పూన్లు
తాళింపు గింజలు	
కరివేపాకు	
కొత్తిమీర	

తయారుచేయు విధానము:

స్టౌ మీద బాణలి పెట్టి నూనెవేసి కాగిన తరువాత తాళింపు దినుసులు వేసి వేగిన తరువాత ఉల్లి, పచ్చిమిరప ముక్కలు వేసి తరువాత క్యాబేజి తురుము వేసి ఉప్పు, కారం, పసుపు వేసి బాగా మగ్గనివ్వాలి. సగం ఉడికిన తరువాత టొమాటో ముక్కలు వేసి కూర దగ్గర పడ్డ తరువాత కొత్తిమీర వేసి దించేయాలి. అన్నంలోకి, చపాతీలలోకి కూడా చాలా బాగుంటుంది.

– ఇదేమాదిరిగా పచ్చి బఠాణీలు కూడా చాలా బాగుంటుంది.

క్యాబేజి పచ్చడి

కావలసిన పదార్థాలు

సన్నగా తరిగిన క్యాబేజి	రెండు కప్పులు	పచ్చిమిరప కాయలు	పది లేక పన్నెండు
చింతపండు	కొద్దిగా	ఉప్పు	సరిపడా
నూనె	ఒక స్పూను	వెల్లుల్లి	నాలుగు/ఐదు గర్భాలు
జీలకర్ర పొడి	ఒక స్పూను	కరివేపాకు	
కొత్తిమీర			

తయారుచేయు విధానము

స్టౌ మీద బాణలి పెట్టి నూనెవేసి క్యాబేజి, పచ్చిమిరపకాయలు వేసి బాగా మగ్గనివ్వాలి. ఆరిన తరువాత మిక్సీలో పచ్చి మిరపకాయలు, నానిన చింతపండు, ఉప్పు, వెల్లుల్లి, కరివేపాకు, జీలకర్ర పొడి వేసి గ్రైండ్ చేసి దానిలో క్యాబేజి వేసి కచ్చా పచ్చాగా గ్రైండ్ చేసి దానికి కొత్తిమీర కలిపి గిన్నెలోకి తీసుకోవాలి. దీనికి తాళింపు అవసరము లేదు.

కాలిఫ్లవర్ ముందు చిన్న ముక్కలు చేసి వేడి నీళ్ళలో కొంచెం ఉప్పు, పసుపు వేసి ఒక అరగంట ఉంచవలయును.
తరువాత తీసి కూర చేసుకోవాలి.

కాలిఫ్లవర్ కూర

కావలసిన పదార్థాలు

కాలిఫ్లవర్ (చిన్న ముక్కలు)	రెండు కప్పులు	టొమాటో ముక్కలు	ఒక కప్పు
ఉల్లిపాయలు (ముక్కలు)	రెండు	పచ్చిమిరప కాయలు (ముక్కలు)	రెండు
కారం	ఒక స్పూను	పసుపు	పావు స్పూను
నూనె	ఒక స్పూను	ఉప్పు	సరిపడా
తాళింపు దినుసులు		కరివేపాకు	
పుదీనా	కొద్దిగా	కొత్తిమీర	

తయారుచేయు విధానము

ముందు కాలిఫ్లవర్పైన చెప్పిన విధముగా శుభ్రం చేసుకుని ఒక కప్పు నీళ్ళు పోసి ఉడకబెట్టి ప్రక్కన పెట్టుకోవాలి. స్టౌ మీద బాణలి పెట్టి నూనె పోసి కాగిన తరువాత తాళింపు గింజలు వేసి చిటపట లాడిన తరువాత ఉల్లి, పచ్చిమిర్చి ముక్కలు వేసి వేగనిచ్చి టొమాటో ముక్కలు వేసి ఉడికిన తరువాత ఉడకబెట్టి ఉంచుకున్న కాలిఫ్లవర్ ముక్కలు వేసి కారం, ఉప్పు, పసుపు వేసి కూర బాగా ఉడికి దగ్గరపడ్డ తరువాత దించేముందు కొత్తిమీర చల్లి దించాలి. ఇది అన్నంలోకి, చపాతీలలోకి కూడా బాగుంటుంది.

- ఇలాగే ఇష్టపడినవారు తాళింపులో అల్లం, వెల్లుల్లి పేస్ట్ వేసి కూర ఉడికేటప్పుడు కొద్దిగా గరం మసాలా కలిపితే ఈ కూర కూడా రుచిగా ఉంటుంది.
- కాలిఫ్లవర్లో పైవిధముగానే అరకప్పు పచ్చి బఠాణీ గింజలు కూడా వేసుకోవచ్చును.
- టొమాటోలతో పాటు కాలిఫ్లవర్ కూరలో బంగాళదుంపలు ముక్కలు వేసి కూడా కూర చేసుకోవచ్చు.

మీల్‌మేకర్

- జ్వరం & ఎలర్జీలను తగ్గిస్తుంది
- కేన్సర్‌ను నివారిస్తుంది
- గుండె బలాన్ని పెంపొందిస్తుంది
- రక్త సరఫరాను పెంచుతుంది
- జీవక్రియను పెంపొందిస్తుంది
- ఊబకాయాన్ని నియంత్రిస్తుంది
- జీర్ణశక్తిని పెంచుతుంది
- సంతానోత్పత్తిలో తోడ్పడుతుంది

మీల్‌మేకర్ కర్రీ

కావలసిన పదార్థాలు

మీల్‌మేకర్	200గ్రా.	నూనె	2 టేబుల్ స్పూన్లు
వెల్లుల్లి	పది రేకలు	అల్లం	20గ్రా.
పచ్చిమిర్చి	మూడు	ఉల్లిపాయలు	మూడు (తురిమి పెట్టుకోవాలి)
పెద్ద టొమాటోలు	మూడు (గుజ్జులా చేసుకోవాలి)	చాట్‌మసాలా	అర స్పూను
గరం మసాల	అర స్పూను	కారం	అర స్పూను
ఆమ్‌చూర్	అర స్పూను	టొమాటో కెచప్	ఒక టేబుల్ స్పూను
నీళ్ళు	అర కప్పు	ఉప్పు	రుచికి సరిపడా

తయారుచేయు విధానము

ముందుగా మీల్‌మేకర్‌ను మూడు గంటలు నానబెట్టాలి. లేదా కుక్కర్‌లో పెట్టి ఉడికించండి. నీళ్ళు పిండేసి పక్కన పెట్టుకోవాలి. అల్లం, వెల్లుల్లి, పచ్చిమిర్చి మెత్తని పేస్ట్‌లా చేసుకోవాలి. కళాయిలో నూనెవేసి ఈ పేస్ట్, ఆ తర్వాత తురిమి పెట్టుకున్న ఉల్లిపాయ ముక్కల్ని బ్రౌన్ రంగు వచ్చేవరకు వేయించాలి. టొమాటో గుజ్జు కూడా వేసి వేగిన తరువాత చాట్ మసాలా, గరం మసాలా, కారం, మామిడి పొడి, టొమాటో కెచప్, మీల్‌మేకర్ ఉండలు వేసి బాగా కలపండి. ఉప్పు, నీళ్ళు వేసి మూతపెట్టి ఆ ఉండలు బాగా ఉడికేదాకా ఉంచండి. పైన కొత్తిమీర చల్లి బ్రెడ్‌తోగానీ, చపాతీలతో గానీ తినవచ్చు.

పనసకాయ

- జీర్ణశక్తిని మెరుగుపరుస్తుంది, అలాగే అజీర్తి, అల్సర్లను నయం చేస్తుంది
- కేన్సర్ నివారణకు సహాయపడును, అధిక రక్తపోటును తగ్గిస్తుంది
- పనస తొనలు జ్వరం, డయారియా రుగ్మతలకు ఔషధంగా పనిచేస్తాయి
- ఆస్తమానుండి ఉపశమనం కలిగిస్తుంది, మలబద్ధకం నివారిస్తుంది
- దీనిలో ఉండే విటమిన్ సి వ్యాధి నిరోధక శక్తిని మెరుగుపరుస్తుంది
- చర్మ సౌందర్యాన్ని కాపాడుతుంది, కంటి చూపును మెరుగుపరుస్తుంది
- ఎముకలు బలంగా తయారవుతాయి
- రక్తహీనతను తగ్గిస్తుంది

పనసకాయ ముక్కల కూర

కావలసిన పదార్థాలు

పనసకాయ ముక్కలు	పావు కిలో (క్యూబ్స్‌లా కోయాలి)	పచ్చిమిరపకాయ	నాలుగు
ఉల్లిపాయలు	రెండు	అల్లం, వెల్లుల్లి పేస్ట్	ఒక స్పూను
లవంగాలు	అర స్పూను	యాలకులు	రెండు
దాల్చిన చెక్క	ఒక అంగుళం	జీలకర్ర	అర స్పూను
గసగసాలు	ఒక స్పూను	ధనియాలు	ఒక స్పూను
కారం	ఒక స్పూను	పసుపు	పావు స్పూను
ఉప్పు	రుచికి తగినంత	తాళింపు దినుసులు	
నూనె	మూడు స్పూన్లు	కొత్తిమీర	
కరివేపాకు	కొద్దిగా		

తయారుచేయు విధానము

ఉల్లిపాయలు, పచ్చిమిర్చి సన్నగా ముక్కలు చేసి పెట్టుకోవాలి. స్టౌ మీద బాణలి పెట్టి మూడు స్పూన్లు నూనె వేసి పనస ముక్కలు కొద్దిగా రంగు వచ్చేవరకు వేయించుకోవాలి. అవి తీసి ప్రక్కన పెట్టి, అదే నూనెలో ఉల్లిపాయ, పచ్చిమిర్చి ముక్కలు వేసి బాగా వేగనివ్వాలి. తరువాత అల్లం, వెల్లుల్లి పేస్ట్ వేసి వేగనిచ్చి తరువాత వేయించి పెట్టుకున్న పనస ముక్కలు, ఉప్పు, పసుపు, కారంవేసి మూతపెట్టి మగ్గనివ్వాలి. తరువాత లవంగాలు, యాలకులు, దాల్చిన చెక్క, ధనియాలు, గసగసాలు, జీలకర్ర అన్నీ కలిపి ముందే మిక్సీలో గ్రైండ్ చేసి పెట్టుకోవాలి. పనస ముక్కలు మగ్గిన తరువాత గ్రైండ్ చేసి పెట్టుకున్న మసాల ముద్దకూడ వేసి కలిపి అర గ్లాసు నీరుపోసి ఉడికించుకోవాలి. ముక్కలు మెత్తబడ్డ తరువాత దించే ముందు తరిగి పెట్టుకున్న కొత్తిమీర కలిపి దించుకోవాలి. ఈ కూర అన్నంలోకి, చపాతీలలోకి కూడ చాలా రుచిగా ఉంటుంది.

Mixed Vegetable Curries

క్యాప్సికమ్

క్యాప్సికమ్‌లో కొలెస్ట్రాల్ తగ్గించే గుణమున్నది. దీనితో ఏ రకము కూర చేసినా ఎంతో బాగుంటుంది. పిల్లలు కూడ ఎంతో ఇష్టంగా తినే కూర క్యాప్సికమ్.

క్యాప్సికమ్-పచ్చిబఠాణీ కూర

కావలసిన పదార్థాలు

క్యాప్సికమ్ ముక్కలు	ఒక కప్పు	పచ్చి బఠాణీలు	ఒక కప్పు
ధనియాలు	రెండు టీ స్పూన్లు	తెల్ల నువ్వులు	రెండు టీ స్పూన్లు
ఎండు మిరపకాయలు	నాలుగు	పచ్చి శనగపప్పు	ఒక టీ స్పూను
నూనె	ఒక టీ స్పూను	ఆవాలు	ఒక టీ స్పూను
జీలకఱ్ఱ	అర టీ స్పూను	కరివేపాకు	
కొత్తిమీర		పసుపు	కొద్దిగా
ఇంగువ	కొద్దిగా	బెల్లం	కొద్దిగా

తయారుచేయు విధానము

ముప్పావు కప్పు నీరు పోసి ప్రెజర్ కుక్కర్‌లో బఠాణీలను ఐదు నిముషాలు ఉడికించాలి. పేస్ట్ కోసం బాణలిలో నూనె వేడి చేయాలి. ధనియాలు, నువ్వులు, ఎండుమిరపకాయలు, శనగపప్పు, ఇంగువ మంచి వాసన వచ్చేలా వేయించి, కొబ్బరి తురుము, చింతపండు కలిపి పావు కప్పు నీరుపోసి మెత్తగా రుబ్బుకోవాలి.

స్టౌ మీద బాణలిపెట్టి నూనె వేడిచేసి తాళింపు దినుసులు వేసి వేగిన తరువాత చీలికలుగా కోసి పెట్టుకున్న క్యాప్సికం ముక్కలు వేయాలి. కొద్దిగా నీరు పోసి పది నిముషాలు ఉడకబెట్టాలి. ముక్కల్ని తీసి పక్కన పెట్టుకోవాలి.

బాణలిలో ఉప్పు, బెల్లం, మసాలా పేస్ట్ వేసి ఒక కప్పున్నర నీరుపోసి బాగా మరగనివ్వాలి. సెగ తగ్గించి పచ్చి బఠాణీలు, క్యాప్సికం ముక్కలు వేసి బాగా కలిపి సన్నని సెగపై ఐదు నిముషాలు చిక్కబడే దాకా ఉంచాలి. బాగా రుచిగా అన్నంలోకి, చపాతీ, పూరీలలోకి కూడా బాగుంటుంది.

క్యాప్సికమ్ టొమాటో కూర

కావలసిన పదార్థాలు

క్యాప్సికమ్ ముక్కలు	రెండు కప్పులు	టొమాటో ముక్కలు	ఒక కప్పు
ఉల్లిపాయలు (ముక్కలు)	రెండు	పచ్చిమిరప కాయలు (ముక్కలు)	రెండు
కారం	ఒక స్పూను	పసుపు	పావు స్పూను
నూనె	ఒక స్పూను	ఉప్పు	సరిపడా
తాళింపు దినుసులు	కరివేపాకు		
కొత్తిమీర			

తయారుచేయు విధానము: స్టౌ మీద బాణలి పెట్టి నూనె వేసి తాళింపు గింజలు వేసి చిటపట లాడిన తరువాత ఉల్లిపాయ ముక్కలు, పచ్చిమిరప కాయ ముక్కలు వేసి కొద్దిగా వేగిన తరువాత క్యాప్సికమ్ ముక్కలు వేసి సగము ఉడికిన తరువాత టొమాటో ముక్కలు, ఉప్పు సరిపడా, కారము, పసుపు వేసి కూర దగ్గర పడ్డ తరువాత కొత్తిమీర వేసి దించుకోవాలి. చపాతీలలోకి, అన్నంలోకి కూడా చాలా బాగుంటుంది.

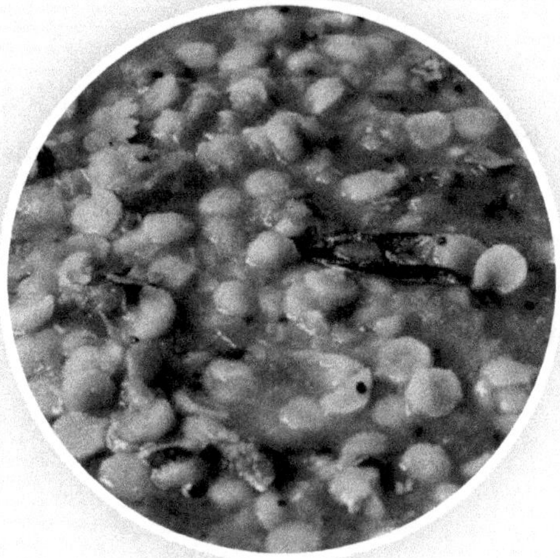

క్యాప్సికమ్-పచ్చిశనగపప్పు కుర్మా

కావలసిన పదార్థాలు

క్యాప్సికమ్ ముక్కలు	రెండు కప్పులు
నానబెట్టిన పచ్చిశనగపప్పు	పావు కప్పు
ఉల్లిపాయలు (ముక్కలు)	రెండు
పచ్చిమిరప కాయలు (ముక్కలు)	నాలుగు
అల్లం వెల్లుల్లి పేస్ట్	రెండు స్పూన్లు
గరం మసాల	ఒక స్పూను
పచ్చి కొబ్బరి	కొద్దిగా
పెరుగు	అర కప్పు
కారం	ఒక స్పూను
పసుపు	పావు స్పూను
నూనె	రెండు స్పూన్లు
ఉప్పు	సరిపడా
తాళింపు దినుసులు	
పుదీనా	
కరివేపాకు, కొత్తిమీర	

తయారుచేయు విధానము

కొబ్బరి మెత్తగా మిక్సీలో గ్రైండ్ చేసి పచ్చిమిరప, కొత్తిమీర కూర కూడా గ్రైండ్ చేసి పెట్టుకోవాలి. శనగపప్పు నానిన తరువాత కొంచెం పలుకుగా ఉడకబెట్టుకోవాలి. స్టౌ మీద బాణలి పెట్టి నూనె వేసి తాళింపు గింజలు వేసి ఉల్లిపాయ ముక్కలు వేగిన తరువాత పుదీనా వేసి తరువాత అల్లం, వెల్లుల్లి పేస్ట్ వేసి వేగిన తరువాత క్యాప్సికమ్ ముక్కలు వేసి కొద్దిగా ఉడికిన తరువాత శనగపప్పు, పచ్చిమిర్చి, కొత్తిమీర కలిపి గ్రైండ్ చేసిన మిశ్రమంలో పెరుగు కూడా కలిపి అన్ని కలిపి కూరలో వేసి ఉప్పు, కారం, పసుపు వేసి బాగా ఉడికిన తరువాత కొత్తిమీర వేసి దించాలి. మరీ గట్టిగా కాకుండా కొద్దిగా పల్చగా ఉంటే బాగుంటుంది. అన్నంలోకి, చపాతీలలోకి కూడా బాగుంటుంది.

క్యాప్సికమ్-బంగాళదుంప కూర

కావలసిన పదార్థాలు

క్యాప్సికమ్ ముక్కలు	రెండు కప్పులు
బంగాళదుంప ముక్కలు	ఒక కప్పు
ఉల్లిపాయలు (ముక్కలు)	రెండు
పచ్చిమిరప కాయలు (ముక్కలు)	నాలుగు
కారం	ఒక స్పూను
పసుపు	పావు స్పూను
నూనె	రెండు స్పూన్లు
ఉప్పు	సరిపడా
తాళింపు దినుసులు	
పుదీనా (తురుము)	అర కప్పు
కరివేపాకు	
కొత్తిమీర	

తయారుచేయు విధానము

స్టౌ మీద బాణలి పెట్టి నూనెవేసి కాగిన తరువాత తాళింపు గింజలు వేసి చిటపడలాడాక బంగాళదుంప ముక్కలు (చెక్కు తీసి కోసుకున్న) ఉల్లి, పచ్చిమిరప ముక్కలు వేసి ఉప్పు, కారం, పసుపు వేసి మగ్గనివ్వాలి. సగము ఉడికిన తరువాత క్యాప్సికమ్ ముక్కలు, తురిమి పెట్టుకున్న పుదీనా వేసి బాగా ఉడికిన తరువాత కొత్తిమీర వేసి కలిపి దించుకోవాలి. ఇది కూడా చపాతీల లోకి, అన్నంలోకి కూడా బాగుంటుంది.

బెండకాయ-క్యాప్సికం కూర

కావలసిన పదార్థాలు

బెండకాయలు	పావు కిలో
వెలుల్లి ముక్కలు	ఒక స్పూను
అల్లం ముక్కలు	ఒక స్పూను
పచ్చిమిరపకాయలు	ఐదు
క్యాప్సికం	రెండు
సోయాసాస్	టేబుల్ స్పూను
కార్న్‌ఫ్లోర్	టేబుల్ స్పూను
వెనిగర్	రెండు స్పూన్లు
అజినామోటో	కొద్దిగా
ఉల్లికాడలు	రెండు
నూనె	మూడు టీ స్పూన్లు
ఉప్పు	తగినంత
చక్కెర	తగినంత

తయారుచేయు విధానము: బెండకాయలు రెండు ముక్కలుగా కోసుకోండి. సగం కార్న్‌ఫ్లోర్, సగం సోయాసాస్‌లలో ఉప్పువేసి పలుచగా కలుపుకోవాలి. దీనిలో బెండకాయ ముక్కలు వేసి స్టౌ మీద పెట్టి బంగారు రంగు వచ్చే వరకు వేయించండి. పచ్చిమిర్చి, క్యాప్సికంలను కోసుకుని గింజలు తీసేయండి. బాణలిలో మూడు స్పూన్లు నూనెవేసి అల్లం, వెల్లుల్లి ముక్కలు వేసి ఒక నిముషం వేయించండి. తరువాత మిర్చి, క్యాప్సికం ముక్కలు వేసి మరో నిముషం వేయించండి. మిగిలిన సోయాసాస్ వేసి మరో నిముషం వేయించండి. తర్వాత ఒక కప్పు నీళ్ళు, ఉప్పు, చక్కెర, అజినామోటో వేసి బాగా కాగనివ్వండి. తర్వాత బెండముక్కలు వేసి ఒక నిమిషం ఉడికాక కార్న్‌ఫ్లోర్ కొద్దిగా నీళ్ళలో కలిపి పోయండి. చిక్కబడ్డ తర్వాత దించి వెనిగర్ కలిపి ఉల్లికాడ ముక్కల్ని పైన చల్లి వడ్డించండి. ఇది ఫ్రైడ్‌రైస్‌తో తింటే బాగుంటుంది.

మునగాకు -కాప్సికమ్ కూర

కావలసిన పదార్థాలు

మునగాకు	150గ్రా.
కాప్సికమ్	రెండు (ముక్కలు చేసి పెట్టుకోవాలి)
టొమాటోలు	రెండు
పచ్చిమిరపకాయముక్కలు	మూడు
ఉల్లిపాయ	ఒకటి (ముక్కలు చేసి పెట్టుకోవాలి)
కారం	ఒక స్పూను
పసుపు	పావు స్పూను
ఉప్పు	రుచికి తగినంత
తాళింపు దినుసులు	
నూనె	మూడు స్పూన్లు
కరివేపాకు	
కొత్తిమీర	

తయారుచేయు విధానము

మునగాకు శుభ్రంచేసి పెట్టుకోవాలి. స్టౌ మీద బాణలి పెట్టి నూనెవేసి వేడిచేసి తాళింపువేసి దానితో క్యాప్సికం ముక్కలు, ఉల్లి, పచ్చిమిరప ముక్కలు, టొమాటో ముక్కలు వేసి కారం, ఉప్పు, పసుపు వేసి వేగిన తరువాత మునగాకు వేసి బాగా వేగి ఉడికిన తరువాత దించే ముందు కొత్తిమీర వేయవలయును.

క్యాప్సికమ్ సలాడ్

కావలసిన పదార్థాలు

ఎరుపు, పసుపు క్యాప్సికమ్‌లు	రెండు	కీరా దోసకాయ	ఒకటి
టొమాటోలు	నాలుగు	ఉల్లికాడలు	కట్ట
కొత్తిమీర తురుము	రెండు టేబుల్ స్పూన్లు	వెల్లుల్లి	రెండు రెబ్బలు
ఆలివ్ నూనె	టేబుల్ స్పూను	మిరియాల పొడి	కొద్దిగా
ఉప్పు	రుచికి తగినంతగా	పుదీనా (తురుము)	కొద్దిగా
నిమ్మరసం	రెండు కాయలు		

తయారుచేయు విధానము: గింజలు తీసేసి క్యాప్సికమ్ సన్నగా చీల్చాలి. కీరా, టొమాటోలు చిన్న ముక్కలుగా కోయాలి. ఇవన్నీ వెడల్పాటి గిన్నెలో వేసి కలపాలి. తరువాత ఉల్లికాడల తురుము, పుదీనా, కొత్తిమీర తురుము వేసి కలపాలి. వెల్లుల్లి రెబ్బల్ని చిదిమి ఆలివ్ నూనెలో వేయాలి. నిమ్మరసం కూడా పిండి నూనెలో కలపాలి. ఇప్పుడు దీన్ని ముక్కల మీద చల్లాలి. తరువాత మిరియాల పొడి కూడా చల్లి, ఉప్పు (కలిపి) చల్లి అందించాలి. ఇది టోస్ట్ చేసిన బ్రెడ్‌తో తింటే చాలా బాగుంటుంది.

పచ్చి బఠాణీ

ఇది గుండెకు చాలా మంచిది.

పచ్చి బఠాణి ఎన్నో విధాలుగా వాడుకోవటానికి అనువైనది. దీనితో టొమాటో కలిపి కూర చేసుకోవచ్చు. ప్రతి కూరలో, వంకాయ, క్యాబేజి, కాలిఫ్లవర్... ఏ కూరలో వేసి చేసినా కూరకే రుచి వస్తుంది. బఠాణీతో బిరియానీ కూడా చేయవచ్చు. కైమాలో, మాంసములో వేస్తే చాలా బాగుంటుంది.

పచ్చి బఠాణి + టొమాటో

కావలసిన పదార్థాలు

పచ్చి బఠాణీలు	ఒక కప్పు	టొమాటోలు	పావు కిలో
ఉల్లిపాయ ముక్కలు	రెండు	పచ్చిమిర్చి ముక్కలు	నాలుగు
వేరుశనగపప్పు / నువ్వులు	రెండు స్పూన్‌లు	జీలకఱ్ఱ పొడి	ఒక స్పూను
కారం	ఒక స్పూను	పసుపు పావు స్పూను	
ఉప్పు	రుచికి సరిపడ	తాళింపు దినుసులు	
నూనె	రెండు స్పూన్లు	కరివేపాకు	
కొత్తిమీర		కొబ్బరికోరు (ఇష్టమున్నవారు వేసుకోవచ్చు, లేకపోయినా ఫర్వాలేదు)	

తయారుచేయు విధానము: టొమాటోలు, ఉల్లిపాయలు, పచ్చిమిరపకాయలు ముక్కలు కోసి పెట్టుకోవాలి. బఠాణీలు ఉడికించి పెట్టుకోవాలి. వేరుశనగపప్పుగానీ నువ్వులుగానీ, జీలకఱ్ఱ వేయించి పొడి చేసుకుని పెట్టుకోవాలి. స్టౌ మీద బాణలి పెట్టి నూనె పోసి తాళింపు దినుసులు, కరివేపాకు వేసి వేగిన తరువాత ఉల్లి, పచ్చిమిరపకాయ ముక్కలువేసి టొమాటో ముక్కలువేసి ఉడికిన తరువాత బఠాణి, వేయించి పొడి చేసుకున్న పొడి వేసి ఉప్పు, కారం, పసుపు వేడి దగ్గర పడేవరకు స్టౌ మీద ఉంచి ఉడికిన తరువాత దించేముందు కొత్తిమీర కలిపి దించి గిన్నెలోకి తీసుకోవాలి. చాలా రుచిగా అన్నంలోకి, చపాతీలలోకి కూడా బాగుంటుంది.

- పచ్చి బఠాణీలు ఒక కప్పు ఉడకబెట్టుకుని కాలిఫ్లవర్ కూరలోకి, అదేవిధంగా క్యాబేజీ కూరలోకి, వంకాయ కూరలో, బంగాళదుంప (ఉర్లగడ్డ) కూరలోకి వేసుకోవచ్చు. విధిగా వేరుశనగపప్పు గానీ, నువ్వులుగానీ, కొబ్బరికోరుగానీ వేయాలనేమీ లేదు. ఎప్పుడయినా మనకు వేరే రుచి కావాలనుకున్నప్పుడు ఇలాంటివి కలిపి చేసుకుంటే బాగుంటుంది. టొమాటోలు వేసినప్పుడు కూరలో నీరు వస్తుంది. సన్నని సెగలో ఉడికితే వేరే నీరు పోయవలసిన పనిలేదు. లేకపోతే పావు కప్పు నీరు చేర్చి ఉడకనివ్వాలి. దించేముందు కొత్తిమీర తురుము వేస్తే రుచి బాగుంటుంది.

బఠాణి ఫ్రైడ్ రైస్

కావలసిన పదార్థాలు

బఠాణీలు	ఒక కప్పు	బియ్యము	రెండు కప్పులు
అల్లం, వెల్లుల్లి పేస్ట్	ఒక స్పూను	ఉల్లిపాయలు	రెండు ఉల్లిపాయల తరుగు
పచ్చిమిర్చి (ముక్కలు)	నాలుగు	లవంగాలు	నాలుగు
దాల్చినచెక్క	ఒక అంగుళం	జాజికాయ ముక్క	కొద్దిగా
జాపత్రి	రెబ్బ	అనాసపువ్వు	ఒకటి
యాలక్కాయ	ఒకటి	షాజీరా	కొద్దిగా
ఉప్పు	రుచికి సరిపడ	నూనె లేదా నెయ్యి	నాలుగు స్పూన్లు
కొత్తిమీర	ఒక టేబుల్ స్పూను	పుదీనా	పావు కప్పు

తయారుచేయు విధానము: ఒక బాణలి స్టౌ మీద పెట్టి నూనెగానీ, నెయ్యిగానీ వేసి వేడి అయిన తరువాత మసాలా దినుసులన్నీ వేసి పుదీనా వేసి తరువాత ఉల్లి, పచ్చిమిర్చి ముక్కలు వేసి వేగిన తరువాత అల్లం, వెల్లుల్లి పేస్ట్ వేసి వేగిన తరువాత బియ్యంవేసి కొద్దిగా వేయించి అందులో నాలుగు కప్పులు నీరుపోసి ఉప్పువేసి కుక్కర్‌లోకి మార్చి మూడు విజిల్స్ వచ్చిన తరువాత దించి ఆవిరిపోయిన తరువాత కొత్తిమీర వేయవలయును.

చిక్కుడుకాయ-టొమాటో కూర

కావలసిన పదార్థాలు

చిక్కుడుకాయలు	పావు కిలో (అటు, ఇటు ఈనెలు తీసేసి శుభ్రం చేసుకోవాలి)
ఉల్లిపాయలు	రెండు (ముక్కలు కోసి పెట్టుకోవాలి)
టొమాటోలు	నాలుగు (సన్నగా ముక్కలు కోసి పెట్టుకోవాలి)
ఉప్పు	రుచికి సరిపడా
కారం	ఒక స్పూను
పసుపు	పావు స్పూను
నూనె	రెండు స్పూన్లు
తాళింపు దినుసులు	
కొత్తిమీర	

తయారుచేయు విధానము: చిక్కుడుకాయలు కొద్దిగా ఉప్పు వేసి ఉడకబెట్టుకోవాలి. స్టౌ మీద బాణలిపెట్టి వేడి అయిన తరువాత నూనె వేసి కాగిన తరువాత ఉల్లిపాయ ముక్కలు వేసి టొమాటో ముక్కలు వేసి సగము ఉడికిన తరువాత ఉడకబెట్టి పెట్టుకున్న చిక్కుడుకాయలు వేయాలి. కారం, పసుపువేసి అవసరమయితే మరికొంచెం ఉప్పువేసి పూర్తిగా ఉడికిన తరువాత దించి కొత్తిమీర కలుపవలయును. చాలా రుచిగా ఉంటుంది.

కొబ్బరి-అవియల్

కావలసిన పదార్థాలు

పచ్చి కొబ్బరికాయ	ఒకటి	పచ్చిమిరపకాయలు (ముక్కలు)	నాలుగు
గట్టి పెరుగు	ఒక కప్పు	చిలగడదుంప	150గ్రా.
అరటికాయలు	రెండు	బంగాళదుంప	ఒకటి
వంకాయ	ఒకటి	గుమ్మడికాయ ముక్కలు	కొన్ని
పసుపు	చిటికెడు	ఉప్పు	సరిపడా
తాళింపు దినుసులు			
కరివేపాకు రెబ్బలు	నాలుగు		

తయారుచేయు విధానము

పచ్చి కొబ్బరి తురుముకుని అందులో పచ్చిమిరపకాయలు వేసి మెత్తగా రుబ్బుకోవాలి. అవసరమనుకుంటే కొద్దిగా నీరు పోసుకోవచ్చు. ఈ మిశ్రమానికి పెరుగు కలిపి ప్రక్కన పెట్టుకోవాలి. కూరగాయలన్నింటినీ కావలసిన సైజులో ముక్కలు కోసుకుని వాటిని ఉడికించుకోవాలి. ఇవి ఉడికిన తరువాత సిద్ధంచేసి పెట్టుకున్న కొబ్బరి ముద్దను జతచేయాలి. కొద్దిసేపు ఉడికిన తరువాత ఉప్పు, పసుపు, కరివేపాకు వేసి మరీ పలుచగా, మరీ ముద్దగా కాకుండా ఉడికించుకోవాలి. దింపేముందు కొద్దిగా కొత్తిమీర చల్లి దింపేయాలి. ఈ వంటకంలో నూనె వాడనక్కరలేదు. దీన్ని వేడివేడి అన్నం లేదా చపాతీలలో తింటే చాలా బాగుంటుంది. ఆరోగ్యానికి చాలా మంచిది.

ములక్కాయ-టొమాటో కూర

కావలసిన పదార్థాలు

ములక్కాయలు	మూడు
టొమాటోలు	నాలుగు
ఉల్లిపాయలు	రెండు
పచ్చిమిరపకాయలు	రెండు
కారం	ఒక స్పూను
పసుపు	పావు స్పూను
ఉప్పు	రుచికి సరిపడా
నూనె	రెండు స్పూన్లు
తాళింపు దినుసులు	
కొత్తిమీర	

తయారుచేయు విధానము: ములక్కాయలు, టొమాటోలు, ఉల్లిపాయలు, పచ్చిమిరప కాయలు అన్నీ కడిగి ముక్కలు కోసి పెట్టుకోవాలి. స్టౌ మీద మందపాటి గిన్నెపెట్టి నూనెపోసి వేడెక్కిన తరువాత తాళింపు గింజలు వేసి కాలిన తరువాత ములక్కాయ, టొమాటో, ఉల్లి, పచ్చిమిర్చి ముక్కలు వేసి, ఉప్పు, పసుపు కూడ వేసి కలిపి బాగా మగ్గనివ్వాలి. ముక్కలు ఉడికిన తరువాత కారం వేసి దించేముందు కొత్తిమీర చల్లి దించాలి.

ఇష్టమయితే కొద్దిగా కొబ్బరి నూరి కూడ వేసుకోవచ్చు.

ములక్కాయ-దోసకాయ కూర

కావలసిన పదార్థాలు

ములక్కాయలు	మూడు
దోసకాయ	ఒకటి
పచ్చిమిరపకాయలు	రెండు
ఉప్పు	రుచికి సరిపడా
కారం	ఒక స్పూను
పసుపు	పావు స్పూను
నూనె	రెండు స్పూన్లు
తాళింపు దినుసులు	
కొత్తిమీర	

తయారుచేయు విధానము

ములక్కాయలు, దోసకాయ, ఉల్లిపాయ, పచ్చిమిరపకాయలు ముక్కలు కోసి పెట్టుకోవాలి. స్టౌ మీద బాణలి పెట్టి నూనె పోసి వేడిగా అయిన తరువాత తాళింపు గింజలు వేసి కోసి పెట్టుకున్న ముక్కలన్నీ వేసి ఉప్పు, పసుపు వేసి మగ్గబెట్టాలి.

బాగా మగ్గి ముక్కలన్నీ ఉడికిన తరువాత కారం వేసి ఇంకో నిముషం ఉంచి కొత్తిమీర వేసి దించవలయును. రుచిగా ఉంటుంది. అన్నంలోకి బాగుంటుంది.

ములక్కాయ-దోసకాయ పులుసు

కావలసిన పదార్థాలు

ములక్కాయలు	2 అంగుళాల ముక్కలు చేసి పెట్టుకోవాలి.
దోసకాయ	ఒకటి చిన్నది (చెక్కుతీయకుండా ముక్కలు చేసి పెట్టుకోవాలి)
ఉల్లిపాయ	ఒకటి
పచ్చిమిరపకాయలు	రెండు (ముక్కలు కోసి పెట్టుకోవాలి)
చింతపండు	నిమ్మకాయంత (నానబెట్టి పులుసు తీసి పెట్టుకోవాలి)
ఉప్పు	రుచికి సరిపడా
నూనె	రెండు స్పూన్లు
తాళింపు గింజలు	
కొత్తిమీర	

తయారుచేయు విధానము:

మందపాటి గిన్నెలో ములక్కాయ, దోసకాయ, ఉల్లి, పచ్చిమిర్చి ముక్కలు వేసి ఉప్పు, కారం, పసుపువేసి చింతపండు పులుసు పోసి స్టౌ మీద పెట్టి అన్నీ బాగా ఉడికిన తరువాత కళాయిలో నూనెవేసి కాగిన తరువాత తాళింపు పెట్టి ఉడికిన పులుసు వేసి కొత్తిమీర వేయాలి.

గుమ్మడికూర

కావలసిన పదార్థాలు

తీపి గుమ్మడికాయ ముక్కలు	రెండు కప్పులు
ఉల్లిపాయ	ఒకటి
టొమాటో	ఒకటి
కొత్తిమీర తురుము	రెండు స్పూన్లు
అల్లం తురుము	ఒక స్పూను
పచ్చిమిరపకాయలు (ముక్కలు)	రెండు
పెరుగు	అర కప్పు
జీలకఱ్ఱ పొడి	ఒక టీ స్పూన్
పంచదార	కొద్దిగా
ఉప్పు	రుచికి సరిపడా
రుచికి సరిపడా	

తయారుచేయు విధానము

గుమ్మడికాయ ముక్కలు ఉడికించి వీటికి అల్లం తురుము, పచ్చిమిరపకాయ ముక్కలు, ఉల్లిపాయ ముక్కలు, టొమాటో ముక్కలు కలిపి ప్రక్కన పెట్టుకోవాలి. తగినంత ఉప్పు, పంచదార వేసి పెరుగును గిలకొట్టాలి. ఈ మిశ్రమాన్ని చల్లబరచి వడ్డించే ముందు గుమ్మడి ముక్కలపై పరవాలి. వేయించిన జీలకఱ్ఱ పొడి చల్లి వడ్డించాలి.

పచ్చిమిరపకాయల కూర

కావలసిన పదార్థాలు

లావు పచ్చిమిరపకాయలు	పావు కిలో
ఉల్లిపాయలు	ఒకటి
కొబ్బరి తురుము	ఒక టేబుల్ స్పూన్
నువ్వులు	రెండు టీ స్పూన్లు
జీలకర్ర	ఒక టీ స్పూన్
ధనియాలు పొడి	ఒక టీ స్పూను
కారం	ఒక స్పూను
అల్లం, వెల్లుల్లి	రెండు టీ స్పూన్లు
చిరోం జి	ఒక టేబుల్ స్పూన్
(గుమ్మడి లేదా దోసకాయ వంటి గింజలు)	
చింతపండు	నిమ్మకాయంత
నూనె	రెండు స్పూన్లు
ఉప్పు	సరిపడా
తాళింపు దినుసులు	
కరివేపాకు, కొత్తిమీర	

తయారుచేయు విధానము

చింతపండు వేడినీటిలో నానబెట్టి ఉంచాలి. ఉప్పు నీటిలో పచ్చి మిరపకాయలు వేసి రంగు విరిగే వరకు వేడి చేసి ప్రక్కన పెట్టుకోవాలి. నువ్వులు, గింజలు, తురిమిన కొబ్బరి తేలిగ్గా వేయించి పేస్టు తయారుచేసి పెట్టుకోవాలి. ఈ పేస్టుకు ధనియాల పొడి, కారం, పసుపు కలపాలి. పాత్రలో నూనె వేడిచేసి జీలకర్ర వేసి చిటపటలాడాక మసాలా అల్లంవెల్లుల్లి పేస్ట్ కలిపి నూనె విడిపడేవరకు వేయించాలి. ఉడికించి ఉంచుకున్న పచ్చి మిరప కాయలు, కరివేపాకు వేసి రెండు నిముషాలు వేయించి, చింతపండు గుజ్జు పోసి సెగ తగ్గించి చిక్కబడే వరకు ఉడకనివ్వాలి. కొత్తిమీర వేసి దించుకోవాలి. ఇది బిర్యానీకి మంచి కాంబినేషన్.

పచ్చిమిరపకాయలతో ఊరమిరపకాయలు

కావలసిన పదార్థాలు

పచ్చిమిరపకాయలు	ఒక కిలో
(లావుగా, పొట్టిగా ఉన్నవి)	
పెరుగు	రెండు కిలోలు
(చిక్కగా ఉన్న మజ్జిగ అయినా ఫరవాలేదు – పుల్లగా ఉండాలి)	
ఉప్పు	తగినంత
పసుపు	రెండు స్పూన్లు
వాము పొడిచేసి	25గ్రా.

తయారుచేయు విధానము: ఊర మిరపకాయలు అనగానే అబ్బా అంత శ్రమపడి చేసుకోవాలా! సూపర్ బజారులలో దొరుకుతాయి కదా! కొనేసుకుంటే సరిపోతుంది కదా అనుకుంటారు. కానీ ఏవయినా మనం తయారు చేసుకుంటే అదో తృప్తి. చేసుకోవటం కూడా చాలా తేలికే. మిరపకాయలు ఒక కిలో కొంచెం లావుగా పొట్టిగా ఉన్నవి తీసుకోవాలి. పెరుగు రెండు కిలోలు (చిక్కగా ఉన్న మజ్జిగయినా ఫరవాలేదు. కానీ పుల్లగా ఉండాలి. ఉప్పు తగినంత. పసుపు రెండు స్పూన్లు, వాము టీ స్పూను)

పచ్చిమిర్చి కడిగి సూదితో పొడవుగా గాటు పెట్టి ఉంచాలి. తరువాత మిరపకాయలు పసుపు, ఉప్పు, వాము కూడా మజ్జిగలో వేసి మూడు రోజులుంచాలి. తరువాత మిరపకాయలు చేత్తో గట్టిగా పిండి ఎండలో పెట్టాలి. మళ్ళీ సాయంత్రం వాటిని మజ్జిగలో వేయాలి. ఇలా మజ్జిగ ఇగిరిపోయేవరకు చేసి మిరపకాయలు గల గలలాడే వరకు ఎండనిచ్చి నిలవచేయాలి. కారం తినగలిగితే సన్న మిరపకాయలతో కూడా చేయవచ్చు.

పచ్చిమిరపకాయల పచ్చడి

కావలసిన పదార్థాలు

పచ్చిమిరపకాయలు	పావు కిలో
పచ్చి కొబ్బరి తురుము	ఒక కప్పు
ధనియాలు	రెండు స్పూన్లు
వెల్లుల్లి	పది రెబ్బలు
పచ్చి శనగపప్పు	ఒక స్పూను
చింతపండు	100గ్రా.
నూనె	ఒక టేబుల్ స్పూన్
జీలకర్ర	ఒక స్పూను
మినపప్పు	ఒక స్పూను
ఉప్పు	సరిపడ

తయారుచేయు విధానము

పచ్చిమిరపకాయలు కడిగి పెట్టుకుని బాణలిలో నూనెవేసి పచ్చిమిరప కాయలు వేసి బాగా మగ్గనివ్వాలి. చింతపండు వేడి నీటిలో నానబెట్టుకోవాలి. ధనియాలు, మినపప్పు, శనగపప్పు, జీలకర్ర వేసి వేయించుకుని పొడి కొట్టి పెట్టుకోవాలి. మగ్గించి పెట్టుకున్న మిరపకాయలను మిక్సీలో వేసి, చింతపండు, ఉప్పు, వెల్లుల్లి కూడా వేసి గ్రైండ్ చేసి దీనిలో పొడి కొట్టి పెట్టుకున్న మిశ్రమం కూడ వేసి గిన్నెలోకి తీసి పెట్టుకోవాలి. ఇది ముద్దపప్పుతో అన్నంలోకి చాలా బాగుంటుంది.

కొబ్బరితో కూర

కావలసిన పదార్థాలు

కొబ్బరికాయ (తురుము)	ఒకటి
ఉల్లిపాయ (ముక్కలు)	ఒకటి
పచ్చిమిరపకాయలు (ముక్కలు)	రెండు
వెల్లుల్లి	ఐదు రెబ్బలు
పసుపు	పావు స్పూను
కారం	ఒక స్పూను
ఉప్పు	రుచికి సరిపడ
నూనె	ఒక స్పూను
తాళింపు దినుసులు	
కొత్తిమీర	కొద్దిగా
కరివేపాకు	కొద్దిగా

తయారుచేయు విధానము

తురిమిన కొబ్బరి, ఉల్లిపాయ ముక్కలు, పచ్చిమిరప ముక్కలు, తాళింపు కొరకు బాణలిపెట్టి నూనెవేసి కాగిన తరువాత తాళింపు వేసి ఉల్లిపాయ, పచ్చిమిరప కాయ ముక్కలు వేసి కొద్దిగా ఉప్పు, పసుపు వేసి తురిమిన కొబ్బరి వేసి మూతపెడితే ఐదు నిముషాలలో బాగా మగ్గి కూర తయారవుతుంది. దింపేముందు నాలుగు వెల్లుల్లి రెబ్బలను దంచి వేసి, కారం కూడా వేసి దించండి. కొత్తిమీర వేసి గిన్నెలోకి తీయండి. కూర అన్నంలోకి, చపాతీలలోకి చాలా బాగుంటుంది.

వెల్లుల్లిపాయల కూర

కావలసిన పదార్థాలు

వలిచిన వెల్లుల్లి గర్భాలు	200గ్రా.
ఉల్లిపాయ	ఒకటి
పచ్చిమిరపకాయలు	రెండు (ముక్కలు కోసి)
కారం	ఒక స్పూను
పసుపు	పావు స్పూను
ఉప్పు	రుచికి సరిపడ
గసగసాలు	ఒక స్పూను
నూనె	ఒక స్పూను

తయారుచేయు విధానము

స్టౌ మీద బాణలిపెట్టి నూనెవేసి వేడెక్కిన తరువాత ఉల్లిపాయ, పచ్చిమిర్చి ముక్కలు వేసి వేగిన తరువాత వెల్లుల్లి కూడ వేసి మరికొద్దిసేపు వేయించాలి. ఉప్పు, కారం, పసుపు వేసి మూతపెట్టి కొద్దిసేపు మగ్గనిచ్చి, గసగసాలు పేస్టు చేసి వేసి ఒక అరగ్లాసు నీళ్ళుపోసి వెల్లుల్లి మెత్తగా ఉడికేవరకు ఉంచి కొత్తిమీర తరుగువేసి దించుకోవాలి. రుచిగా ఉంటుంది.

మామిడికాయ-పప్పు

కావలసిన పదార్థాలు

కందిపప్పు/పెసరపప్పు	ఒక కప్పు
మామిడికాయ (ముక్కలు)	ఒక కాయ
ఉల్లిపాయ (ముక్కలు)	ఒకటి
పచ్చిమిరపకాయ (ముక్కలు)	నాలుగు
కారం	ఒక స్పూను
పసుపు	అర స్పూను
ఉప్పు	రుచికి సరిపడ
తాళింపు దినుసులు	
నూనె	రెండు స్పూన్లు
కరివేపాకు	కొద్దిగా
కొత్తిమీర	కొద్దిగా

తయారుచేయు విధానము

ఒక కప్పు కందిపప్పు కడిగి కుక్కర్‌లో వేసి, ఉల్లిపాయ ముక్కలు, పచ్చిమిరపకాయ ముక్కలు, పచ్చిమామిడకాయ ముక్కలు, పసుపు, కారం వేసి రెండు, మూడు విజిల్స్ వచ్చేవరకు ఉంచి స్టౌ మీద నుండి దించి కొంచెంసేపు, అంటే ప్రెజరు తగ్గేవరకు ఉండి కుక్కర్ మూతతీసి ఉప్పు కలిపి ఎనిపిన తరువాత తాళింపు వేసుకోవాలి. దించేముందు కొత్తిమీర సన్నగా తరిగి కలిపి గిన్నెలోకి తీసుకోవాలి. రొట్టెలలోకి, అన్నంలోకి బాగుంటుంది.

బెండ రైతా

కావలసిన పదార్థాలు

బెండకాయలు	ఐదు
పెరుగు	ఒక కప్పు
కారం	పావు స్పూను
వేయించిన జీలకఱ్ఱ పొడి	పావు స్పూను
కొత్తిమీర	
ఉప్పు	సరిపడ
చక్కెర	తగినంత

తయారుచేయు విధానము

బెండకాయ చివర్లు తీసేసి రెండు ముక్కలుగా కోసుకోవాలి. వీటిని నూనెలో డీప్ ఫ్రై చేసి న్యూస్‌పేపరు మీద వేస్తే నూనె పీల్చేస్తుంది. ఈలోగా పెరుగు గిలకొట్టి కారం, జీలకఱ్ఱ పొడి, ఉప్పు, చక్కెర కలపాలి. తరువాత బెండ ముక్కల్ని వేసి పైన కొత్తిమీర చల్లుకోవాలి. ఎండాకాలంలో తినడానికి హాయిగా ఉంటుంది.

పుట్టగొడుగులు-గోంగూరతో

కావలసిన పదార్థాలు

పుట్టగొడుగులు	200 గ్రా.	ఉల్లిపాయలు	మూడు
అల్లం-వెల్లుల్లి పేస్ట్	రెండు స్పూన్‌లు	కారం	ఒకటిన్నర స్పూను
పచ్చిమిరపకాయలు	ఆరు	పసుపు	పావు టీ స్పూను
కొత్తిమీర	రెండు కట్టలు	నూనె	50గ్రా.
గోంగూర	మూడు కప్పులు		

తయారుచేయు విధానము

పుట్ట గొడుగుల్ని శుభ్రంగా కడిగి ఉడికించి ప్రక్కన ఉంచాలి. గోంగూరను శుభ్రంగా కడిగి ఓ గ్లాసు నీళ్ళు పోసి పచ్చిమిర్చి వేసి ఉడికించి ఉంచాలి. తరువాత ఈ ఆకుల్ని మెత్తగా మెదపాలి.

బాణలిలో నూనె వేసి సన్నగా తరిగిన ఉల్లిపాయ ముక్కల్ని వేసి దోరగా వేయించాలి. అందులో అల్లం, వెల్లుల్లి పేస్ట్, కారం, పసుపు వేసి కలపాలి. తరువాత ఉడికించి ఉంచిన పుట్టగొడుగులను, గోంగూర, ఉప్పు తగినంత వేసి బాగా ఉడక నిచ్చి కొత్తిమీర తరుగు వేసి దించాలి.

బటన్ మష్రూమ్స్

కావలసిన పదార్థాలు

బటన్ మష్రూమ్స్	200గ్రా.	టొమాటోలు	రెండు
ఉల్లిపాయ	ఒకటి	పసుపు	అర స్పూను
క్యాప్సికం కారం	టీ స్పూను	మటన్ మసాలా	టేబుల్ స్పూను
గరంమసాలా	టీ స్పూను	ఉప్పు	తగినంత
కొత్తిమీర తరుగు	పావు కప్పు	వెన్న	ఆరు టేబుల్ స్పూన్లు
వెల్లుల్లి రెబ్బలు	నాలుగు		

తయారుచేయు విధానము

మష్రూమ్స్‌ని వేడి నీళ్ళలో బాగా కడిగి రెండు ముక్కలుగా కోయాలి. ఓ గిన్నెలో వెన్న వేసి కరిగించాలి. ఇప్పుడు సన్నగా తరిగిన ఉల్లి, వెల్లుల్లి ముక్కలు వేసి వేయించాలి. తరువాత క్యాప్సికమ్ ముక్కలు, పసుపు, కారం వేసి వేయించాలి. టొమాటో ముక్కలు కూడా వేసి ఓ రెండు నిముషాలు మగ్గనివ్వాలి. ఇప్పుడు గరంమసాలా, మటన్ మసాలా, ఉప్పు వేసి కలపాలి. తగినన్ని నీళ్ళు కూడా పోసి మూతపెట్టి సన్నని మంటమీద ఉడికించాలి. చివరగా కొత్తిమీర తరుగువేసి కలిపి దించాలి. ఇది చపాతీలలోకి, రోటీలలోకి కూడా చాలా రుచిగా ఉంటుంది.

స్పైసీగా ఉండే పప్పుకూర

కావలసిన పదార్థాలు

పెసరపప్పు	రెండు కప్పులు	ఏదైనా ఆకు కూర	రెండు కప్పులు
టొమాటో	ఒకటి	వెల్లుల్లి ముక్కలు	ఒక టీ స్పూన్
అల్లం ముక్కలు	ఒక టీ స్పూన్	పసుపు	ఒక టీ స్పూన్
కారం	ఒక టీ స్పూన్	నూనె	రెండు టేబుల్ స్పూన్లు
రుచికి	తగినంత ఉప్పు		

తయారుచేయు విధానము

బాణలిలో నూనెవేసి వేడిచేసి అల్లం, వెల్లుల్లి ముక్కలు వేసి ఒక నిముషంపాటు వేయించాలి. టొమాటో ముక్కలు, పసుపు, కారం వేసి బాగా కలియబెట్టాలి. తరిగిన ఆకుకూర వేసి ఉడికించిన పప్పు ఒక కప్పు నీరు జతచేసి బాగా ఉడుకు పట్టాక సెగ తగ్గించి అయిదు నిముషాలుంచి తాళింపుపెట్టి దించాలి. ఇది అన్నంలోకి తినటానికి చాలా రుచిగా ఉంటుంది.

అటుకులు-ఆలు మసాలా కర్రీ

కావలసిన పదార్థాలు

అటుకులు	మూడు కప్పులు
బంగాళాదుంప	పెద్దది ఒకటి
(ఉడికించి ముక్కలు చేసి పెట్టుకోవాలి)	
పచ్చి బఠాణీలు	పావు కప్పు (ఉడికించి పెట్టుకోవాలి)
క్యారెట్లు	రెండు లేక మూడు
(ముక్కలు కోసి ఉడికించి పెట్టుకోవాలి)	
పచ్చిమిరపకాయలు	రెండు
కరివేపాకు	కొన్ని ఆకులు
జీలకఱ్ఱ	ఒక టీ స్పూన్
నూనె	కావలసినంత
ఉప్పు	తగినంత
నిమ్మరసం	రుచికి సరిపడా
పసుపు	చిటికెడు
పంచదార కొద్దిగా	
కొబ్బరి తురుము	కొద్దిగా

తయారుచేయు విధానము

అటుకుల్ని శుభ్రంచేసుకుని నీటిలో ఒకటి, రెండు నిముషాలు నానబెట్టి నీరంతా పిండుకుని ప్రక్కన పెట్టుకోవాలి. బాండీ తీసికుని స్టౌ పై పెట్టి అందులో నూనె వేసి కాగిన తరువాత పచ్చిమిరపకాయ ముక్కలు, ఉల్లిపాయ ముక్కలు, కరివేపాకు వేసి వేయించుకోవాలి. ఇవి దోరగా వేగిన తరువాత ఉడికించి సిద్ధంగా పెట్టుకున్న కూరగాయల ముక్కలు, ఉప్పు, పసుపు వేసి మరికొంచెంసేపు ఉడికించి, అటుకులు, నిమ్మరసం వేసి కొద్దిసేపుంచి దింపేముందు కొబ్బరి తురుము చల్లి దింపేయాలి. ఇది చపాతీలు, వేడి వేడి అన్నంలోకి చాలా బాగుంటుంది.

ముద్ద పప్పు

కావలసిన పదార్థాలు

కందిపప్పు	ఒక కప్పు
(వేరే ఏ పప్పయినా తీసుకోవచ్చు)	
నీరు	రెండు కప్పులు
పసుపు	పావు స్పూను

ఉడికిన తరువాత ఎనిపేటప్పుడు (మెత్తగా చేసటప్పుడు) కలపటానికి రుచికి సరిపడే ఉప్పు

తయారుచేయు విధానము

ప్రెజర్ కుక్కర్‌లో ఒకటిన్నర గ్లాసుల నీళ్ళుపోసి, కుక్కర్లో సరిపడే గిన్నెలో పప్పువేసి కడిగి రెండు గ్లాసులు నీరు, పసుపు వేసి కుక్కర్లో పెట్టి మూడు లేక నాలుగు విజిల్స్ వచ్చేవరకు ఉంచి దించి ప్రక్కనపెట్టి ఆరిన తరువాత (ప్రెజరు తగ్గాక) మూతతీసి ఉడికిన పప్పులో సరిపడ ఉప్పు వేసి మెత్తగా ఎనిపి గిన్నెలోకి తీసుకోవాలి.

వివిధ రకాల పప్పుల ఉపయోగాలు

కంది పప్పు: **పప్పుల్లో ఇది బాగా ప్రసిద్ధి చెందిన పప్పు. ఇది కాంప్లెక్స్ డైటరీని పుష్కలంగా అందిస్తుంది.**

పెసర పప్పు: **ఈ పప్పు ధాన్యంలో తక్కువ క్యాలరీలు ఉంటాయి. ఐరన్ అండ్ పొటాషియం ఎక్కువ. ఇవి రెండూ కూడా ఆరోగ్యానికి అత్యధిక ప్రయోజనాలను అందిస్తాయి.**

శనగ పప్పు: **శనగపప్పులో అనేక మినరల్స్ అంటే, కాపర్, మెగ్నీషియం మొదలగునవి పుష్కలంగా ఉండటం వల్ల తరచూ తింటుంటే డయాబెటిస్‌ను దూరంగా ఉంచవచ్చు.**

ఎర్ర కందిపప్పు: **ఈ పప్పు బైల్ రిఫ్లెక్స్‌తో బాధపడే వారికి చాలా ఆరోగ్యకరం. ఇది శరీరంలో రక్త సరఫరాను మెరుగుపరుస్తుంది.**

కాబూలీ దాల్ : **ఇది అలసంద వంటి పప్పు. ఇందులో ఐరన్ మరియు ఫోలిక్ యాసిడ్స్ పుష్కలంగా ఉండటం వల్ల హీమోగ్లోబిన్ పెంచడంలో సహాయపడుతుంది.**

సోయా దాల్: **సోయా బీన్ దాల్ లో అధికంగా ప్రోటీనులు మరియు విటమిన్ డి ఉండి, ఎముకలకు సహాయపడుతుంది.**

Bulbous Roots

క్యారెట్

- ✓ Improves eye sight
- ✓ Prevents heart diseases
- ✓ Reduces high blood pressure
- ✓ Maintains good digestive health
- ✓ Regulates blood sugar levels
- ✓ Prevents macular degeneration
- ✓ Reduces risk of cancer & stroke
- ✓ Boosts immune system

క్యారెట్‌లో 'ఎ' విటమిన్ సమృద్ధిగా ఉంటుందని మనందరికి తెలుసు. క్యారెట్టు తురుము కూరగాను, పచ్చడిగాను, సలాడ్‌గాను, చపాతీలలోకి, ఇడ్లీలలోకి వాడుతాము.

క్యారెట్ తురుము కూర

కావలసిన పదార్థాలు

క్యారెట్ తురుము	రెండు కప్పులు	ఎండు/పచ్చి కొబ్బరి	అర కప్పు
ఉల్లిపాయలు (ముక్కలు)	రెండు	పచ్చిమిరప కాయలు (ముక్కలు)	నాలుగు
కారం	ఒక స్పూను	పసుపు	పావు స్పూను
నూనె	రెండు స్పూన్లు	ఉప్పు	సరిపడా
తాళింపు దినుసులు			
వెల్లుల్లి	నాలుగు రెబ్బలు		
కరివేపాకు, కొత్తిమీర			

తయారుచేయు విధానము: స్టౌ మీద బాణలిపెట్టి నూనె వేసి వేడి అయిన తరువాత తాళింపు దినుసులు వేసి వేగిన తరువాత ఉల్లి, పచ్చిమిరప కోసిన ముక్కలు వేసి, తురిమిన క్యారెట్టు వేయాలి. తరువాత ఉప్పు, పసుపు వేసి మూతబెట్టి మగ్గనివ్వాలి. మగ్గిన తరువాత కొబ్బరివేసి కొద్దిసేపుంచి అన్నీ ఉడికిన తరువాత వెల్లుల్లిపాయలు నలక్కొట్టి, కారం, వెల్లుల్లి వేసి ఒక నిముషమాగి కొత్తిమీర కలిపి దించుకోవాలి. ప్రతి కూర?ిగానే అన్నంలోకి, చపాతీలోకి, దోశలలోకి కూడ బాగుంటుంది.

క్యారెట్ పచ్చడి

తయారుచేయు విధానము:

రెండు కప్పుల క్యారెట్టు, ఐదు పచ్చిమిరపకాయలు బాణలిలో స్పూను నూనెవేసి మగ్గనిచ్చి కొద్దిగా చింతపండు, ఉప్పు, జీలకఱ్ఱ పొడి, వెల్లుల్లి వేసి గ్రైండ్ చేసి తాళింపు పెడ్తే రుచిగా ఉంటుంది. గిన్నెలోకి తీసేముందు సన్నగా తరిగిన కొత్తిమీర, కరివేపాకు కలుపుకోవాలి.

క్యారెట్ తురుము రెండు కప్పులు, నాలుగు కప్పుల గోధుమ పిండిలో కొద్దిగా నీళ్ళు, ఉప్పు వేసి చపాతీలకు కలుపుకుని చిన్నముద్దలు చేసి చపాతీలు చేసుకుంటే రుచిగానూ ఉంటుంది. ఆరోగ్యానికి చాలా మంచిది.

క్యారట్టు + కాప్సికమ్ కూర

కావలసిన పదార్థాలు

క్యారట్టు తురుము	1 కప్పు
కాప్సికమ్ ముక్కలు	1 కప్పు
పచ్చికొబ్బరి	సగం చెక్క (తురుముకోవాలి)
పెసరపప్పు	50 గ్రా. (నానబెట్టినపప్పు)
పచ్చిమిర్చి+ఉల్లిపాయ ముక్కలు	సరిపడా
వెలుల్లి+అల్లం తరుగు	
కొత్తిమీర+కరివేపాకు	
నూనె+పసుపు	పావు స్పూను

తయారుచేయు విధానము

పాన్‌లో నూనె వేసి వేడెక్కిన తరువాత తాళింపు గింజలు వేసి అవి వేగిన తరువాత ఉల్లి ముక్కలు, కొత్తిమీర, కరివేపాకు వేసి వేగిన తరువాత అల్లం తురుము, వెల్లుల్లి తురుము వేసి వేగిన తరువాత పచ్చిమిర్చి ముక్కలు వేసి వేగిన తరువాత నానబెట్టిన పెసరపప్పు వేసి మూతపెట్టాలి. పెసరపప్పు ఉడికిన తరువాత క్యారట్టు, క్యాప్సికమ్ ముక్కలు వేసి ఉప్పు, పసుపు వేసి మూతపెట్టి బాగా ఉడికిన తరువాత తురిమిన కొబ్బరి వేసి 2 నిమిషాలు ఉడికించాలి. తరువాత కొత్తిమీర వేసి దింపేయాలి. దీనితో సమోసాలు, పరోటాలు కూడా చేసుకోవచ్చు. చాలా రుచిగా ఉంటుంది.

క్యారెట్ ఇడ్లీ

తయారుచేయు విధానము

మనము రుబ్బి పెట్టుకున్న ఇడ్లీ పిండిలో క్యారెట్టు తురుము కలిపి మామూలు ఇడ్లీ గిన్నెలో వేసిన ఇడ్లీలు ఆరోగ్యానికి చాలామంచిది. అప్పుడప్పుడు పిల్లలకు ఇలా మార్పు కొరకు చేసి పెట్టవచ్చు.

- ఇలాగే దోశ పిండిలో కూడ కలిపి దోశలు చేయవచ్చు.

క్యారెట్ కుర్మా

కావలసిన పదార్థాలు

క్యారెట్ ముక్కలు	ఒక కప్పు
బంగాళదుంప ముక్కలు	అర కప్పు
పచ్చి బఠాణీలు	అర కప్పు
క్యాప్సికమ్ ముక్కలు	అర కప్పు
మొక్కజొన్న గింజలు	ఒక కప్పు
టొమాటోలు	రెండు
ఉల్లిపాయలు	రెండు
పచ్చిమిరప కాయలు	నాలుగు
పెరుగు	ఒక కప్పు
అల్లం, వెల్లుల్లి పేస్ట్	రెండు స్పూన్‌లు
కారం	ఒక స్పూను
పసుపు	పావు స్పూను
ఉప్పు	సరిపడా
నూనె	రెండు స్పూన్‌లు
తాళింపుకు	రెండు లవంగాలు
దాల్చిన చెక్క	కొద్దిగా
యాలకులు	రెండు
గరం మసాలా	ఒక స్పూను
కరివేపాకు	
కొత్తిమీర	

తయారుచేయు విధానము: అన్ని కూర ముక్కలు కొద్దిగా ఉప్పు వేసి కుక్కర్‌లో రెండు విజిల్స్ వచ్చేవరకు ఉడకబెట్టుకోవాలి. మొక్కజొన్నలు కూడా ఉడకబెట్టి ఉంచుకోవాలి. స్టౌ మీద బాణలి పెట్టి నూనె వేసి తాళింపువేసి ఉల్లిపాయ ముక్కలు, పచ్చిమిరప ముక్కలువేసి వేగిన తరువాత అల్లంవెల్లుల్లి పేస్ట్ వేసి పచ్చివాసన పోయేవరకు వేయించి ఉడకబెట్టి పెట్టుకున్న కూర ముక్కలు, మొక్కజొన్న గింజలు వేసి ఉప్పు, కారం, పసుపు, గరంమసాల వేసి పెరుగు గిలకొట్టి పోసి సన్న సెగపైన ఉండకనివ్వాలి. కుర్మాను మరీ గట్టిగా చేయకుండా కొంచెం పల్చగానే చేయాలి. కొత్తిమీర వేసి దించేయాలి. పెద్దవాళ్ళయినా, పిల్లలయినా చాలా ఇష్టంగా తింటారు.

క్యారెట్ సలాడ్

కావలసిన పదార్థాలు

క్యారెట్ తురుము	రెండు కప్పులు
జీలకర్ర పొడి	ఒక స్పూను
పచ్చి కొబ్బరి తురుము	ఒక స్పూను
కొత్తిమీర	
పచ్చిమిరప కాయలు	నాలుగు
ఉప్పు	సరిపడా
కరివేపాకు	
చింతపండు బదులు నిమ్మరసం	

తయారుచేయు విధానము

పచ్చిమిరపకాయలు చాలా సన్నగా ముక్కలు చేసుకుని క్యారెట్టు తురుములో కలుపుకోవాలి. ఉప్పు, జీలకర్ర పొడి, కొబ్బరి తురుము కలుపుకుని సన్నగా తరిగిన కరివేపాకు, కొత్తిమీర కలిపి తీసుకోవాలి. ఇది ఇలాగే తినవచ్చు. దీనిలో మూడు స్పూనులు నానబెట్టిన పచ్చి పెసరపప్పు కూడా కలుపుకోవచ్చు.

కంద

కందతో
కూర
పులుసు
పచ్చడి
మసాలాతో కూర
వివిధ రకాలుగా చేసుకోవచ్చు.

కంద కూర

కావలసిన పదార్థాలు

కంద దుంప	పావు కిలో	ఉల్లిపాయ	ఒకటి
పచ్చిమిరపకాయలు	రెండు	కారం	ఒక స్పూను
పసుపు	పావు స్పూను	ఉప్పు	రుచికి సరిపడా
నూనె	మూడు స్పూన్లు	తాళింపు దినుసులు	
కొత్తిమీర		వెల్లుల్లి	ఐదు రెబ్బలు

తయారుచేయు విధానము

కంద దుంపను నాలుగు పెద్ద ముక్కలుగా కోసి ప్రెజర్ కుక్కర్‌లో ఒకటి, రెండు విజిల్స్ వచ్చేవరకు ఉడకనిచ్చి దింపి ప్రక్కన పెట్టుకోవాలి. ఉల్లిపాయ, పచ్చిమిరపకాయలు సన్నగా ముక్కలు తరిగి పెట్టుకోవాలి. కుక్కరు మూత తీసిన తరువాత కంద ముక్కలు తోలు తీసి సన్న ముక్కలు చేసి పెట్టుకోవాలి. స్టౌ మీద బాణలి పెట్టి నూనె వేసి వేడిగా అయిన తరువాత తాళింపు దినుసులు వేసి వేగిన తరువాత ఉల్లిపాయ, పచ్చిమిర్చి ముక్కలు వేసి ఒక నిముషం తరువాత కందముక్కలు వేసి ఉప్పు, పసుపు వేసి వేగనివ్వాలి. ఐదు నిముషాల తరువాత వెల్లుల్లి దంచి, వెల్లుల్లి, కారము వేసి కొద్దిసేపాగి దించి కొత్తిమీర చల్లుకోవాలి. రుచిగా ఉంటుంది.

కంద పులుసు

కావలసిన పదార్థాలు

కంద	పావు కిలో	చింతపండు	నిమ్మకాయంత
ఉల్లిపాయ	ఒకటి	పచ్చిమిరపకాయలు	నాలుగు
కారం	ఒక స్పూను	పసుపు	పావు స్పూను
ఉప్పు	రుచికి సరిపడా	నూనె	ఒక టేబుల్ స్పూను
బెల్లం	అరకప్పు		
తాళింపు దినుసులు			
కొత్తిమీర			

తయారుచేయు విధానము: కంద దుంపను నాలుగు ముక్కలు చేసి కుక్కర్‌లో ఉడికించుకోవాలి. తరువాత కంద చిన్నముక్కలుగా చేసుకుని, ఉల్లిపాయ, పచ్చిమిరపకాయలను కూడా చిన్నముక్కలుగా చేసుకుని కంద, ఉల్లిపాయ, పచ్చిమిరపకాయ ముక్కలను గిన్నెలో వేసి ఉప్పు, కారం, పసుపు అన్నీ కలిపి, చింతపండు నానబెట్టి తీసిన గుజ్జును కలిపి స్టౌ మీద ఉడకబెట్టాలి. పులుసు ఉడికేటప్పుడు బెల్లం వేయాలి. మరికొద్దిసేపు ఉడికిన తరువాత వేరొక గిన్నెలో నూనెవేసి కాగిన తరువాత తాళింపు గింజలు వేసి చిటపటలాడిన తరువాత ఉడికిన పులుసు పోయాలి. దించిన తరువాత కొత్తిమీర కలుపుకోవాలి. అన్నంలోకి చాలా బాగుంటుంది.

చామదుంప

చేమదుంప ఉపయోగాలు

- ✓ బ్లడ్ షుగర్‌ను నియంత్రిస్తుంది
- ✓ యాంటీ-కేన్సర్ కారకం
- ✓ రోగనిరోధకశక్తిని పెంచుతుంది
- ✓ రక్త ప్రసరణను పెంచుతుంది
- ✓ జీర్ణశక్తిని పెంచుతుంది
- ✓ గుండెకు మేలు
- ✓ కంటి దృష్టిని పెంచుతుంది
- ✓ మంచి చర్మ ఆరోగ్యదాయిని
- ✓ బరువును తగ్గిస్తుంది

చేమదుంప వేపుడు

కావలసిన పదార్థాలు

చామదుంప	పావు కిలో	ఉల్లిపాయ	ఒకటి
పచ్చిమిరపకాయలు	రెండు	కారం	ఒక స్పూను
పసుపు	పావు స్పూను	ఉప్పు	రుచికి సరిపడా
నూనె	ఒక టేబుల్ స్పూను		
తాళింపు గింజలు			
కొత్తిమీర		వెల్లుల్లి రేకలు	ఐదు

తయారుచేయు విధానము: కుక్కర్‌లో చామదుంపలు రెండు విజిల్స్ వచ్చేవరకు ఉడకనిచ్చి దించుకోవాలి. ప్రెజరు పోయిన తరువాత చామదుంపలు తోలు తీసివేసి చక్రాల్లాగా సన్నగా ముక్కలు కోసి పెట్టుకోవాలి. ఉల్లిపాయ, పచ్చిమిర్చి సన్నగా ముక్కలు కోసి పెట్టుకోవాలి. స్టౌ మీద బాణలి పెట్టి నూనెవేసి కాగిన తరువాత తాళింపు దినుసులు వేసి వేగిన తరువాత చామదుంప ముక్కలు, ఉల్లిపాయ, పచ్చిమిర్చి ముక్కలు వేసి ఎర్రగా వేయించుకుని ఉప్పు, పసుపు, కారం, వెల్లుల్లి దంచి కూరలో వేసి కొద్దిసేపు ఉంచి దించేయాలి. తరువాత పైన కొత్తిమీర చల్లుకుని వడ్డించుకోవాలి. అన్నంలోకి చాలా బాగుంటుంది.

చామదుంపల పులుసు

కావలసిన పదార్థాలు

చామదుంప	పావు కిలో	చింతపండు	నిమ్మకాయంత
ఉల్లిపాయ	ఒకటి	పచ్చిమిరపకాయలు	మూడు
కారం	ఒకటిన్నర స్పూను	పసుపు	పావు స్పూను
ఉప్పు	రుచికి సరిపడా	నూనె	తాళింపుకి సరిపడా
తాళింపు గింజలు			
కొత్తిమీర		బెల్లం	

తయారుచేయు విధానము: చింతపండు కడిగి వేడినీళ్ళలో నానబెట్టి రసం తీసి పెట్టుకోవాలి. చామదుంపలు ప్రెజర్ కుక్కర్‌లో ఉడకబెట్టి వేపుడు కొరకు కోసిన లాగా కాకుండా చక్రాల మాదిరిగానే కొంచెం లావుగా కోసి పెట్టుకోవాలి. స్టౌ మీద మందపాటి గిన్నె పెట్టి నూనెవేసి వేడెక్కిన తరువాత తాళింపు గింజలు వేసి వేగిన తరువాత ఉల్లిపాయ, పచ్చిమిర్చి ముక్కలు వేసి వేగిన తరువాత చామదుంప ముక్కలు వేసి కొద్దిగా వేగిన తరువాత ఉప్పు, కారం, పసుపు వేసి చింతపండుతో చేసిన రసం పోసి ఒక పావు కప్పు బెల్లం తురుము కూడా వేసి బాగా ఉడకనివ్వాలి. పులుసు చిక్కగా అయిన తరువాత కొత్తిమీర వేసి దించేయాలి.

- ముందుగా తాళింపు పెట్టకుండా చామదుంప ముక్కలు, ఉల్లి, పచ్చిమిర్చి ముక్కలు, ఉప్పు, కారం, పసుపు, బెల్లం, అన్నీవేసి చింతపండు రసం కూడ బాగా ఉడకనిచ్చి పులుసు చిక్కబడ్డ తరువాత తాళింపు వేస్తే కూడా బాగుంటుంది. పులుసులు ముందు ఉడకబెట్టి తరువాత తాళింపు వేస్తేనే మంచి వాసనతో బాగుంటాయి.

ముల్లంగి

ముల్లంగి ఆరోగ్యానికి ఎంతో మంచిది. కానీ చాలామందికి దీని గురించి అంత బాగా తెలియదు. ఇప్పుడిప్పుడే అందరూ దీన్ని గురించి తెలుసుకుని ఎక్కువగా వాడుతున్నారు. రాజస్థాన్, యూపీ వాళ్ళు దీనిని పచ్చిదిగానే తింటారు. ముల్లంగి తురిమి గోధుమపిండిలో కలిపి చపాతీలుగా చేసుకుంటారు. ముల్లంగి తిన్నచో కడుపులో నులిపురుగులు చేరవు.

- **ముల్లంగి తురిమి పప్పులో వేసి పప్పు కూర చేస్తారు. సాంబారులో ముల్లంగి ముక్కలు వేస్తారు. తురిమి పచ్చడి కూడా చేస్తారు.**

ముల్లంగి కూర

కావలసిన పదార్థాలు

కందిపప్పు	ఒక కప్పు	ముల్లంగి	ఒకటి (తురిమిగానీ, ముక్కలు చేసిగానీ పెట్టుకోవాలి)
చింతపండు	కొద్దిగా	ఉల్లిపాయ (ముక్కలు)	ఒకటి
పచ్చిమిరప కాయలు (ముక్కలు)	రెండు	కారం	ఒక స్పూను
పసుపు	పావు స్పూను	నూనె	ఒక స్పూను
తాళింపు దినుసులు			
కరివేపాకు		కొత్తిమీర	

తయారుచేయు విధానము: పప్పు కుక్కర్‌లో వేసుకుని దానిలో ముల్లంగి ముక్కలుగానీ, తురుముగానీ, ఉల్లి, పచ్చిమిరప ముక్కలు వేసి చింతపండు, కారం, పసుపువేసి కుక్కర్ స్టౌ మీద పెట్టి మూడు విజిల్స్ వచ్చేవరకు కాగిన తరువాత తాళింపు గింజలు వేసి ఉడికిన పప్పు తాళింపులో వేసి దించే ముందు కొత్తిమీర కలుపుకుని గిన్నెలోకి తీసుకోవాలి. చపాతీలలోకి, అన్నంలోకి చాలా రుచిగా ఉంటుంది. ముల్లంగి వేరుగా ఉడకబెట్టి ఉడికిన పప్పులో కలిపి తాళింపు పెట్టవచ్చు.

ముల్లంగి పచ్చడి

కావలసిన పదార్థాలు

ముల్లంగి తురుము	ఒక కప్పు	పచ్చిమిరపకాయలు	పది
చింతపండు	నిమ్మకాయంత	ఉప్పు	రుచికి సరిపడా
నూనె	రెండు స్పూన్లు	తాళింపు గింజలు	
వెల్లుల్లి	నాలుగు రెబ్బలు	కరివేపాకు	
కొత్తిమీర			

తయారుచేయు విధానము: ముల్లంగి తురుము, పచ్చిమిరప కాయలు బాండీలో నూనె వేసి కొంచెం మగ్గేదాకా స్టౌ మీద పెట్టవలయును. మగ్గిన తరువాత కొద్దిగా ఆరనిచ్చి మిక్సీలో చింతపండు, మగ్గిన పచ్చిమిరపకాయలు, ఉప్పు సరిపడ, వెల్లుల్లి, జీలకఱ్ఱ పొడివేసి గ్రైండ్ చేసుకుని స్టౌ మీద బాణలిపెట్టి నూనెవేసి తాళింపు గింజలు వేసి వేగిన తరువాత గ్రైండ్ చేసి పెట్టుకున్న మిశ్రమం వేసి కలుపుకుని దించేముందు కొత్తిమీర కలిపి గిన్నెలోకి తీసుకోవాలి.

ఎండుమిరపకాయలతో: ముల్లంగి తురుము మగ్గనిచ్చి, ఎండుమిరప కాయలు, కొద్దిగా ధనియాలు, జీలకఱ్ఱ, నువ్వులు రెండు స్పూన్లు వేయించి పొడి చేసి పెట్టుకోవాలి. మిక్సీలో మగ్గిన ముల్లంగి తురుము, చింతపండు, ఉప్పు, వెల్లుల్లి వేసి గ్రైండ్ చేసి అందులో వేయించి చేసుకున్న పొడి కలిపి గిన్నెలోకి తీసుకోవాలి. దీనికి తాళింపు పెట్టకపోయినా ఫరవాలేదు. గిన్నెలోకి తీసేముందు కొత్తిమీర కలుపుకోవాలి.

ముల్లంగి సాంబారు: మనం చేసుకునే సాంబారులో ముల్లంగి ముక్కలు వేసి చేస్తే సాంబారు మంచి వాసనతో ఘుమఘుమ లాడుతూ చాలా రుచిగా ఉంటుంది.

బంగాళదుంపలు (ఆలు) కూర

కావలసిన పదార్థాలు

బంగాళదుంపలు	పావు కిలో	ఉల్లిపాయలు	రెండు
పచ్చిమిరపకాయలు	నాలుగు	కారం	ఒక స్పూను
పసుపు	పావు స్పూను	ఉప్పు	రుచికి సరిపడా
నూనె	100గ్రా.		
తాళింపు దినుసులు			
కరివేపాకు	కొత్తిమీర		
వెల్లుల్లి	నాలుగు రెబ్బలు		

తయారుచేయు విధానము: బంగాళదుంపలు ప్రెజర్ కుక్కర్‌లో రెండు విజిల్స్ వచ్చేదాక ఉడకబెట్టి తరువాత పొట్టు తీసి ముక్కలు చేసి పెట్టుకోవాలి. ఉల్లిపాయలు, పచ్చిమిర్చి ముక్కలు చేసి పెట్టాలి. స్టౌ మీద బాణలి పెట్టి నూనెవేసి వేడి అయిన తరువాత తాళింపు వేసి ముందు ఉల్లిపాయ, పచ్చిమిర్చి ముక్కలు వేసి వేగిన తరువాత బంగాళదుంప ముక్కలు వేసి మరికొద్దిసేపు వేగనిచ్చి, పచ్చివాసన పోయాక ఉప్పు, పసుపు వేసి కలిపి వెల్లుల్లి దంచివేసి కొత్తిమీర తరుగు వేసి దించుకోవాలి.

- ఇదేవిధంగా... తాళింపులో బంగాళదుంప ముక్కలు వేసిన తరువాత పచ్చిమిర్చి, వెల్లుల్లి, జీలకర్ర దంచి వేసి కొద్దిసేపు వేగిన తరువాత దించేయాలి. కొత్తిమీర వేయాలి.
- తాళింపులో బంగాళదుంప వేగిన తరువాత రెండు స్పూన్‌లు నువ్వులు వేయించి పొడిచేసి కారంతోపాటు చల్లి కొత్తిమీర వేసి దించేయాలి.

బేబీ పొటాటో కర్రీ

కావలసిన పదార్థాలు

చిన్న బంగాళదుంపలు	300గ్రా.	నూనె	మూడు స్పూన్లు
ఉల్లిపాయలు	రెండు	పచ్చిమిర్చిముక్కలు	పావు కప్పు
జీలకర్ర పొడి	ఒక స్పూను	అల్లం, వెల్లుల్లి పేస్ట్	రెండు స్పూన్లు
కారం	ఒక స్పూను	పసుపు	పావు స్పూను
ఉప్పు	రుచికి సరిపడా		
తాళింపు దినుసులు			
కరివేపాకు		కొత్తిమీర	
గరంమసాలా	ఒక స్పూను		

తయారుచేయు విధానము: బంగాళదుంపలు ఉడకబెట్టి తోలుతీసి, స్టౌ మీద బాణలి పెట్టి నూనె పోసి కాగిన తరువాత తాళింపు గింజలువేసి ఉల్లిపాయలు, పచ్చిమిర్చి ముక్కలు వేసి వేగిన తరువాత బంగాళదుంపలు వేయాలి. ముక్కలు కోయకూడదు. అల్లం, వెల్లుల్లి పేస్ట్ వేసి, గరంమసాలా కూడా వేసి వేగిన తరువాత ఉప్పు, కారం, పసుపువేసి దించేముందు కొత్తిమీర తరుగువేసి దించుకోవాలి.

బంగాళదుంప కుర్మా

కావలసిన పదార్థాలు

బంగాళదుంపలు	పావు కిలో	ఉల్లిపాయలు	మూడు
పచ్చిమిరపకాయలు	నాలుగు	అల్లం, వెల్లుల్లి పేస్ట్	మూడు స్పూన్లు
గరంమసాలా	ఒక స్పూను	పెరుగు	ఒక కప్పు
గసగసాలు	ఒక స్పూను	జీడిపప్పులు	పది (నూరి పెట్టుకున్న పేస్టు)
నూనె	ఒక టేబుల్ స్పూను		

తయారుచేయు విధానము: బంగాళదుంపలు ఉడకబెట్టి పొట్టుతీసి కొంచెం పెద్దముక్కలు చేసి పెట్టుకోవలి. ఉల్లిపాయలు, పచ్చిమిరపకాయలు కోసి పెట్టుకోవాలి. బంగాళదుంప ముక్కలలో ఉప్పు, పసుపు, కారం, పెరుగు కలిపి ఒక అరగంట నాననివ్వాలి. స్టౌ మీద కళాయి పెట్టి నూనె వేసి రెండు లవంగాలు, రెండు యాలకులు, కొద్దిగా దాల్చిన చెక్క ముక్కవేసి ఉల్లిపాయ, పచ్చిమిర్చి ముక్కలు వేసి వేగిన తరువాత అల్లం, వెల్లుల్లి పేస్టు వేసి గసగసాలు, జీడిపప్పు పేస్టు వేసిన తరువాత బంగాళదుంపల మిశ్రమము వేయాలి. మరీచిక్కగా ఉంటే ఒక కప్పు నీళ్ళు పోయాలి. అన్నీ కలిపి ఉడికేటప్పుడు గరంమసాలా వేయాలి. ఘాటుగా ఇష్టం లేకపోతే గరంమసాలా వేయకపోయినా ఫరవాలేదు. ఉడికిన తరువాత కొత్తిమీర తరుగు కలిపి దించేయవచ్చు. అన్నింటిలోకి బాగుంటుంది.

బేబీ పొటాటోలతో పులుసు

కావలసిన పదార్థాలు

బేబీ పొటాటోలు	పావు కిలో	చింతపండు	నిమ్మకాయంత (నానబెట్టి ఉంచండి)
ఉల్లిపాయలు	రెండు	పచ్చిమిరపకాయలు	రెండు
ఉప్పు	రుచికి సరిపడా	కారం	ఒక స్పూను
పసుపు	పావు స్పూను	నూనె	రెండు స్పూన్లు
తాళింపు దినుసులు			
కొత్తిమీర		కొద్దిగా బెల్లం	

తయారుచేయు విధానము: బంగాళదుంపలు ఉడకబెట్టి పొట్టు తీసి పెట్టుకోవాలి. ముక్కలు కోయవద్దు. ఉడికిన దుంపలను అక్కడక్కడా చిన్న గంట్లు పెట్టాలి. తరువాత గిన్నెలో బంగాళదుంపలు వేసి చింతపండు పులుసుపోసి ఉప్పు, కారం, పసుపు వేసి ఉల్లిపాయ పచ్చిమిర్చి ముక్కలు కూడ కలిపి స్టౌ మీద పెట్టి పులుసు చిక్కబడేదాకా ఉడికించాలి. బెల్లంకూడా చేర్చాలి. తరువాత బాణలిలో నూనెవేసి వేడిగా అయిన తరువాత తాళింపు గింజలు వేసి చిటపట లాడాక పులుసు తిరగబొయ్యాలి. కొత్తిమీర కలపాలి. అన్నంలోకి చాలా బాగుంటుంది.

Leafy Vegetables

ఆకుకూర స్పెషల్

కావలసిన పదార్థాలు

తోటకూర	రెండు కట్టలు
పుల్ల బచ్చలి	ఒక కట్ట
టొమాటోలు	రండు
వంకాయలు	రెండు
బంగాళదుంప	ఒకటి
శనగపప్పు	అర కప్పు
కారం	ఒక టీ స్పూన్
పసుపు	ఒక టీ స్పూన్
జీలకఱ్ఱ	ఒక టీ స్పూన్
అల్లం ముక్కలు	ఒక టీ స్పూన్
పచ్చిమిరపకాయలు	రెండు
నూనె	రెండు టేబుల్ స్పూన్లు
ఉప్పు	రుచికి సరిపడా
కొత్తిమీర	కొద్దిగా
కరివేపాకు	రెండు రెబ్బలు

తయారుచేయు విధానము

ఆకుకూరలు శుభ్రంగా కడిగి, తరిగి ప్రక్కన పెట్టుకోవాలి. ఉల్లిపాయలు, మిగతా కూరగాయలు సన్నగా తరిగి పెట్టుకోవాలి. శనగపప్పు 15 లేదా 20 నిముషాలు నానబెట్టుకోవాలి. ప్రెజర్ కుక్కర్‌లో నూనె వేసి వేడి చేసి జీలకఱ్ఱ, పచ్చిమిరపకాయ ముక్కలు, అల్లం ముక్కలు వేసి ఒక నిముషంపాటు వేయించాలి. కూరగాయ ముక్కలు వేసి నూనె విడివడే వరకు వేయించాలి. తరిగిన ఆకుకూర, నానబెట్టిన శనగపప్పు వేసి బాగా కలియబెట్టాలి. ఒక కప్పు నీరు పోసి రెండు విజిల్స్ వచ్చేవరకు ఉడికించాలి. కుక్కర్ మూత తీసిన తరువాత సన్నని సెగపై పది నిముషాలు ఉడికించాలి.

ఎలక్ట్రిక్ హాండ్ బ్లెండర్‌తో కానీ పప్పు గుత్తితో కాని పప్పు కూరగాయలు మెదపాలి. దీన్ని రొట్టెతో పాటు తింటే రుచిగా ఉంటుంది.

తోటకూర వేపుడు

కావలసిన పదార్థాలు

శుభ్రంచేసి తరిగిన తోటకూర	మూడు కప్పులు
ఉల్లిపాయ (ముక్కలు)	ఒకటి
పచ్చిమిరపకాయలు (ముక్కలు)	నాలుగు
కారం	ఒక స్పూన్
పసుపు	పావు స్పూన్
ఉప్పు	రుచికి తగినంత
వెల్లుల్లి	నాలుగు రెబ్బలు
తాళింపు దినుసులు	
నూనె	ఒక టేబుల్ స్పూన్
కొత్తిమీర, కరివేపాకు	

తయారుచేయు విధానము: స్టౌ మీద బాణలిపెట్టి నూనెవేసి తాళింపు పెట్టి (ఎండుమిరపకాయ, కరివేపాకు, మినప్పప్పు, ఆవాలు, జీలకఱ్ఱ) తోటకూర, ఉల్లి, పచ్చిమిరపముక్కలు వేసి ఉప్పు, పసుపు కూడా వేసి వేయించాలి. తోటకూర ఉడికిన తరువాత ఉప్పు వేసి దించబోయేముందు వెల్లుల్లి రెబ్బలు కొద్దిగా దంచి, కారము, వెల్లుల్లి వేసి కలిపి దించబోయే ముందు కొద్దిగా కొత్తిమీర వేసి గిన్నెలోకి తీసుకుని వడ్డించుకోవాలి. పొడికూర చాలా రుచిగా ఉంటుంది.

తోటకూర పప్పు

కావలసిన పదార్థాలు

శుభ్రంచేసి తరిగిన తోటకూర	మూడు కప్పులు
కందిపప్పు/పెసరపప్పు	ఒక కప్పు
ఉల్లిపాయ (ముక్కలు)	ఒకటి
పచ్చిమిరపకాయలు (ముక్కలు)	నాలుగు
తరిగిన అల్లం ముక్కలు	ఒక స్పూన్
చింతపండు	కొద్దిగా
కారం	ఒక స్పూన్
పసుపు	పావు స్పూన్
ఉప్పు	రుచికి తగినంత
తాళింపు దినుసులు	
నూనె	ఒక టేబుల్ స్పూన్
కొత్తిమీర, కరివేపాకు	

తయారుచేయు విధానము: కుక్కర్‌లో తరిగి పెట్టుకున్న తోటకూర, ఉల్లిపాయ ముక్కలు, పచ్చిమిరప ముక్కలు, చింతపండు, కారం, పసుపు వేసి పప్పు కూడా శుభ్రంగా కడిగి కుక్కర్‌లో వేసుకుని ఒక కప్పు నీళ్లుపోసి మూడు విజిల్స్ వచ్చేవరకు ఉంచి తరువాత దించి పెట్టుకుని ఆవిరి తగ్గిన తరువాత మూత తీసి పప్పుగుత్తితోగానీ, గుంట గరిటెతోగానీ మెత్తగా చేసి ఉప్పు కూడా వేసి తాళింపు పెట్టి దించేముందు కొత్తిమీర కలిపి దించాలి. రుచికి చాలా బాగుంటుంది. ఆరోగ్యానికి చాలా మంచిది.

తోటకూర పులుసు

కావలసిన పదార్థాలు

తరిగి పెట్టుకున్న తోటకూర	మూడు కప్పులు	టొమాటో ముక్కలు	ఒక కప్పు
ఉల్లిపాయ (తరిగిన ముక్కలు)	ఒక పెద్ద ఉల్లిపాయ	పచ్చిమిరపకాయలు	మూడు (కోసిన ముక్కలు)
కారం	ఒక స్పూన్	పసుపు	పావు స్పూన్
ఉప్పు	రుచికి తగినంత		
తాళింపు దినుసులు			
నూనె	ఒక స్పూను	కొత్తిమీర	కొద్దిగా
కరివేపాకు	నాలుగు రెబ్బలు	చింతపండు (ఇష్టపడితే)	కొద్దిగా

తయారుచేయు విధానము

తోటకూర, టొమాటో ముక్కలు, ఉల్లి, పచ్చిమిర్చి ముక్కలు, చింతపండు, ఉప్పు, కారం, పసుపు అన్నీ కుక్కర్‌లో పెట్టి మూడు విజిల్స్ వచ్చిన తరువాత దించి బాణలిలో నూనెవేసి తాళింపు గింజలు వేసి చిటపట లాడిన తరువాత కుక్కర్‌లో ఉడికించిన తోటకూరను వేసి బాగా కలియబెట్టి కొత్తిమీర వేసి దించి గిన్నెలోకి తీసుకోవాలి. అన్నంలోకి చపాతీలోకి కూడా చాలా బాగుంటుంది.

బచ్చలికూర: అన్ని ఆకుకూరలలాగానే బచ్చలికూర కూడా పప్పులో వేసుకుని బచ్చలికూర పప్పు, శనగపప్పులో వేసుకుని పులుసు కూర వండుకోవచ్చును. 'ఎ' విటమిన్ ఉంటుంది కాబట్టి కళ్ళకు చాలా మంచిది.

ఆకుకూరలు దేనితోనయినా పచ్చడి కూడ చేయవచ్చును.

చుక్కకూర

చుక్కకూరలో 'సి' విటమిన్ బాగా ఉంటుంది. చుక్కకూర నిద్రలేమి, రక్తపోటు, రక్తహీనతకు మరియు రోగనిరోధక శక్తిని బలోపేతం చేయడానికి మంచి ఔషధంగా ఉపయోగపడుతుంది.

చుక్కకూర కూర

కావలసిన పదార్థాలు

చుక్కకూర	2 కప్పులు	కందిపప్పు/పెసరపప్పు	1 కప్పు
ఉల్లిపాయ	ఒకటి	పచ్చిమిరపకాయలు	మూడు (కోసి పెట్టుకోవాలి)
చింతపండు	కొద్దిగా	కారం	ఒక స్పూను
పసుపు	పావు స్పూను	ఉప్పు	రుచికి సరిపడ
నూనె	ఒక స్పూను	కరివేపాకు, కొత్తిమీర	కొద్దిగా

తయారుచేయు విధానము

చుక్కకూర రెండు కప్పులు తరిగి కందిపప్పు కానీ పెసరపప్పు కానీ ఒక కప్పు, ఉల్లిపాయ, పచ్చిమిరపకాయ ముక్కలు కోసి పెట్టినవి, చుక్కకూర పులుపు కాబట్టి చింతపండు మన ఇష్టమును బట్టి వేసుకోవాలి. వేయకపోయినా ఫరవాలేదు. కారం ఒక స్పూను, పసుపు పావు స్పూను, ఉప్పు రుచికి సరిపడా, తాళింపు దినుసులు, నూనె ఒక టేబుల్ స్పూను, కరివేపాకు, కొత్తిమీర.

ముందు కుక్కర్‌లో పప్పు కడిగిపెట్టి అందులో తరిగిన చుక్కకూర, ఉల్లిపాయ, పచ్చిమిరప ముక్కలు, పసుపు, కారంవేసి మూడు విజిల్స్ వచ్చేవరకు ఉంచి దించి ఆవిరిపోయిన తరువాత పప్పులో ఉప్పు కూడ వేసి తాళింపు పెట్టుకుని దించేముందు కొత్తిమీర కలుపుకుని గిన్నెలోకి తీసుకోవాలి. ఆరోగ్యానికి చాలా మంచిది. రుచిగా ఉంటుంది.

చుక్కకూర శనగపప్పుతో

కావలసిన పదార్థాలు

చుక్కకూర	మూడు కప్పులు	శనగపప్పు	ఒక కప్పు (నానబెట్టుకోవాలి)
పచ్చిమిరపకాయ ముక్కలు	నాలుగు	అల్లం చిన్న ముక్కలు	ఒక స్పూను
కారం	ఒక స్పూను	పసుపు	అరస్పూను
ఉప్పు	రుచికి తగినంత		
తాళింపు దినుసులు			
నూనె	రెండు టేబుల్ స్పూన్లు		
కొత్తిమీర, కరివేపాకు			

తయారుచేయు విధానము

స్టౌ మీద కుక్కర్ పెట్టి నానబెట్టిన శనగపప్పు, చుక్కకూర, ఉల్లి, పచ్చిమిర్చి, అల్లం ముక్కలు వేసి కొద్దిగా నీరుపోసి రెండు విజిల్స్ వచ్చిన తరువాత దించి తాళింపు వేసి కొత్తిమీర కలిపి వడ్డించుకోవాలి.

- స్టౌ మీద బాణలిపెట్టి నూనెవేసి కాగిన తరువాత తాళింపు గింజలు వేసి చిటపటలాడాక నానబెట్టిన శనగపప్పు, ఉల్లి, పచ్చిమిరప, అల్లం ముక్కలు వేసి సగం ఉడికాక, చుక్కకూర వేసి ఉడికిన తరువాత ఉప్పు, కారం, పసుపు వేసి మరో రెండు నిముషాలు ఉంచి దించేముందు కొత్తిమీర వేసి కలుపుకోవాలి. చాలా రుచిగా ఉంటుంది.
- చుక్కకూర నాన్‌వెజ్‌లలో కూడా చాలా రుచిగా ఉంటుంది.

చుక్కకూర పచ్చడి

కావలసిన పదార్థాలు

చుక్కకూర	మూడు కప్పులు	పచ్చిమిరపకాయ ముక్కలు	పది లేక పదిహేను
ధనియాలు	ఒక స్పూను	జీలకఱ్ఱ	అరస్పూను
అల్లం	చిన్న ముక్క	చింతపండు పులుసు	ఒక స్పూను
పసుపు	అరస్పూను	ఉప్పు	రుచికి తగినంత
వెల్లుల్లి	ఆరు రెబ్బలు		
తాళింపు దినుసులు			
నూనె	రెండు టేబుల్ స్పూన్లు		
కొత్తిమీర, కరివేపాకు			

ఇష్టమయిన వారు కొద్దిగా కొబ్బరి కోరు కూడా వేసుకోవచ్చు.

తయారుచేయు విధానము

స్టౌ మీద బాణలి పెట్టి కొద్దిగా నూనెవేసి దానిలో చుక్కకూర, పచ్చిమిరప కాయలు వేసి మగ్గబెట్టాలి. ధనియాలు, జీలకఱ్ఱ వేయించి పొడి కొట్టి పెట్టుకోవాలి. మిక్సీలో మగ్గబెట్టుకున్న చుక్కకూర, పచ్చిమిరపకాయలు, అల్లంముక్క, చింతపండు, వేయించి చేసిన పొడి వేసి మెత్తగా చేసుకుని, వెల్లుల్లి కూడా వేసి గిన్నెలోకి తీయాలి. తరువాత స్టౌ మీద మందపాటి గిన్నె పెట్టి నూనెవేసి కాగిన తరువాత తాళింపు దినుసులు వేసి ఉప్పు, పసుపు కలిపి తరువాత కొత్తిమీర వేసి తీసుకోవాలి. చాలా రుచిగా ఉండి అన్నంలోకి, చాలా బాగుంటుంది.

ఇదేమాదిరి... పచ్చిమిరపకాయలు బదులు ఎండుమిరపకాయలతో కూడ చేయవచ్చు.

మెంతికూర

మెంతికూర బాగా వాడటము ఆరోగ్యమునకు చాలా మంచిది. ముఖ్యంగా షుగర్ (మధుమేహము)తో బాధపడే వాళ్ళకు బాగా పనిచేస్తుంది. మెంతి ఆకుతో ఎన్నో విధాలుగా కూరలు, పప్పు, పచ్చడి ఇలా అనేక రూపాలుగా దీనిని ఉపయోగించవచ్చు.

మెంతి పనీర్

కావలసిన పదార్థాలు

పనీర్	250గ్రా.	టొమాటోలు	రెండు / మూడు
అల్లం, వెల్లుల్లి పేస్ట్	ఒక స్పూను	పచ్చిమిరపకాయలు	మూడు (ముక్కలు చేయాలి)
మెంతి ఆకు	రెండు కప్పులు	ధనియాల పొడి	ఒక టేబుల్ స్పూన్
ఉప్పు	సరిపడ	గరంమసాల పొడి	అర స్పూను
కొత్తిమీర			

తయారుచేయు విధానము

పనీర్ ముక్కలను కావలసిన సైజులో కట్ చేసి ప్రక్కన పెట్టుకోవాలి. బాణలిలో నూనె వేసి కాగిన తరువాత, పచ్చిమిరప కాయ ముక్కలు, అల్లంవెల్లుల్లి పేస్ట్ వేసి బాగా వేయించాలి. ఆ తరువాత శుభ్రంచేసి పెట్టుకున్న మెంతి ఆకులను కూడా వేసి బాగా వేయించుకోవాలి. ఇప్పుడు టొమాటో ముక్కలు వేసి మూతపెట్టాలి. మెంతికూర, టొమాటోలు ఉడికేంతవరకు పొయ్యిమీద ఉంచాలి. తరువాత పనీరు ముక్కలు, ఉప్పువేసి సన్నటి మంటమీద ఐదు నిముషాలు ఉంచాలి. దించేముందు ధనియాల పొడి కావాలనుకుంటే గరంమసాల పొడి, కొత్తిమీర వేసి దించుకోవాలి.

మెంతికూర-పప్పు

కావలసిన పదార్థాలు

తరిగిన మెంతికూర	మూడు కప్పులు	కందిపప్పు/పెసరపప్పు	ఒక కప్పు
చింతపండు	కొద్దిగా	ఉల్లిపాయ (తరిగిన ముక్కలు)	ఒక పెద్ద ఉల్లిపాయ
పచ్చిమిరపకాయలు	రెండు (కోసిన ముక్కలు)	అల్లం	కొన్ని ముక్కలు
కారం	ఒక స్పూన్	పసుపు	పావు స్పూన్
ఉప్పు	రుచికి తగినంత		
తాలింపునకు	ఒక ఎండుమిరప, అరస్పూన్ మినపప్పు, పావుస్పూన్ ఆవాలు, పావు స్పూన్ జీలకఱ్ఱ, పావుస్పూన్ మెంతులు		
నూనె	ఒక స్పూన్		
కరివేపాకు	రెండు రెమ్మలు		

తయారుచేయు విధానము: మెంతికూరను శుభ్రంచేసి కుక్కర్‌లో పప్పును కడిగివేసి దానిలో రెండు కప్పులు నీరు పోసి అందులో మెంతికూర, ఉల్లిపాయ ముక్కలు, పచ్చిమిరపకాయ ముక్కలు, అల్లం ముక్కలు, కారం, పసుపు, చింతపండు వేసి మూతపెట్టి మూడుసార్లు విజిల్ వచ్చిన తరువాత స్టౌ ఆర్పి ఆవిరి తగ్గిన తరువాత మూత తీసి దానిలో రుచికి సరిపడా ఉప్పు వేసి బాగా పప్పు గుత్తితో కలిపి, స్టౌ మీద బాణలి పెట్టి దానిలో కొద్దిగా నూనె వేసి కాగిన తరువాత ఎండుమిరపకాయ, మినపప్పు, ఆవాలు, జీలకఱ్ఱ, మెంతులువేసి చిటపటలాడిన తరువాత కరివేపాకు వేసి కలిపిన మెంతికూర పప్పువేసి దించేముందు కొత్తిమీర వేసి దించాలి. దీనిలో ఇష్టమయితే రెండు టొమాటోలు కూడా వేసుకోవచ్చు. ఆరోగ్యానికి, రుచితో చాలా బాగుంటుంది.

మెంతికూర-శనగపప్పు

కావలసిన పదార్థాలు

తరిగిన మెంతికూర	మూడు కప్పులు
పచ్చి శనగపప్పు	ఒక కప్పు
ఉల్లిపాయ	ఒక పెద్ద ఉల్లిపాయ
పచ్చిమిరపకాయలు	నాలుగు
అల్లం,వెల్లుల్లి పేస్ట్	కొద్దిగా
కారం	ఒక స్పూన్
పసుపు	పావు స్పూన్
ఉప్పు	ఒక స్పూను
తాళింపునకు	ఒక ఎండుమిరప, అరస్పూన్ మినపప్పు, పావుస్పూన్ ఆవాలు, పావు స్పూన్ జీలకఱ్ఱ, పావుస్పూన్ మెంతులు
నూనె	ఒక స్పూన్
కరివేపాకు	రెండు రెమ్మలు

తయారుచేయు విధానము

పచ్చిశనగపప్పు ఒక గంట ముందుగా నానబెట్టి ఉంచుకోవాలి. ఉల్లిపాయ, పచ్చిమిరపకాయలు ముక్కలు తరిగి పెట్టుకోవాలి. స్టౌ మీద బాణలిపెట్టి నూనెవేసి తాళింపు గింజలు వేసి ఉల్లిపాయ ముక్కలు, పచ్చిమిరప ముక్కలు వేసి, అల్లం, వెల్లుల్లి పేస్టు కూడా వేసి నానబెట్టిన శనగపప్పు, కారం, పసుపువేసి ఒక కప్పు నీళ్ళు పోసి ఉడికించి తరువాత దించేముందు ఉప్పువేసి కలిపి, కొత్తిమీర వేసి దించవలయును. దీనిలో కూడ ఇష్టమయితే మెంతికూర వేసేటప్పుడు ఒక కప్పు టొమాటో ముక్కలు వేసుకోవచ్చు.

మెంతికూర పచ్చడి

తయారుచేయు విధానము

మెంతికూర శుభ్రంగా కడిగి మూడు కప్పులు తరిగి ఆరబెట్టుకోవాలి. తరువాత స్టౌ మీద బాణలిపెట్టి ఒక స్పూను నూనెవేసి, ఆరు లేక ఎనిమిది ఎండుమిరపకాయలు వేయించి తరువాత ఒక టేబుల్ స్పూను ధనియాలు, ఒక స్పూన్ జీలకఱ్ఱ, కొద్దిగా మెంతులు (పావు స్పూను) కూడ వేసి వేయించి కొద్దిగా నువ్వులు కూడా వేసి అన్నీ వేగిన తరువాత నువ్వులు, ధనియాలు, జీలకఱ్ఱ, మెంతులు పొడి చేసి ప్రక్కనపెట్టాలి. తరువాత సరిపడా చింతపండు గిన్నెలో వేసి కొద్దిగా నీరుపోసి స్టౌమీద పెట్టి కొద్దిగా ఉడికిన తరువాత దించి చల్లార్చి కొద్దిగా వెల్లుల్లి దంచి వేసి, దంచిపెట్టుకున్న పొడులు వేసి, వేయించి పెట్టుకున్న ఎండుమిరపకాయల పొడి కూడా వేసి తాళింపు పెట్టుకుని బాగా తిప్పి దించివేయవలయును. జాగ్రత్తగా తడిచేయి, తడి గరిటె పెట్టకుండా వాడుకుంటే నెలరోజులు కూడా నిలువ ఉంటుంది.

ఆకుకూరలు ఏవయినా సరే పేస్ట్‌లాగా చేసి కొద్దిగా నూనెవేసి బానలిలో పచ్చివాసన పోయేవరకు వేయించి అన్నంలో కలిపితే ఆ ఆకుకూర రుచే వస్తుంది. పాలకూర, గోంగూర, మెంతికూర, కొత్తిమీర, పుదీనా, కరివేపాకు ఏ ఆకు కూరతోనయినా పులిహోర లాగా కలిపి అందులో ఈ పేస్ట్ వేసి వేయించిన ఆకుకూర పేస్ట్ కలుపుకోవాలి. పిల్లలకు, పెద్దవాళ్ళకు కూడ మంచి పోషకాహారము లభిస్తుంది.

గోంగూర

ఆకుకూరలలో గోంగూర రాజులాంటిది. సాధారణంగా గోంగూరను ఇష్టపడని వారు ఉండరు. దీనిలో ఐరన్ సమృద్ధిగా ఉండి ఆరోగ్యమునకు చాలా సహాయకారిగా ఉంటుంది.

దీనిని పచ్చడి, పప్పుకూర, శనగపప్పులో కలిపి పులుసుకూర చేస్తారు. ఇదే కాకుండా నాన్‌వెజ్ కూరలలో కూడా కలిపి వండుతారు. చాలా రుచిగా ఉంటాయి.

గోంగూర-పప్పు

కావలసిన పదార్థాలు

కందిపప్పు	ఒక కప్పు	గోంగూర	రెండు కప్పులు
ఉల్లిపాయలు (ముక్కలు)	రెండు	పచ్చిమిరపకాయలు (ముక్కలు)	నాలుగు
కారం	ఒక స్పూన్	పసుపు	పావు స్పూన్
ఉప్పు	రుచికి తగినంత		
చింతపండు	కొద్దిగా (గోంగూర ఎంత పుల్లగా ఉన్న కొద్దిగా చింతపండు వేయకపోతే చిరు వగరుగా ఉంటుంది)		
తాళింపు దినుసులు			
నూనె	ఒక టేబుల్ స్పూన్	కొత్తిమీర	కొద్దిగా
కరివేపాకు	నాలుగు రెబ్బలు		

తయారుచేయు విధానము: కందిపప్పు కుక్కర్‌లో వేసి శుభ్రంగా కడిగి దానిలో గోంగూర, ఉల్లి, పచ్చిమిరపకాయల ముక్కలు, చింతపండు చాలా కొద్దిగా, కారం, పసుపు వేసి ఒకటిన్నర కప్పుల నీళ్ళు పోసి స్టౌ పైన పెట్టి మూడు విజిల్స్ వచ్చిన తరువాత దింపాలి. ఆవిరి తగ్గిన తరువాత పప్పు గుత్తితో బాగా కలిపి ఉప్పు కూడా వేసి తాళింపు పెట్టి కొత్తిమీర వేసి దింపేయాలి. గోంగూరలో మిగతా ఆకుకూరలకన్నా ఉప్పు, కారం, నూనె అన్నీ కొంచెం ఎక్కువగానే పడతాయి. అయినా ఆరోగ్యరీత్యా, రుచిలోనూ కూడా గోంగూర-పప్పు ఎంతో రుచిగా ఉంటుంది.

గోంగూర-శనగపప్పు పులుసు

కావలసిన పదార్థాలు

శుభ్రంచేసి తరిగిన గోంగూర	రెండు కప్పులు	పచ్చిశనగపప్పు (నానబెట్టినది)	ఒకటిన్నర కప్పు
చింతపండు	కొద్దిగా	ఉల్లిపాయలు	రెండు
పచ్చిమిరపకాయ ముక్కలు	నాలుగు	కారం	ఒకటిన్నర స్పూను
పసుపు	ఒక స్పూను	ఉప్పు	రుచికి తగినంత
వెల్లుల్లి	నాలుగు రెబ్బలు		
తాళింపు దినుసులు			
నూనె	ఒక టేబుల్ స్పూన్		
కొత్తిమీర, కరివేపాకు			

తయారుచేయు విధానము: గోంగూర, నానబెట్టిన శనగపప్పు, ఉల్లి, పచ్చిమిరపకాయ ముక్కలు, చింతపండు, కారం, పసుపు అన్నీ కలిపి కుక్కర్‌లో పెట్టి కొద్దిగా నీళ్ళుపోసి ఉడకబెట్టాలి. మూడు విజిల్స్ వచ్చిన తరువాత తాళింపువేసి ఉప్పు కలుపుకుని కొత్తిమీర వేసి దించి వడ్డించుకోవాలి.

మరోవిధంగా... ముందు తాళింపు పెట్టి దానిలో శనగపప్పు, ఉల్లి, పచ్చిమిర్చి ముక్కలు, చింతపండు, కారం, పసుపు వేసి నీరు పోసి ఉడకనిచ్చి ముందుగా ఉడకబెట్టిన గోంగూరవేసి అప్పుడు ఉప్పు కలిపి కొత్తిమీర కలిపి దించుకోవాలి. గోంగూర, ఇంకా కొన్ని కూరలు ముందు ఉప్పు వేస్తే సరిగ్గా ఉడకవు. అందువలన అంతా అయిన తరువాత దింపబోయే ముందు ఉప్పు కలుపుకోవాలి.

పాలకూర

పాలకూర రుచిగా ఉండటమే కాకుండా ఆరోగ్యానికి చాలా మంచిదని మన అందరకూ తెలుసు.

పాలక్ పనీర్

కావలసిన పదార్థాలు

పాలకూర	నాలుగు కప్పులు
పనీర్ ముక్కలు	అర కప్పు
ఉల్లిపాయ ముక్కలు	అర కప్పు
అల్లం, వెల్లుల్లి పేస్ట్	ఒక టేబుల్ స్పూన్
పచ్చిమిరపకాయ ముక్కలు	2/3 మిరపకాయలు
ధనియాల పొడి	ఒక టేబుల్ స్పూన్
పసుపు	పావు స్పూన్
కారం	ఒక స్పూను
గరం మసాల పొడి	ఒక స్పూను
కొత్తిమీర	
ఉప్పు	సరిపడ
నూనె	సరిపడ

తయారుచేయు విధానము

పాలకూరను స్టౌ మీద కొద్దిగా నీళ్లు పోసి రంగుమారేంత వరకు ఉంచి, దించిన తరువాత పాలకూరను మరీ మెత్తగా కాకుండా రుబ్బుకోవాలి (మిక్సీ చేయాలి). బాణలిలో నూనెవేసి కాగిన తరువాత ఉల్లిపాయ ముక్కలు వేసి బాగా వేయించాలి. ఉల్లిపాయ ముక్కలు వేగిన తరువాత, అల్లంవెల్లుల్లి పేస్ట్, పచ్చిమిరపకాయముక్కలు వేసి మరికొద్దిసేపు వేయించి ఉడికించి గ్రైండ్ చేసిన పాలకూరను, ధనియాల పొడి, గరంమసాల పొడి వేసి మరికొద్దిసేపు వేయించుకోవాలి. పన్నీరు ముక్కలు కలిపి, కొత్తిమీర కూడా కలిపి దించుకోవాలి. అన్నంలోకి, పూరీలు, చపాతీలలోకి కూడా చాలా రుచిగా ఉంటుంది.

పాలక్ మటర్

కావలసిన పదార్థాలు

తరిగిన పాలకూర	రెండు కప్పులు
ఉడికించిన బఠాణీలు	అర కప్పు
దాల్చిన చెక్క	ఒక ముక్క
ఇంగువ	పావు టీ స్పూన్
కారం	ఒక టీ స్పూన్
పసుపు	ఒక టీ స్పూన్
శొంఠి పొడి	పావు టీ స్పూన్
పాలు	అర కప్పు
నూనె	రెండు టీ స్పూన్లు
ఉప్పు	రుచికి సరిపడ

తయారుచేయు విధానము

నూనె వేడిచేసి లవంగాలు, దాల్చినచెక్క, ఇంగువ వేయాలి. అరకప్పు నీటితోపాటు పాలకూర, బఠాణీలు వేసి పది లేక పన్నెండు నిముషాలు, లేదా నీరు ఇంకిపోయేంతవరకు ఉడికించాలి. కారం, పసుపు, శొంఠి, పాలు, ఉప్పు వేసి బాగా కలిపి ఉడికిన తరువాత దించేయాలి. వేడిగా చాలా రుచిగా ఉంటుంది.

పోషకాలు సమృద్ధిగా ఉంటాయి. మెదడు పనితీరును వేగవంతం చేస్తుంది. విటమిన్లు మరియు మినరల్స్ పుష్కలంగా ఉంటాయి. కంటిచూపును పరిరక్షిస్తుంది. బోలు ఎముకల వ్యాధి నుండి ఉపశమనమును కలిగిస్తుంది. కండరాలకు తగిన శక్తినిస్తుంది. జీవప్రక్రియను మెరుగు పరుస్తుంది. వాపులను నిరోధిస్తుంది. బరువు తగ్గడానికి మంచిది

పాలకూర-శనగపప్పు

కావలసిన పదార్థాలు

పాలకూర	మూడు కప్పులు (తరిగినది)	శనగపప్పు	ఒక కప్పు
ఉల్లిపాయ (తరిగిన ముక్కలు)	ఒకటి	పచ్చిమిరపకాయలు	ఐదు
కారం	ఒక స్పూన్	పసుపు	పావు స్పూన్
ఉప్పు	రుచికి తగినంత		
తాళింపు దినుసులు			
నూనె	ఒక స్పూన్	కరివేపాకు	
కొత్తిమీర			

తయారుచేయు విధానము

పాలకూర తరిగి పెట్టుకోవాలి. శనగపప్పు ఒక గంట ముందు నానబెట్టి పెట్టుకోవాలి. స్టౌ మీద బాణలి పెట్టి నూనె వేసి కాగిన తరువాత తాళింపు దినుసులు వేసి ఉల్లిపాయ ముక్కలు, పచ్చిమిరపకాయ ముక్కలు వేసి నానబెట్టిన శనగపప్పు వేసి కొద్దిగా (ఒక కప్పు) నీళ్ళు పోసి ఉడకనివ్వాలి. సగము ఉడికిన తరువాత తరిగిన పాలకూర వేసి ఉప్పు, కారం, పసుపు వేసి శనగపప్పు బాగా ఉడికిన తరువాత దించి కొత్తిమీర వేసి గిన్నెలోకి తీసుకోవాలి. ఇది కూడా అన్నంలోకి, చపాతీలలోకి చాలా రుచిగా ఉంటుంది.

పాలకూర-టొమాటో

కావలసిన పదార్థాలు

పాలకూర	మూడు కప్పులు (తరిగినది)	టొమాటోలు	ఒక కప్పు (కోసిన ముక్కలు)
ఉల్లిపాయ (తరిగిన ముక్కలు)	ఒక పెద్ద ఉల్లిపాయ	పచ్చిమిరపకాయలు	నాలుగు (కోసిన ముక్కలు)
కారం	ఒక స్పూన్	పసుపు	పావు స్పూన్
ఉప్పు	రుచికి తగినంత		
చింతపండు	కొద్దిగా (పులుపు ఎక్కువ ఇష్టపడనివారు చింతపండు వేయకపోయినా ఫర్వాలేదు)		
తాళింపు దినుసులు			
నూనె	కొద్దిగా	కరివేపాకు, కొత్తిమీర	

తయారుచేయు విధానము

పాలకూరను శుభ్రంచేసి తరిగి పెట్టుకోవాలి. పాలకూర, టొమాటో ముక్కలు, ఉల్లిపాయ ముక్కలు, పచ్చిమిరపకాయ ముక్కలు, ఇష్టమయినవారు కొద్దిగా చింతపండు, ఉప్పు, కారం, పసుపు అన్నీ కలిపి కుక్కర్‌లోగానీ, మందపాటి కళాయిలో గానీ వేసి ఉడకనివ్వాలి. బాగా ఉడికిన తరువాత తాళింపు వేసి గిన్నెలో తీసి కొత్తిమీర చల్లి వడ్డించుకోవాలి. అన్నంలోకి, చపాతీలలోకి చాలా రుచిగా ఉంటుంది.

మసాలా వాసన ఇష్టపడేవారు కొద్దిగా అల్లం, వెల్లుల్లి పేస్ట్ వేసుకోవచ్చు.

పాలకూర-పప్పు

కావలసిన పదార్థాలు

పాలకూర	మూడు కప్పులు (తరిగినది)
ఉల్లిపాయ (తరిగిన ముక్కలు)	ఒకటి
పచ్చిమిరపకాయలు	నాలుగు (కోసినవి)
కందిపప్పు/పెసరపప్పు	ఒక కప్పు
చింతపండు	కొద్దిగా
కారం	ఒక స్పూన్
పసుపు	పావు స్పూన్
ఉప్పు	రుచికి తగినంత
తాళింపు దినుసులు	
నూనె	ఒక స్పూన్

తయారుచేయు విధానము

కుక్కర్‌లో పప్పు కడిగిపెట్టి దానిలో తరిగిన ఉల్లిపాయ ముక్కలు, పచ్చిమిరపకాయ ముక్కలు, చింతపండు, కారం, పసుపు వేసి స్టౌ మీద పెట్టి మూడు విజిల్స్ వచ్చిన తరువాత స్టౌ తీసి ప్రెజర్ తగ్గిన తరువాత దీనిలో ఉప్పు వేసి మెత్తగా (ఎనిపి) కలిపి తాళింపు వేసి గిన్నెలోకి తీసి కొత్తిమీర చల్లి వడ్డించుకోవాలి. చాలా రుచిగా ఉంటుంది.

పాలక్-మొక్కజొన్నలతో కర్రీ

కావలసిన పదార్థాలు

ఉడికించిన మొక్కజొన్నలు	రెండు కప్పులు
పాలకూర	రెండు కప్పులు
వెల్లుల్లి పేస్ట్	రెండు టీ స్పూన్లు
పచ్చిమిరపకాయలు	రెండు
ఎండుమిరపకాయలు	రెండు
ఉప్పు	రుచికి సరిపడా
మిరియాల పొడి	పావు టీ స్పూను
నూనె	రెండు టీ స్పూన్లు
వెన్న	రెండు టీ స్పూన్లు
గరంమసాలా	ఒక టీ స్పూను
ధనియాల పొడి	ఒక టీ స్పూను
టొమాటోలు	రెండు

తయారుచేయు విధానము

మొక్కజొన్న గింజలు ఉడికించి ప్రక్కన పెట్టుకోవాలి. స్టౌ మీద బాణలి పెట్టి నూనె వేసి వేడి అయిన తరువాత అల్లం, వెల్లుల్లి, పచ్చి మిరపకాయలు వేసి వేయించాలి. పొడి మసాలాలు వేసుకుని టొమాటోలు, మొక్కజొన్నలు ఉడికించి గ్రైండ్ చేసి సన్నగా తరిగిన పాలకూర వేసి కలియబెట్టి సన్నని సెగపై పది నిముషాలు ఉడకనిచ్చి కొత్తిమీర వేసుకుని దించేయాలి. పరోటాలు, పుల్కాలతో తినటానికి చాలా బాగుంటుంది.

పాలకూర పచ్చడి

కావలసిన పదార్థాలు

శుభ్రంచేసి తరిగిన పాలకూర	మూడు కప్పులు
నువ్వులు	మూడు స్పూన్లు
పచ్చిమిరపకాయలు	10 (లేదా) 8 ఎండుమిర్చి
చింతపండు	కొద్దిగా
పసుపు	పావు స్పూన్
ఉప్పు	రుచికి తగినంత
తాళింపు దినుసులు	
నూనె	రెండు స్పూన్లు
ధనియాలు	మూడు స్పూన్లు
వెల్లుల్లి రేకలు	నాలుగు
కొత్తిమీర	కొద్దిగా
కరివేపాకు	రెండు రెబ్బలు

తయారుచేయు విధానము

ముందుగా పాలకూరను ఒక పొడి బట్టమీద వేసి ఆరబెట్టాలి. స్టౌ మీద బాణలి పెట్టి పాలకూర, పచ్చిమిరప కాయలు, కొద్దిగా నూనెవేసి మగ్గనివ్వాలి. మెంతులు, జీలకఱ్ఱ, ధనియాలు వేయించి పొడి చేయాలి. నువ్వులు కూడా వేయించి పొడి చేసి పెట్టుకోవాలి. తరువాత మగ్గబెట్టిన ఆకుకూర, పచ్చిమిరప కాయలు, చింతపండు, వెల్లుల్లి రేకలు, మిక్సీలో వేసి నలిగిన తరువాత పొడిచేసి పెట్టుకున్న ధనియాలు, జీలకఱ్ఱ, మెంతుల పిండి మిక్సీలోని పచ్చడిలోవేసి, నువ్వుల పొడి కూడా వేసి గిన్నెలోకి తీసుకోవాలి. తరువాత బాణలిలో నూనెవేసి తాళింపువేసి మిక్సీలోని పచ్చడిలో కలిపి కొత్తిమీర కూడా వేసి గిన్నెలో తీసి వాడుకోవాలి. ఇది తింటే నువ్వులలో ఉన్న కాల్షియం పాలకూరలో ఉన్న విటమిన్లు అన్నీ కలిసి ఎముకలు గట్టిపడతాయి.

Rice Items

వెజిటబుల్ బిర్యాని

కావలసిన పదార్థాలు

బాసుమతి బియ్యం	3 కప్పులు	నీరుల్లి-ఉల్లిపాయలు	4 (ముక్కలు చేసినవి)
పచ్చిమిరపకాయలు	5 (ముక్కలు చేసి లేక నూరి)	అల్లం+వెల్లుల్లి పేస్టు	2 స్పూన్లు
బీన్సు ముక్కలు	1/2 కప్పు	క్యారెట్ ముక్కలు	1/4 కప్పు
బంగాళదుంప ముక్కలు	1/2 కప్పు	పచ్చిబఠాణీలు	1/2 కప్పు
కాలీఫ్లవరు పువ్వులు విడదీసినవి	1/2 కప్పు	టమాటాలు	2 గ్రైండ్ చేసి
నూనె / నెయ్యి	1/4 కప్పు	ఉప్పు	సరిపడ
పుదీనా 1/2 కప్పు + కరివేపాకు 1/4 కప్పు		కొత్తిమీర	1/2 కప్పు
పచ్చిమిర్చి	4 (గ్రైండ్ చేసి)	హోల్ గరంమసాలా	
లవంగాలు	3	దాల్చినచెక్క	1
యాలకులు	2		

స్పైస్‌పొడర్లు

గరంమసాలా	1/2 స్పూన్
కారం	1/2 స్పూన్
పసుపు	1/4 స్పూను

తయారుచేయు విధానము

స్టౌ మీద పాన్ పెట్టి నూనె వేసి హోల్ స్పైసెస్ వేసి కొద్దిగా వేగిన తరువాత పసుపు ఉల్లిపాయ ముక్కలు వేసి వేగనిచ్చి అల్లం+వెల్లుల్లి వేసి వేగిన తరువాత కొత్తిమీర+పచ్చిమిర్చి నూరిన ముద్దవేసి టమాట ప్యూరి వెయ్యాలి. అన్నీ బాగా వేగిన తరువాత కూరగాయముక్కలు అన్ని ఉప్పు వేసి మూత పెట్టి సగం ఉడికిన తరువాత బియ్యం వేసి నీరు పోయాలి. అన్నం ఉడికిన తరువాత అన్నంలో 1 స్పూను నెయ్యి, గరంమసాలా, ఎఱ్ఱగా వేయించి పెట్టుకున్న ఉల్లిపాయముక్కలు, పుదీనా వేసి అన్నీ ఒక్కసారి బాగా కలిపి, దించేముందు కొత్తిమీర వేసి సర్వింగ్ బౌల్‌లోకి తీసుకుని వడ్డించుకోవచ్చు.

ఒక కప్పు నీరు తగ్గించి కప్పు కొబ్బరి పాలు పోస్తే కూడ చాలా రుచిగా ఉంటుంది.

బిసిబేళాబాత్

కావలసిన పదార్థాలు

బాసుమతి బియ్యం	అర కిలో	కందిపప్పు	300గ్రా.
చింతపండు	50గ్రా. (నానబెట్టి గుజ్జు తీయాలి)	ఉప్పు	రుచికి సరిపడినంత
పసుపు	పావు స్పూను	బెల్లం	ఒక స్పూను

కూరగాయలు

పచ్చిబఠాణి గింజలు	100గ్రా.	క్యారట్	100గ్రా.
బీన్సు	50గ్రా.	డబల్ బీన్సు	50గ్రా.
క్యాప్సికమ్	ఒకటి	నూనె	ఒక కప్పు – నెయ్యి ఒక స్పూను
ఎండు కొబ్బరి లేక పచ్చికొబ్బరి	50గ్రా.		

తాళింపుకు

జీడిపప్పు	10 లేక 15	ఆవాలు	ఒక స్పూను
వెల్లుల్లి	ఒక పాయ (ఒలిచి పెట్టాలి)	ఉల్లిపాయలు (ముక్కలు కోయాలి)	రెండు
మిరియాలు	అరస్పూను లేక ఒక స్పూను	జీలకఱ్ఱ	ఒక స్పూను
మెంతులు	చిటికెడు	కరివేపాకు	4 రెమ్మలు
కొత్తిమీర తరుగు	అర కప్పు	మసాల పొడి	ఒక కప్పు
కొద్దిగా ఇంగువ	పావు స్పూను		

మసాల పొడి కొఱకు

మినపప్పు	ఒక టేబుల్ స్పూను	పచ్చిశనగపప్పు	ఒక టేబుల్ స్పూను
ధనియాలు	ఒక టేబుల్ స్పూను	ఎండుమిర్చి	పది
దాల్చినచెక్క	2" – రెండు ముక్కలు	లవంగాలు	ఒక స్పూను
జీలకఱ్ఱ	ఒక స్పూను	మెంతులు	అర స్పూను
ఆవాలు	ఒక స్పూను	మిరియాలు	అర స్పూను
గసాలు	అర స్పూను		

తయారుచేయు విధానము

ముందు మసాలా కొఱకు పెట్టిన దినుసులు (మిరపకాయలు, ధనియాలు, మినప్పప్పు, గసాలు, పచ్చిశనగపప్పు, దాల్చినచెక్క, లవంగాలు, జీలకఱ్ఱ, మెంతులు, ఆవాలు, మిరియాలు) అన్నీ కొద్దిగా వేడి చేసి గ్రైండర్‌లో మెత్తగా పొడి చేసి పెట్టుకోవాలి. కూరగాయలు అన్నీ (పచ్చిబఠాణీ గింజలు, క్యారట్ ముక్కలు, బీన్సు ముక్కలు, డబల్ బీన్సు, క్యాప్సికమ్ ఇష్టమయితే రెండు బంగాళదుంప ముక్కలు) స్టౌమీద కుక్కర్‌లో ఉడకబెట్టాలి. రెండు విజిల్స్ వచ్చిన తరువాత ఆపివేయవలయును బియ్యము, కందిపప్పు కుక్కర్‌లో రెండు మూడు విజిల్స్ వచ్చేవరకు ఉడికించాలి. స్టౌమీద బాణలి పెట్టి నూనె పోసి కాగిన తరువాత తాళింపుదినుసులు ఆవాలు, మెంతులు, జీలకఱ్ఱ, మిరియాలు వేసి చిటపటలాడిన తరువాత ఇంగువ వేసి తరువాత మసాలపొడి, ఉల్లిపాయలు, పచ్చిమిరప ముక్కలు వేసి కొద్దిగా వేగిన తరువాత ఉడికించి పెట్టుకున్న కూరగాయ ముక్కలు వేసి మరికొద్దిసేపు ఉంచి, ఉప్పు, పసుపు, చింతపండుగుజ్జు, కారము వేసి కలిపి ఉడకబెట్టి ప్రక్కన పెట్టుకున్న అన్నము, కందిపప్పు వేసి ఒక కప్పు నీరు కలిపి మరి కొద్దిసేపు ఉడకనిచ్చి కొత్తిమీర వేసి దించుకోవలయును. ఇది ఎంతో రుచిగా ఉండటమే కాక ఆరోగ్యమునిచ్చే వంటకము కూడ.

పులిహోర పేస్టు

కావలసిన పదార్థాలు

చింతపండు 300 గ్రా.

(కొత్తది 1 గంట నానబెట్టాలి. తరువాత చిక్కగా పులుసు తీసి ప్రక్కనపెట్టాలి. స్ట్రైనర్‌లో వడపోసి ప్రక్కన పెట్టాలి)

నువ్వులనూనె	1 కప్పు	మెంతులు	1 స్పూను
జీలకర్ర	1స్పూను	ఎండుమిర్చి	10
పచ్చిశనగపప్పు	1 స్పూను	పొట్టుమినపప్పు	1 స్పూను
ఇంగువు	అరస్పూను	బెల్లం	కొద్దిగా
ఉప్పు	సరిపడా	కరివేపాకు	
పసుపు	1 స్పూను	ఆవాలు	

తయారుచేయు విధానము: స్టౌ మీద పాన్ పెట్టి నూనెపోసి వేడెక్కిన తరువాత దానిలో మెంతులు కొద్దిగా వేసి ఆవాలు, మినప్పప్పు, శనగపప్పు వేగిన తరువాత ఎండుమిరపకాయలు, జీలకర్ర వేసి వేగిన తరువాత కరివేపాకు వేసి దీనిలో తీసిపెట్టుకున్న చింతపండు పులుసపు వేసి బాగా ఉడకనివ్వాలి. దీనిలో సరిపోయే ఉప్పు, కొద్దిగా బెల్లం వేసి బాగా ఉడకనివ్వాలి. ఉడికిన తరువాత నూనె పైకి తేలేవరకు ఉడకనిచ్చి దించేయాలి. బాగా చిక్కగా ఉడకాలి. గాజు సీసాలో నిలవ చేసుకోవాలి.

పులిహోర పేస్టుతో

పేస్టుతో పులిహెూర కలపటం. పలుకుగా అన్నం వండి దానిలో క్యారట్టు తురుము లేక పచ్చికొబ్బరి తురుము కరివేపాకు కొత్తిమీర కలిపి దీనిలో ఒక నిమ్మకాయ రసం కలపాలి. పచ్చి మిరపకాయలు చీల్చి అందులో కొంచెం నిమ్మరసం రాయవచ్చు. ఉప్పు చూసి వేసుకోవాలి. అన్నంలో ఎంత పేస్టు కావాలో చూసి వేసుకోవాలి.

స్టౌ మీద పాన్ పెట్టి, నూనెపోసి దీనిలో వేరుశనగపప్పు, జీడిపప్పు వేయించి తీసి ప్రక్కనపెట్టి ఆ నూనెలో ఆవాలు, జీలకర్ర, ఉప్పు, నిమ్మరసం రాసి పెట్టుకున్న పచ్చిమిరప కాయలు వేసి పేస్టు కలిపిన అన్నంలో కలపండి. పులిహెూర తయారు.

గోంగూర పులిహోర

కావలసిన పదార్థాలు

బియ్యం	3 కప్పులు	గోంగూర	2 కప్పులు
చింతపండు పులుసు	కొద్దిగా	పచ్చిమిరపకాయలు	ఆరు (సన్నగా ముక్కలు కోసుకోవాలి)
కరివేపాకు	5 రెమ్మలు	పసుపు	ఒక స్పూను
ఉప్పు	రుచికి సరిపడ	నూనె	సరిపడ
వేరుశనగపప్పు	సరిపడ	అల్లం	ఒక స్పూను (సన్నని ముక్కలు)
వేరుశనగ పప్పు	మూడు స్పూన్‌లు	జీడిపప్పు	సరిపడ

తయారుచేయు విధానము

ముందు మూడు కప్పులు బియ్యం కొద్దిగా పలుకుగా అన్నం వండి పెట్టుకోవాలి. పులిహోరకు అన్నం మెత్తగా అయితే బాగుండదు. గోంగూరను ఉడకబెట్టి మెత్తగా చేసుకోవాలి. అన్నము ఉడకగానే వేడిగా ఉన్నప్పుడే దానిలో కొద్దిగా పసుపు, పచ్చిమిరప, అల్లంముక్కలు, కరివేపాకు అన్నం మధ్యలో పెట్టి పచ్చినూనె (3 స్పూన్‌లు కాగబెట్టకుండా) అన్నంలో వేసి కలిపి పెట్టాలి. తాళింపు పెట్టి తాళింపు దినుసులు (ఎండు మిరపకాయలు, పచ్చిశనగపప్పు ఒక స్పూను, మినప్పప్పు ఒక స్పూను, ఆవాలు అరస్పూను, జీడిపప్పు, వేరుశనగ పప్పు, చింతపండు గుజ్జు రెండు స్పూనులు వేసి) వేగిన తరువాత గోంగూర (మెత్తగా చేసినది) కూడా వేసి, కరివేపాకు, తాళింపులో ఒక నిముషం ఉంచి తీసి అన్నములో ఉప్పుతో పాటు కలిపి తీసుకోవాలి. తాళింపు పెట్టేముందు అన్నంలో వేసిన కరివేపాకు రెమ్మలు తీసేయాలి.

- కొంతమంది పులిహోరలో ఆవపిండి కూడ వేస్తారు. ఇష్టమయిన వారు ఆవపిండి వేసుకొనవచ్చు.
- ధనియాలు వేయించి, ఎండు మిరపకాయలు, జీలకఱ్ఱ వేయించి పొడి చేసి కూడ ఇష్టమయిన వారు కలుపు కొనవచ్చు. వేరే వేరే రుచితో ఏవిధముగా చేసినా బాగుంటుంది.

చింతపండు పులిహోర

కావలసిన పదార్థాలు

బియ్యం	ఒక కిలో	చింతపండు	100గ్రా.
అల్లం (కోసిన చిన్నముక్కలు)	3 స్పూనులు	పచ్చిమిరపకాయలు	ఎనిమిది
కరివేపాకు	10 రెమ్మలు	పసుపు	ఒక స్పూను
ఉప్పు	రుచికి సరిపడ	నూనె	100గ్రా.
ఎండు మిర్చి	ఎనిమిది	శనగపప్పు	మూడు స్పూన్‌లు
మినపప్పు	మూడు స్పూన్‌లు	ఆవాలు	ఒక స్పూను
వేరుశనగ పప్పు	మూడు స్పూన్‌లు	జీడిపప్పు	సరిపడ
కరివేపాకు	సరిపడ		

తయారుచేయు విధానము: చింతపండు కడిగి వేడి నీళ్ళలో నానబెట్టి చిక్కగా పులుసు తీసుకుని స్టౌ మీద పెట్టి ఉడకబెట్టి ప్రక్కన పెట్టుకోవాలి. అన్నం మెత్తగా కాకుండా పలుకు మీద వండి బేసిన్‌లో వేడి అన్నం వేసుకుని దానిలో కొద్దిగా నూనె (వేడిచేయకుండా పచ్చిదే), కరివేపాకు రెమ్మలపళంగా, పసుపు, పచ్చిమిర్చి ముక్కలు, అల్లంముక్కలు వేసి (అన్నం మధ్యలో కొద్దిసేపు ఉంచాలి) కలుపుకోవాలి. ఒక పది నిముషాలు అలా వదిలేయాలి. తరువాత స్టౌ మీద బాణలి పెట్టి నూనె పోసి నూనె కాగిన తరువాత ఎండు మిరపకాయలు, శనగపప్పు, మినపప్పు, ఆవాలు, వేరుశనగపప్పు, జీడిపప్పు అన్నీ వేయించి కరివేపాకు కూడ వేసి తీసిపెట్టుకున్న చింతపండు గుజ్జు తాళింపులో వేసి ఉప్పు కలిపి అన్నంలో కలపాలి. కలిపేముందు అన్నంలో వేసిన కరివేపాకు రెమ్మల్ని తీసివేయాలి. ముందే వేడి అన్నంలో పచ్చి నూనె కలుపుతాము కాబట్టి అన్నం ముద్దగా కాకుండా పొడిపొడిలాడుతూ ఉంటుంది.

కొంతమంది ఎండుమిరపకాయలు, ధనియాలు వేయించి ఆ పొడి కలిపిచేస్తారు. కొందరు ఆవపిండి కూడా వేస్తారు. ఎవరికి ఇష్టమయిన రుచికి ఆ ప్రకారము చేసుకోవచ్చు. ఏదయిన పులిహోర మనము ప్రతి పండుగకు, శుభకార్యాలకు అన్నింటికీ ముందు చేసుకునే ఇష్టమయిన వంట.

అన్నము, నూనె, పసుపు, పచ్చిమిర్చి, అల్లము, కరివేపాకు వేసుకున్న తరువాత మామిడి కోరుతో కూడ చేయవచ్చు (చింతపండు పులుసు బదులు) నిమ్మకాయ రసంతో చేయవచ్చు.

కరివేపాకు రుబ్బి పచ్చివాసన పోయేలా వేయించి అన్నములో కలిపితే బాగుంటుంది.

చింతపండు గుజ్జు బదులు దబ్బకాయరసం కలిపి దబ్బకాయ పులిహోర చేయవచ్చు. పెద్ద ఉసిరికాయలు ముక్కలు కోసి దంచి నూనెలో వేయించి కూడ పులిహోర చేయవచ్చు.

గ్రీన్ పలావ్

కావలసిన పదార్థాలు

బియ్యం	2 కప్పులు
నెయ్యి	2 టేబుల్ స్పూన్లు లేదా సరిపడా నూనె
కొత్తిమీర కట్ట	పెద్దది ఒకటి
పుదీనా కట్ట	పెద్దది ఒకటి
పచ్చిమిరపకాయలు	ఎనిమిది
అల్లం వెల్లుల్లి పేస్ట్	1 టేబుల్ స్పూను
గరం మసాల	1 టేబూల్ స్పూను
ఉల్లిపాయ	అరకప్పు (సన్నగా తరిగిన ముక్కలు)
పచ్చి బఠాణి	ఒక కప్పు
బంగాళదుంపలు	రెండు (ఉడకబెట్టి ప్రక్కన పెట్టుకోవాలి)
నీళ్ళు	సరిపడ
ఉప్పు	రుచికి సరిపడా

తయారుచేయు విధానము

మందపాటి గిన్నెగానీ, బాండీలోగానీ నెయ్యిగానీ, నూనెగానీ వేసి అందులో ఉల్లిపాయ ముక్కలు వేసి బంగారు రంగు వచ్చేవరకు వేయించి గరంమసాల, అల్లంవెల్లుల్లి ముద్ద, కొత్తిమీర, పుదీనా వేసి బాగా వేయించాలి. అవసరమనుకుంటే కొద్దిగా నీరు కూడా పోసుకోవచ్చు. ఇవన్నీ బాగా వేగిన తరువాత బంగాళదుంప ముక్కలు, బఠాణీలు వేసి ఉప్పు కూడా వేసి వేయించి చివరగా ఉడికించి పెట్టుకున్న అన్నం కలిపి మూతపెట్టి కొద్దిసేపుంటి దించేయాలి. పెరుగు పచ్చడి దీనికి బాగుంటుంది.

కొబ్బరి అన్నం

కావలసిన పదార్థాలు

బాసుమతి బియ్యం	అర కిలో
కొబ్బరికాయ	ఒకటి
ఉల్లిపాయలు	నాలుగు
కొత్తిమీర	
ఉప్పు	రుచికి సరిపడా

తయారుచేయు విధానము: బాసుమతి బియ్యం అర కిలో బియ్యం శుభ్రంగా కడికి ప్రక్కన పెట్టుకోవాలి. లేత కొబ్బరికాయ మెత్తగా రుబ్బి ప్రక్కన పెట్టాలి. తరువాత మందపాటి గిన్నె స్టౌ మీద పెట్టి రెండు గరిటెలు నెయ్యిగానీ, లేక రిఫైండ్ ఆయిల్‌గానీ వేసి కాగిన తరువాత ఆవాలు, జీలకఱ్ఱ వేసి జీడిపప్పు వేసి కొద్దిగా శనగపప్పు, మినపప్పు వేసి వేగిన తరువాత ఉల్లిపాయలు, పచ్చిమిరపకాయ ముక్కలు వేసి వేగిన తరువాత ఒకటి బియ్యమునకు రెండు నీళ్ళుపోసి దానిలో బియ్యము, ఉప్పు, రుబ్బి ఉంచుకున్న కొబ్బరివేసి రెండుమూడుసార్లు కలుపుతూ అన్నం ఉడికిన తరువాత దించేముందు కొత్తిమీర తరుగు వేసి దించుకోవాలి. వేడిగా వడ్డించుకోండి. చాలా రుచిగా ఉంటుంది.

జీరా రైస్

కావలసిన పదార్థాలు

బాసుమతి బియ్యం	అర కిలో
షాజీరా	ఒక స్పూను
లవంగాలు	ఐదు
యాలకులు	నాలుగు
(పట్టా) దాల్చినచెక్క	రెండు అంగుళాల ముక్క
జీడిపప్పు	
జీలకఱ్ఱ	రెండు స్పూన్లు
నెయ్యి	రెండు స్పూన్లు
ఉప్పు	రుచికి సరిపడా

తయారుచేయు విధానము: ముందుగా బియ్యం కడిగి వడేసి పెట్టుకోవాలి. స్టౌ అంటింది బాణలి పెట్టి దానిలో నెయ్యివేసి వేడిగా అయిన తరువాత ఒక స్పూను షాజీరా, జీలకఱ్ఱ వేసి కాలిన తరువాత పచ్చిమిర్చి, పుదీనా, కొత్తిమీర వేసి వేగిన తరువాత ఒక కప్పు బియ్యానికి రెండు కప్పుల నీరు పోసి బాగా మరిగిన తరువాత నానబెట్టి వడేసిన బియ్యం ఆ నీళ్ళలో వేయాలి. కావాలంటే పుదీనా వేసుకోవాలంటే వేయవచ్చు. వద్దనుకుంటే వేయకపోయినా ఫరవాలేదు. అన్నం ఉడికిన తరువాత ఇష్టమయిన వారు ఉల్లిపాయలు చీల్చి బాగా ఎఱ్ఱగా వేయించి పైన వేస్తే బాగుంటుంది. దీనిలో చికెన్ కర్రీ కాంబినేషను చాలా రుచిగా ఉంటుంది.

కొబ్బరి అన్నం మసాలాతో

కావలసిన పదార్థాలు

బాసుమతి బియ్యం	అర కిలో
కొబ్బరికాయ	ఒకటి
లవంగాలు	ఐదు
దాల్చినచెక్క	రెండు అంగుళాలు
యాలకులు	నాలుగు
జీడిపప్పు	పది
కొత్తిమీర	కొద్దిగా
నెయ్యి లేదా రిఫైండ్ ఆయిల్	ఒక టేబుల్ స్పూను
ఉప్పు	రుచికి సరిపడా

తయారుచేయు విధానము: కొబ్బరికాయ ముదురుగా ఉన్నది తీసుకుని కోరుకుని ఆ కోరులో వేడినీళ్ళు పోసి గ్రైండ్ చేసుకుని పాలు తీసి పెట్టుకోవాలి. బియ్యం కడిగి నీళ్లు లేకుండా వడేసి పెట్టుకోవాలి. స్టౌ మీద మందపాటి గిన్నె పెట్టి నేయిగానీ, నూనెగానీ వేసి కాగిన తరువాత లవంగాలు, యాలకులు, దాల్చినచెక్క, జీడిపప్పు వేస్తూ అన్నీ వేగిన తరువాత బియ్యము వేసి కొబ్బరి రుబ్బి తీసి పెట్టుకున్న పాలు పోసి (ఒక గ్లాసు బియ్యం - రెండు గ్లాసుల పాలు) ఉప్పు కలిపి అప్పుడప్పుడు కలుపుతూ అన్నం ఉడికిన తరువాత దించేయాలి.

పాలకూర-మొక్కజొన్న పలావ్

కావలసిన పదార్థాలు

బాసుమతి బియ్యం	(అన్నం వండి పెట్టుకోవాలి)
ఉడికించిన పాలకూర	అరకప్పు
(పూరి తయారు చేసి పెట్టుకోవాలి)	
ఉడకబెట్టిన మొక్కజొన్న గింజలు	అరకప్పు
ఆవాలు	ఒక స్పూను
ఇంగువ	చిటికెడు
ఉల్లిపాయ	1 (ముక్కలు తరగాలి)
పసుపు	చిటికెడు
పచ్చిమిరపకాయలు	రెండు (ముక్కలు తరగాలి)
ఆమ్‌చూర్ పొడి	కొద్దిగా
నూనె	సరిపడా
ఉప్పు	రుచికి సరిపడా
అల్లంముక్కలు	ఒక స్పూన్

తయారుచేయు విధానము

బాండీలో నూనె వేసి కాగిన తరువాత ఆవాలు వేసి చిటపడలాడాక పచ్చి మిరపకాయ ముక్కలు, అల్లం ముక్కలు వేసి బాగా వేగనివ్వాలి. ఇంగువ కూడా వేసి కొంచెంసేపు వేగనివ్వాలి. అన్నీ వేగిన తరువాత పాలకూర పూరీని కూడవేసి మరికొద్దిసేపు ఉడకనివ్వాలి. ఆ తరువాత వండి పెట్టుకున్న అన్నం, ఉడికించి పెట్టుకున్న మొక్కజొన్న గింజలు, ఆమ్‌చూర్ పొడి, ఉప్పు వేసి బాగా కలిపి కొద్దిసేపు పొయ్యిమీద ఉంచి దించేయాలి. ఇది వేడిగా తింటే రుచిగా ఉంటుంది.

తెల్ల అన్నము

కావలసిన పదార్థాలు

బియ్యము	రెండు కప్పులు
నీళ్ళు	నాలుగు కప్పులు

తయారుచేయు విధానము

ప్రెజర్ కుక్కర్‌లో పెట్టడానికి సరిపోయే గిన్నెలో రెండు కప్పుల బియ్యంపోసి శుభ్రంగా కడిగి నాలుగు కప్పుల నీరుపోసి కుక్కర్ స్టౌ మీద పెట్టి మూడు విజిల్స్ వచ్చిన తరువాత దింపి ప్రెజరు తగ్గిన తరువాత మూత తీసి వాడుకోవచ్చు.

ఇప్పుడు అన్నం వండుకోవటానికి ఎలక్ట్రిక్ రైస్ కుక్కర్లు కూడా ఎన్నో రకాలు మార్కెట్లో దొరుకుతున్నాయి. ఈ కుక్కర్లో కూడా అన్నం వండటం ఎంతో సులభంగా ఉంటుంది. గిన్నెలో బియ్యంపోసి కడిగి ఒకటికి రెండు నీళ్ళు పోసి కుక్కర్లో పెట్టి స్విచ్ వేస్తే మరల మీరు తిరిగి చూడనవసరము లేకుండా అన్నము తయారుగా ఉంటుంది.

వాంగీ బాత్

కావలసిన పదార్థాలు

బియ్యం	మూడు గ్లాసులు
వంకాయలు	పావు కిలో
ఉల్లిపాయ	ఒకటి
చింతపండు	నిమ్మకాయంత
వెల్లుల్లి	ఆరు రెబ్బలు
ఉప్పు	రుచికి సరిపడా
జీడిపప్పులు	పది
ఇంగువ	చిటికెడు
ఆవాలు	ఒక స్పూను
పసుపు	అర స్పూను
నూనె	పావు కప్పు

మసాలా పొడికి కావలసిన పదార్థాలు

మినపప్పు	మూడు స్పూన్లు
పచ్చిశనగపప్పు	మూడు స్పూన్లు
ధనియాలు	మూడు స్పూన్లు
ఎండుమిర్చి	ఆరు
దాల్చిన చెక్క	2” ఒక ముక్క
లవంగాలు	నాలుగు
యాలకులు	రెండు

తయారుచేయు విధానము

అన్నీ విడివిడిగా వేయించి పొడిచేసి పెట్టుకోవాలి. బియ్యం అన్నం వండి పెట్టాలి. చింతపండు నానబెట్టి రసం (గుజ్జు) తీసి పెట్టుకోవాలి. ఉల్లిపాయ సన్నగా ముక్కలు చేసుకోవాలి. వెల్లుల్లి గర్భాలు పొట్టు తీసి పెట్టుకోవాలి. వంకాయలు పెద్ద ముక్కలు చేయాలి. ముందు స్టౌ మీద బాణలిపెట్టి నూనె వేసి కాగిన తరువాత ఆవాలు, వెల్లుల్లి వేసి జీడిపప్పు, కరివేపాకు వేసి ఉల్లిపాయ ముక్కలు, ఇంగువ, పసుపు, వంకాయ ముక్కలు వేయాలి. సన్నమంట మీద మగ్గబెట్టాలి. మగ్గిన తరువాత చింతపండు గుజ్జువేసి వంకాయ ఉడికిన తరువాత మసాలా పొడి కూడా వేయాలి. అన్నీ బాగా మగ్గిన తరువాత వండి పెట్టిన అన్నంలో కలపాలి. దించేముందు ఒక నిమ్మకాయ రసం పిండి కొత్తిమీర తరుగు వేసి దించుకోవాలి. వేడిమీద తింటే చాలా రుచిగా ఉంటుంది.

టొమాటో రైస్

కావలసిన పదార్థాలు

టొమాటోలు	అర కిలో	బియ్యం (బాసుమతి)	అర కిలో
జీడిపప్పులు	పది	లవంగాలు	ఐదు
పచ్చిమిరపకాయలు (ముక్కలు)	నాలుగు	ఇంగువ (ఇష్టమయితే)	కొద్దిగా
గరంమసాల పొడరు	అర స్పూను	సోంపు (ఇష్టమయితే)	పావు స్పూను
పుదీనా	15 ఆకులు	తరిగిపెట్టుకున్న కొత్తిమీర	కొద్దిగా
మిర్చిపొడరు	ఒక స్పూను	నెయ్యి	రెండు స్పూన్లు
ఉప్పు	రుచికి సరిపడా	తురిమిన అల్లం	కొద్దిగా
కరివేపాకు		జీలకఱ్ఱ	ఒక స్పూను
ఆవాలు	అర స్పూను	ఎండుమిర్చి	ఒకటి లేక రెండు
ఉల్లిపాయ (కోసిన ముక్కలు)	సగం		

తయారుచేయు విధానము

స్టౌ మీద బాణలిపెట్టి నెయ్యివేసి వేడెక్కిన తరువాత ఎండుమిరపకాయలు చిన్న ముక్కలు చేసి నేతిలో వేసి, జీలకఱ్ఱ, ఆవాలు, జీడిపప్పు, కొద్దిగా ఇంగువ వేయాలి. రంగు మారిన తరువాత సన్నగా తరిగిన ఉల్లిపాయలు వేసి ఎర్రగా వేగిన తరువాత పచ్చిమిరప ముక్కలు, కరివేపాకు వేయాలి. తరువాత అర కిలో టొమాటోలలో నాలుగు టొమాటోలు సన్నగా తరిగి వేయాలి. గరంమసాలా అర స్పూను వేయాలి. ఉప్పు కూడా వేయాలి. అన్నీ బాగా వేగిన తరువాత మిగిలిన టొమాటోలతో మిక్సీలో గ్రైండ్ చేసి పురీ తయారుచేసి ఈ వేయించే గుజ్జులో కలిపి ఒక గ్లాసు బియ్యము ఈ గుజ్జులో వేసి రెండు గ్లాసులు నీరుపోసి మూతపెట్టి అప్పుడప్పుడు కలుపుతూ అన్నము అన్నింటితో కలిపి ఉడికిన తరువాత దించేముందు కొద్దిగా కొత్తిమీర కలిపి దించి కొద్దిసేపు ఆగి మూత తీసి వేడిమీద తింటే చాలా బాగుంటుంది. చికెన్ కర్రీ కానీ, మటన్ కుర్మాగానీ లేక పెరుగు పచ్చడిగానీ కాంబినేషనుగా చాలా బాగుంటుంది.

- ముందుగా అన్నము వండి పెట్టుకుని తాళింపు వేసి టొమాటో గుజ్జు తయారుచేసిన తరువాత వేసి కలిపి వడ్డించుకోవచ్చు.

మొక్కజొన్న ఫ్రైడ్ రైస్

కావలసిన పదార్థాలు

బాసుమతి బియ్యం	ఒక కప్పు
నూనె	రెండు టీ స్పూన్లు
అల్లం, వెల్లుల్లి పేస్ట్	రెండు టీ స్పూన్లు
పచ్చిమిరపకాయలు	రెండు
పచ్చి బఠాణీలు	పావు కప్పు
మొక్కజొన్న గింజలు	ఒక కప్పు
ఉప్పు	రుచికి సరిపడ
మిరియాల పొడి	కొద్దిగా
దాల్చిన చెక్క	ఒక అంగుళం
యాలకులు	రెండు
గరంమసాలా పొడి	ఒక టీ స్పూన్
పుదీనా	కొద్దిగా
లవంగాలు	నాలుగు
ఉల్లిపాయలు	రెండు
కొత్తిమీర	

తయారుచేయు విధానము

స్టౌ వెలిగించి పాన్‌లో నూనె వేడిచేసి యాలకులు, దాల్చినచెక్క లవంగాలు వేసి, అల్లంవెల్లుల్లి పేస్ట్ కూడ వేసి పచ్చిమిరప, ఉల్లిపాయ ముక్కలు వేసి కొద్దిగా వేయించి, క్యారెట్ ముక్కలు, ముందుగా ఉడికించి పెట్టుకున్న మొక్కజొన్న గింజలు వేసి, బఠాణీలు, సగం ఉడికించిన అన్నం, ఉప్పు, మసాల కలిపి కొద్ది నిముషాలు వేయించి నీరు కలపాలి. ఉడుకు పట్టాక సిమ్‌లో ఉంచి నీరంతా పీల్చేశాక స్టౌ ఆపేయాలి. కొత్తిమీర కలిపి దించేశాక వేడిమీద తింటే చాలా రుచిగా ఉంటుంది.

పెసరపప్పుతో కిచిడి

కావలసిన పదార్థాలు

బాసుమతి బియ్యం	2 గ్లాసులు
పెసరపప్పు	1 గ్లాసు
ఉప్పు	రుచికి సరిపడా
పచ్చిమిర్చి	4
ఉల్లిపాయ ముక్కలు	1 (సన్నగా)
నెయ్యి	పావు కప్పు
జీడిపప్పు	10 (వేయించాలి)
బంగాళదుంప	1
హోల్ గరంమసాలా, మసాలా ఆకు	
టమాటా	1
అల్లం-వెల్లుల్లి పేస్టు	1 స్పూను

తయారుచేయు విధానము

నెయ్యిగానీ నూనెగాని వేసి స్టౌమీద పెట్టి వేడెక్కిన తరువాత ఆకు హోల్ గరం మసాలా వేసి ఉల్లిపాయ ముక్కలు, పచ్చిమిర్చి వేసి వేగిన తరువాత అల్లం-వెల్లుల్లి పేస్టువేసి వేగిన తరువాత బంగాళదుంపల ముక్కలు వేసి కొంచెం వేగిన తరువాత టమాట ముక్కలు వేసి వేగినతరువాత కలిపి మూతపెట్టి తరువాత నానిన బియ్యం, పెసరపప్పు వేసి కలిపి మూతపెట్టి, తరువాత ఉప్పువేషి కాగిన నీళ్ళుపోసి దానిలో కొత్తిమీర వేసి కలిపి మూతపెట్టి పుదీన కూడ వేసి ఒకసారి కలిపి లో ఫ్లేమ్‌లో ఉడకనిచ్చి దించాలి. ఇష్టమయితే ఒక నిమ్మరసం కలపాలి. దించేటప్పుడు కొద్దిగా కొత్తిమీర కలపాలి. కొత్తిమీర వేసే ముందు నేతిలో వేయించిన జీడిపప్పు కలపాలి. కిచిటి తయరాయింది. ఎంతో రుచిగా ఉంటుంది.

ఆలు కిచిడీ

కావలసిన పదార్థాలు

బియ్యం	ఒక కప్పు	నెయ్యి లేక నూనె	రెండు స్పూన్లు
జీలకఱ్ఱ	ఒక స్పూను	దాల్చిన చెక్క	ఒక అంగుళం ముక్క
యాలకులు	రెండు లేక మూడు	బంగాళాదుంప	పెద్దది ఒకటి (ముక్కలు చేసి పెట్టుకోవాలి)
రాళ్ళ ఉప్పు	ఒక టేబుల్ స్పూను	(సరిపడా చూసి వేసుకోవాలి)	
పచ్చిమిరపకాయలు	2 లేక 3 (చీల్చి పెట్టుకోవాలి)	నీళ్ళు	రెండు కప్పులు
కొత్తిమీర ఆకులు	తరిగినవి కొద్దిగా		

తయారుచేయు విధానము

బాండీ స్టౌ మీద పెట్టి నెయ్యి లేదా నూనె అందులో వేసి తరువాత జీలకఱ్ఱ, దాల్చిన చెక్క, యాలకులు వేసి బాగా వేయించుకోవాలి. ఆ తరువాత బంగాళదుంప ముక్కలు, బియ్యం, ఉప్పు, పచ్చిమిరపకాయ ముక్కలు వేసి కొద్దిసేపు వేగనిచ్చి తరువాత నీరుపోసి మూత పెట్టుకోవాలి. దించేముందు కొత్తిమీర చల్లి దించేయాలి. అన్నీ వేగిన తరువాత రైస్ కుక్కరులో వేసి నీళ్ళు పోసి మూతపెడితే చాలా బాగా ఉడికి రుచిగా ఉంటుంది.

కొత్తిమీర రైస్

కావలసిన పదార్థాలు

బియ్యం (బాసుమతి)	1/2 కేజి
కొత్తిమీర	1 కప్పు
పచ్చిమిర్చి	4
ఉప్పు	సరిపడా
జీడిపప్పు	10
లవంగాలు	2
దాల్చిన చెక్క	చిన్న ముక్క
జాజికాయ	చిన్న ముక్క
బిర్యాని ఆకు	1
అల్లం+వెల్లుల్లి	1
(5 వెల్లుల్లి తురిమి పెట్టుకోవాలి)	
కరివేపాకు	
నిమ్మకాయ	1

తయారుచేయు విధానము: ముందుగా బియ్యం కడిగి అన్నం వండుకోవాలి. దీనిలో కొద్దిగా నెయ్యివేసి నిమ్మరసం పిండి ప్రక్కన పెట్టుకోవాలి. పచ్చిమిర్చి చీర్చి వేయాలి. స్టౌమీద పాన్ పెట్టి నెయ్యి వేసి జీడిపప్పు వేయించి ప్రక్కన పెట్టుకోవాలి.

కొత్తిమీర, పచ్చిమిరపకాయ, అల్లం తురుము, వెల్లుల్లి తురుము, మసాలా దినుసులు వేసి పేస్టు చేసుకోవాలి. ఈ ముద్దను పచ్చివాసన పోయేవరకు వేయించి, ప్రక్కన పెట్టుకున్న అన్నంలో వేసి బాగా కలపాలి. ఉప్పు కూడా వేసుకుని సర్వింగ్ బౌల్‌లోకి తీసుకుని తినేయవచ్చు. చాలా రుచిగా ఉంటుంది. పెరుగు పచ్చడి, కుర్మాతో బాగుంటుంది.

పొంగల్

కావలసిన పదార్థాలు

బియ్యం	ఒక కప్పు
పెసరపప్పు	ఒక కప్పు
మిరియాలు	పది
అల్లం (కచ్చాపచ్చాగా దంచి)	చిన్న ముక్క
జీడిపప్పులు	పది
జీలకఱ్ఱ	కొద్దిగా
నెయ్యి	ఒక టీ స్పూను

తయారుచేయు విధానము: పెసరపప్పు వేయించుకోవాలి. స్టౌ మీద బాణలిపెట్టి నెయ్యివేసి కాగిన తరువాత మిరియాలు, దంచిన అల్లంముక్క, జీలకఱ్ఱ వేసి బియ్యం, వేయించిన పెసరపప్పు వేసి మూడు, నాలుగు కప్పుల నీళ్ళు పోసి కుక్కర్‌లో వేసి రెండు విజిల్స్ వచ్చిన తరువాత ఆపేయాలి.

చాలా రుచిగా ఉంటుంది. కొబ్బరి పచ్చడిగానీ, వేరుశనగపప్పుల పచ్చడిగానీ మంచి కాంబినేషన్.

దద్ధోజనం (పెరుగు అన్నం)

కావలసిన పదార్థాలు

బియ్యం	2 గ్లాసులు
పాలు	1 గ్లాసు
పెరుగు	2 గ్లాసులు
పచ్చిమిర్చి, అల్లం ముక్కలు, కొబ్బరి, జీడిపప్పు	
నీళ్ళు	4 గ్లాసులు
మిరియాలు	10
జీలకర్ర	1 స్పూన్
సొంఠి	అర స్పూన్

తయారుచేయు విధానము

కుక్కర్‌లో 4 గ్లాసులు నీళ్ళుపోసి బియ్యం 2 గ్లాసులు కడిగిన తరువాత కుక్కర్లో పోసి అన్నం వండి పెద్ద గిన్నెలోకి తీసుకుని అన్నం కొంచెం మెత్తగా చేయాలి. ఈ అన్నంలో కాచి చల్లార్చిన పాలు కలిపి, తరువాత పెరుగు కలిపి సరిపోయేటంత ఉప్పు కలపాలి.

తాళింపు కొరకు స్టౌ మీద పాన్‌పెట్టి కొద్దిగా నూనె వేసి కాగిన తరువాత రెండు ఎండిమిర్చి ముక్కలు, మిరియాలు, జీడిపప్పు, కరివేపాకు వేసి వేగిన తరువాత ఈ కలిపి ఉంచుకున్న పెరుగన్నంలో ఈ తాళింపు వేసి బాగా కలిపి సర్వింగ్ బౌల్‌లోకి తీసుకోవాలి.

క్యాబేజి రైస్

కావలసిన పదార్థాలు

బియ్యం	2 కప్పులు
నెయ్యి	2 టేబుల్ స్పూన్లు
క్యాబేజి తురుము	ఒక కప్పు (కొత్తిమీర కోసి పెట్టుకోవాలి)
క్యాప్సికమ్	అరకప్పు (సన్నగా చీలిన ముక్కలు)
మిరియాల పొడి	అర స్పూను
ఉల్లిపాయ	అరకప్పు (సన్నగా తరిగిన ముక్కలు)
ఉప్పు	రుచికి సరిపడా

తయారుచేయు విధానము

ముందుగా అన్నం వండుకొని ప్రక్కన పెట్టాలి. బాండీలో నెయ్యివేసి కాగిన తరువాత ఉల్లిపాయ ముక్కలు వేసి దోరగా వేయించుకోవాలి. తరువాత క్యాబేజి, కాప్సికమ్ ముక్కలు వేసి బాగా వేయించుకోవాలి. ముక్కలు అన్నీ బాగా వేగిన తరువాత ఉప్పు, మిరియాల పొడి వేసి తరువాత ఉడికించి పెట్టుకున్న అన్నం వేసి బాగా కలిపి కొత్తిమీర తురుము కలిపి వేడిగా సర్వ్ చేస్తే చాలా రుచిగా ఉంటుంది.

ఆకుకూర కిచిడి (చుక్కకూర/మెంతి/పాలకూర ఏదైనా ఒకటి)

కావలసిన పదార్థాలు

ఆలుగడ్డ	1/4 కేజీ
శనగపప్పు (ముందే నానబెట్టాలి)	1/2 గ్లాసు
బియ్యం (ముందే నానబెట్టాలి)	1/2 గ్లాసు
పాలకూర	2 లేక 5 కట్టలు
ఆయిల్ + నెయ్యి	2 + 2 టేబుల్ స్పూన్స్
ఉల్లిపాయలు	1 (పెద్దది)
పచ్చిమిర్చి	4
అల్లం-వెల్లుల్లి పేస్ట్	1/2 టీస్పూన్
పసుపు	1/4 స్పూన్

పెరుగు+ఆవకాయ ఊట

కిచిడీలో కలిపి తినటానికి కరివేపాకు

తయారుచేయు విధానము

స్టౌమీద పాన్‌పెట్టి ఆయిల్ కాగిన తరువాత ఉల్లిపాయలు పొడుగ్గా తరిగినవి, పచ్చిమిర్చి, బియ్యం, శనగపప్పు వేయాలి. 1/4 కేజి ఆలుగడ్డ వేయాలి. ఇవి కలుపుతూ వేయించాలి. పాలకూర తరిగి వేయాలి. కరివేపాకు కూడ వేయాలి. పసుపు, అల్లం-వెల్లుల్లి పేస్టు వేయాలి. తక్కువ ఉప్పు వేసి కలపాలి. పాలకూర ఉడికిన తరువాత బియ్యం, శనగపప్పు వేసి నీరు పోస్తే బియ్యం, శనగపప్పు అంతా కలిపినవి ప్రెజర్ కుక్కర్‌లో పెట్టి విజిల్ పెట్టకుండా ప్రెజరు రాగానే స్టౌ తగ్గించితే చాలా బాగా ఉడుకుతుంది. కొత్తిమీర వేసి దించేయాలి.

తాళింపు కొరకు స్టౌ మీద పాన్‌పెట్టి కొద్దిగా నూనె వేసి కాగిన తరువాత రెండు ఎండిమిర్చి ముక్కలు, మిరియాలు, జీడిపప్పు, కరివేపాకు వేసి వేగిన తరువాత ఈ కలిపి ఉంచుకున్న పెరుగన్నంలో ఈ తాళింపు వేసి బాగా కలిపి సర్వింగ్ బౌల్‌లోకి తీసుకోవాలి.

ఉసిరికాయ పులిహోర

తయారుచేయు విధానము: అన్నం ఉడికించి పెట్టుకోవాలి. దీనిలో పసుపు, కొద్దిగా పచ్చి నూనె, కరివేపాకు రెమ్మలు, సన్నగా తరిగిన పచ్చిమిరపకాయ ముక్కలు, అల్లం సన్నగా తరిగిన ముక్కలు అన్నం వేడిగా ఉన్నప్పుడే కలిపి పెట్టుకోవాలి.

ఒక గిన్నెలో ఉసిరికాయ తురుములో గిన్నె తురుముకి అదే గిన్నె నీరు పోసి, తురుముకు కొద్దిగా బెల్లం కలిపి ఉడకబెట్టాలి. అలా 5 నిమిషాలు ఉడకనిచ్చి వేడి మీద ఉండగానే డ్రైన్ చేయాలి. ఈ జ్యూస్ రెడీ అయిన తరువాత వేడి మీద అన్నంలో కలపాలి. తరువాత స్టౌమీద పాన్ పెట్టి నూనె వేసి కాగిన తరువాత నువ్వులు, ఫ్లాక్‌సీడ్స్, కరివేపాకు, పల్లీపప్పు, జీలకఱ్ఱ, ఆవాలు 1/2 స్పూన్ చొప్పున ఇంగువ, కొద్దిగా కొత్తిమీర వేసి మరో నిమిషం వేగనిచ్చి అన్నంలో వేసి కొద్దిగా నిమ్మరసం (2 కాయలు), కొద్దిగా పచ్చికొబ్బరి వేసి బాగా కలిపి తీసి పెట్టుకోవాలి. చివరలో ఉప్పు కలపండి.

మష్రూమ్, ఆలు, ఆవకాయ బిర్యాని

కావలసిన పదార్థాలు

మష్రూమ్	200 గ్రా.
ఆలు	250 గ్రా.
కొత్త ఆవకాయ గ్రేవి	3 టీ స్పూన్స్
టమాటాలు	3 (మీడియం సైజు)
బీన్స్	4 లేక 5 (ముక్కలు చిన్నవి 2 చొప్పున)
పచ్చిమిర్చి	8 (చీల్చాలి)
ఉల్లిపాయలు	2 చీలికలు
అల్లం+వెల్లుల్లి పేస్టు	2 టీ స్పూన్స్
పెరుగు	ఒక కప్పు
ధనియాలు+జీలకఱ్ఱ	1 1/2 స్పూన్
గరంమసాల	1/2 స్పూన్
ఉప్పు	1 టీ స్పూన్
మరాటి మొగ్గ	చిన్న ముక్క

బిర్యాని ఆకు, అనాస పువ్వు, షాజీరా, పుదీనా, కసూరి మేతి

పసుపు

ఈ కాయగూర ముక్కలులో ఆవకాయ గ్రేవి కలపాలి. పుదీనా 1/2 కప్పు అన్నీ బాగా కలిపి అర గంట పెట్టండి.

బియ్యం	1/2 కేజీ (నీళ్లలో నానబెట్టి ఉంచాలి)
నెయ్యి	3 టేబుల్ స్పూన్స్
జీడిపప్పు	కొద్దిగా (వేయించి పెట్టుకోవాలి)

తయారుచేయు విధానము: స్టౌ మీద పాన్ పెట్టి దానిలో నెయ్యి వేసి ఉల్లిపాయ ముక్కలను బ్రౌన్ కలరు వచ్చేలా వేయించాలి. అదే నెయ్యిలో మరాటి మొగ్గ, ఆకులు, అనాసపువ్వు, షాజీరా, పుదీనా కసూరిమేతి కూడ వేయాలి. కాయగూరలు అన్ని మారినేట్ చేసి పెట్టుకున్నవి దీనిలో వేసి మూతపెట్టండి. 5-6 నిమిషాలు ఉడకనివ్వాలి.

ఒక మందపాటి గిన్నెలో 3 గ్లాసులు నీరు పోసి 3 లవంగాలు, యాలకులు 2, అల్లం-వెల్లుల్లి పేస్ట్ 1 స్పూన్, బిర్యాని ఆకు వేసి బాగా మరగబెట్టాలి. వడపోసి పెట్టుకున్న బియ్యం పోసి 80% ఉడక నివ్వాలి. ఈ అన్నం, కూరలు ఉడికాక కడాయిలో సర్ది అన్నం వేయాలి. అరగంట అలాగే సిమ్ మీద ఉడకనివ్వాలి. మూత తీసి అన్నం మధ్యలో చిన్న గుంటలు చేసి ఆవకాయ నూనె ఆ గుంటలలో 1 స్పూను చొప్పున పోసి మూత పెట్టి 5 నిమిషాలు ఆగి, వేయించి పెట్టుకున్న ఉల్లిపాయముక్కలు, జీడిపప్పు, కొత్తిమీర వేసి 3 నిమిషాలు మగ్గనిస్తే ఆవకాయ బిర్యాని రెడి.

అంతా అయిన తరువాత గుడ్లు ఉడకబెట్టి బాణలిలో ఆవకాయ నూనె వేసి గుడ్లు వేయించి బిర్యానితో తీసుకోవాలి. గుడ్లు కొద్దిగానే వేయించాలి.

రసం

రసం

కావలసిన పదార్థాలు

చింతపండు	నిమ్మకాయంత	కందిపప్పు	ఒక స్పూను
ధనియాలు	ఒక స్పూను	మిరియాలు	అర స్పూను
జీలకఱ్ఱ	ఒక స్పూను	కరివేపాకు	ఐదు ఆకులు
వెల్లుల్లి	ఐదు రెబ్బలు	టొమాటోలు	రెండు
ఉల్లిపాయ (ముక్కలు)	సగం ఉల్లిపాయ	నూనె	ఒక స్పూను
తాళింపు దినుసులు			
కొత్తిమీర	కొద్దిగా	పసుపు	పావు స్పూను
మెంతులు	చిటికెడు	ఇంగువ	చిటికెడు

తయారుచేయు విధానము

చింతపండు కడిగి ఒక గిన్నెలో కొద్ది వేడినీళ్ళలో పది నిముషాలు నానబెట్టి పులుసు తీసి పక్కన పెట్టుకోవాలి. టొమాటోలు సన్నగా ముక్కలు చేసుకుని పెట్టుకోవాలి. కందిపప్పు, ధనియాలు, మిరియాలు, జీలకఱ్ఱ, మిక్సీలో మెత్తగా పొడి చేసుకుని, వెల్లుల్లి, కరివేపాకు కూడా చేర్చి పొడి చేసుకుని ప్రక్కనపెట్టి, స్టౌ మీద గిన్నెపెట్టి వేడి అయిన తరువాత నూనెవేసి తాళింపు దినుసులు వేసి ఉల్లిపాయ ముక్కలు వేసి కొద్దిగా వేగిన తరువాత టొమాటో ముక్కలు వేసి తరువాత చేసి పెట్టుకున్న పొడివేసి చింతపండు పులుసు పోయాలి. ఉప్పు, పసుపు వేసి రెండు మూడు పొంగులు రానిచ్చి దించి కొత్తిమీర చల్లి వేడిగా సర్వ్ చేయాలి. ముందుగా తాళింపు పెట్టకుండా అయితే అన్నీ వేసుకుని రసం కాగిన తరువాత (రెండు మూడు పొంగులు వచ్చాక) తాళింపు పెట్టుకుంటే కూడ చాలా బాగుంటుంది. తాళింపులో దినుసులతోపాటు కొద్దిగా మెంతులు, ఉల్లిపాయ ముక్కలు, ఇంగువ వేయాలి. ఏదయినా చింతపండు పులుసుతో చేసుకునే కూరలకు తప్పకుండా తాళింపులో చిటికెడు మెంతులు వేసుకోవాలి.

టొమాటో రసం

కావలసిన పదార్థాలు

టొమాటోలు	పావు కిలో	ఉల్లిపాయ	ఒకటి
పచ్చిమిరపకాయలు	మూడు	నూనె	కొద్దిగా
తాళింపు దినుసులు			
కొత్తిమీర		ఉప్పు	రుచికి సరిపడ
పసుపు	పావు స్పూను		

తయారుచేయు విధానము: ముందు టొమాటోలు మెత్తగా ఉడికించుకోవాలి. మిక్సీలో గ్రైండ్ చేసి ప్రక్కన పెట్టుకోవాలి. స్టౌ మీద మందపాటి గిన్నెపెట్టి నూనెవేసి వేడి అయిన తరువాత తాళింపు దినుసులు వేసి చిటపట లాడిన తరువాత ఉల్లిపాయ, పచ్చిమిర్చి ముక్కలు వేసి కొద్దిగా వేగిన తరువాత టొమాటో రసం అందులో పోసి ఉప్పు, పసుపు వేసి రెండు పొంగులు రానిచ్చి దించేముందు కొత్తిమీర తరుగు వేసి దించేయాలి. అన్నంలోకి, ఊరికే తాగటానికి కూడా చాలా బాగుంటుంది. టొమాటో దోరగా కాకుండా బాగా పండినవి అయితేనే రసం బాగుంటుంది.

సాంబారు

కావలసిన పదార్థాలు

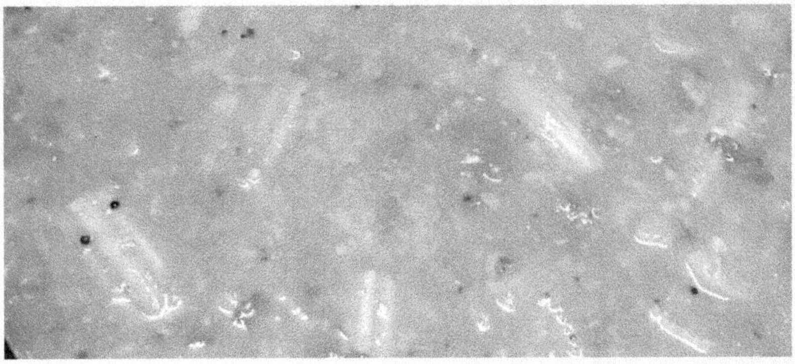

ములక్కాయ ముక్కలు	కొద్దిగా
టమాట ముక్కలు	కొద్దిగా
బంగాళదుంప ముక్కలు	కొద్దిగా
సొరకాయ ముక్కలు	కొద్దిగా
గుమ్మడికాయ ముక్కలు	కొద్దిగా
ముల్లంగి	ఒకటి
బెండకాయలు	రెండు
సన్న ఉల్లిపాయలు	
వంకాయలు+చిన్న దోసకాయ	
కందిపప్పు	100 గ్రా.
చింతపండు	తగినంత

మసాల

ఎండుమిర్చి	5	పచ్చికొబ్బరి	1 కప్పు
మిరియాలు	10	ధనియాలు	1 స్పూను
జీలకర్ర	1 స్పూను	పసుపు	చిటికెడు
శనగపప్పు	1 స్పూను	మినప్పప్పు	1 స్పూను
మెంతులు	అర స్పూను	ఇంగువ	కొద్దిగా
బెల్లం	కొద్దిగా	కరివేపాకు	

తయారుచేయు విధానము: స్టౌమీద పాన్ పెట్టి అన్నీ ఒక్కొక్కటిగా వేయించి అన్నీ కలిపి మిక్సీలో గ్రైండ్ చేసి పెట్టుకోవాలి.

స్టౌ మీద పాన్ పెట్టి నూనెపెట్టి కూర ముక్కలన్నీ పాన్‌లో వేస్తూ వేయిస్తూ మూతపెట్టి మగ్గబెట్టాలి. తరువాత దానిలో చింతపండు గుజ్జువేసి నీళ్ళు కావలసినన్ని కలపాలి. మెత్తగా ఉడికిన కందిపప్పు కలిపి రుబ్బి పెట్టుకున్న మసాల ముద్ద కలపాలి. గరిటతో కలపాలి. కొత్తిమీర వేసి దించెయ్యవచ్చు. దించేముందు బెల్లం వేయాలి.

సాంబారు - కందిపప్పు లేకుండా (వెరైటీగా)

కావలసిన పదార్థాలు

ములక్కాయలు	2	బెండకాయలు	2
బజ్జీ మిరపకాయలు	2	మామూలు ములక్కాయలు	2
దోసకాయ	1	కారట్	1
చిన్న ఉల్లిపాయలు	4	టమాట	2
చింతపండు		సాంబారు మసాల	
ఎండుమిర్చి		పుట్నాల పప్పు	2 టేబుల్ స్పూన్‌లు

కందిపప్పు	పెసరపప్పు	శనగపప్పు	పచ్చి కొబ్బరి
ధనియాలు	జీలకర్ర	మెంతులు	మిరియాలు
కరివేపాకు	కొత్తిమీర	బెల్లం	ఇంగువ

తయారుచేయు విధానము

ముందుగా చింతపండు నానబెట్టాలి. కూరగాయలు అన్నీ ముక్కలు చేసి ఉప్పు, పసుపు వేసి చింతపండు పులుసు వేసి ఉడకనివ్వాలి.

స్టౌ మీద పాన్ పెట్టి నూనె వేసి ఒక్కొక్కటి వేస్తూ అన్నీ వేయించి కొత్తిమీర, ఒక టమాట వేసి మిక్సీలో వేసి మెత్తగా రుబ్బుకోవాలి.

కాగే సాంబారులో ఈ ముద్దవేసి బాగా కలిపి తాళింపు పెట్టుకోవాలి. పాన్‌లో నూనెవేసి రెండు మిరపకాయలు, తాళింపు గింజలు వేసి నాలుగు వెల్లుల్లి రెబ్బలు, కరివేపాకు వేసి వేగిన తరువాత సాంబారులో వేసి కొత్తిమీర వేసి దించేయాలి. గార్నిష్ కొరకు కొద్దిగా పచ్చి కొబ్బరి తురుము వేయండి. చాలా రుచిగా ఉంటుంది.

మజ్జిగ పులుసు

కావలసిన పదార్థాలు

పెరుగు	ఒక లీటరు
నూనె	రెండు స్పూన్‌లు
ఉల్లిపాయ ముక్కలు	2
పచ్చిమిర్చి	4 (చిన్న ముక్కలు చేయాలి)
అల్లం పౌడరు	
వెల్లుల్లిపాయలు	6 రెబ్బలు
కారం	2 స్పూన్‌లు
సాంబారు కారం	
ఉప్పు	రుచికి సరిపడా
కరివేపాకు, కొత్తిమీర	
మెంతులు, పసుపు	కొద్దిగా

తయారుచేయు విధానము

పెరుగు, నీరు కలిపి చిలికి పల్చగా చేసి దీనిలో ఉప్పు, కారం, పచ్చిమిరప ముక్కలు, ఉల్లిపాయ ముక్కలు, అల్లం పౌడరు అన్నీ కలిపి ప్రక్కన పెట్టుకోవాలి. ఇవి అన్నీ పచ్చివే వేయాలి.

స్టౌ మీద పాన్‌పెట్టి నూనెవేసి కాగిన తరువాత ఆవాలు, జీలకర్ర, ఎండుమిర్చి వేసి, మెంతులు, వెల్లుల్లి వేసి పసుపు కూడా వేసి వేగిన తరువాత కలిపి పెట్టుకున్న మజ్జిగ కలిపి పైన కొద్దిగా కొత్తిమీర చల్లి దించేయాలి. చాలా బాగుంటుంది.

పచ్చి పులుసు

కావలసిన పదార్థాలు

ఎండుమిరపకాయలు	10 (డ్రై రోస్ట్)
జీలకర్ర	
ఉప్పు	సరిపడా
వెల్లుల్లి	
జీలకర్ర	
చింతపండు	నిమ్మకాయంత
ఉల్లిపాయ (ముక్కలు)	1 పెద్దది
బెల్లం	కొద్దిగా
కరివేపాకు	

తయారుచేయు విధానము

చింతపండు కడిగి నానబెట్టి గుజ్జుతీసి పెట్టుకోవాలి. జీలకర్ర–వెల్లుల్లి దంచి పెట్టుకోవాలి. ఎండుమిర్చి చేతితో నలిపి ముక్కలు చేసి దీనిలో జీలకర్ర, వెల్లుల్లి దంచిన పొడి కలపాలి. ఉప్పు వేసి బాగా కలిపి తీసి పెట్టుకున్న చింతపండు గుజ్జు కలిపి నాననివ్వాలి. 10 ని॥ తరువాత ఇంకా కొద్దిగా నీళ్ళు కలిపి బాగా పిసికి ఉల్లిపాయ ముక్కలు, కరివేపాకు వేసి బాగా కలిపి కొద్దిగా బెల్లం కలుపుకోవాలి. చాలా రుచిగా ఉంటుంది. తాళింపు అవసరం లేదు.

కారం పులుసు

కావలసిన పదార్థాలు

చింతపండు నానబెట్టి తీసిన రసం	నిమ్మకాయంత (చిక్కగా)	పచ్చిశనగపప్పు	ఒక స్పూను
మినప్పప్పు	ఒక స్పూను	ధనియాలు	ఒక స్పూను
జీలకఱ్ఱ	ఒక స్పూను	మెంతులు	అర స్పూను
తరిగిన ఉల్లిపాయ	ఒక కప్పు (లేదా సాంబారు చేసుకునే చిన్న ఉల్లిపాయలు)		
ఎండు మిరపకాయలు	ఐదు	మిరియాలు	అర స్పూను
పసుపు	అర స్పూను	ఉప్పు	రుచికి సరిపడ
నూనె	రెండు స్పూన్లు		
తాళింపు దినుసులు			
కొత్తిమీర			

తయారుచేయు విధానము

ఉల్లిపాయలు తప్ప మిగతావన్నీ కొద్దిగా నూనెలో వేయించుకుని అన్నీ మిక్సీలో గ్రైండ్ చేసుకుని ప్రక్కన పెట్టుకోవాలి. స్టౌ మీద గిన్నె పెట్టి నూనెవేసి కాగిన తరువాత తాళింపు దినుసులు వేసి ఉల్లిపాయ ముక్కలు వేసి వేయించాలి. ఉప్పు, కారం, పసుపు వేసి తీసిపెట్టుకున్న చింతపండు రసం పోసి, నూరిపెట్టుకున్న మసాల ముద్దవేసి చిక్కబడేవరకు ఉడికించి దించేముందు కొత్తిమీర తరుగువేసి దించేయాలి. ఇష్టమయిన వారు కొద్దిగా బెల్లం కూడా వేసుకోవచ్చు. అన్నంలోకి చాలా బాగుంటుంది.

వివిధ రకాల చారులు (రసాలు)

1. టమాట చారు

టమాటాలు, చింతపండు, కొత్తిమీర మూడు కలిపి గట్టిగా పిసికి నీరు కలిపి రసం తీసుకోవాలి. పసుపు, ఉప్పు కలిపి పిసికితే బాగుంటుంది. ఒక స్పూన్ మిరియాలు, వెల్లుల్లి 2 లేక 3, ఒక స్పూన్ జీలకర్ర పొడి చేయాలి. మినపప్పు, శనగపప్పు, జీలకర్ర, ఆవాలు కొద్దిగా దంచిన వెల్లుల్లి కారం కలిపి తాళింపులో వేయాలి. ఉప్పు, కొత్తిమీర వేస్తే చారు రెడీ.

2. మసాల చారు – తాళింపు కొఱకు

ఆయిల్ ఒక స్పూన్, నెయ్యి ఒక టేబుల్ స్పూన్, గరంమసాల, మెంతులు, ఆవాలు, మిరియాలు, జీలకర్ర, కరివేపాకు, చిన్న టమాటాలు 2, ఉల్లిపాయలు, నిలువుగా కోసిన పచ్చిమిర్చి 2, ఎండుమిర్చి 2. టమాటాలు (తాళింపులో కొద్దిగా మగ్గాలి), 20గ్రా. చింతపండుగుజ్జు, పసుపు, ఉప్పు, ధనియాలపొడి ఒక స్పూన్ అన్నీ వేసి చింతపండుగుజ్జు పోసి మసలనివ్వాలి. కొత్తిమీర కలిపి దించేయాలి.

3. అల్లంచారు

ఒక టేబుల్ స్పూన్ ఆయిల్, మినపప్పు, శనగపప్పు, ఆవాలు, జీలకర్ర, మెంతులు అన్నీ 1/2 స్పూన్, అల్లం చిన్నముక్క దంచి వేయాలి. 2 ఎండుమిర్చి, మిరియాలు 4, వెలుల్లి 3 రేకలు, చింతపండు నానబెట్టి తీసిన గుజ్జు 25గ్రా., ఇంగువ, కరివేపాకు కొద్దిగా, ఉల్లిపాయముక్కలు కొద్దిగా, పచ్చిమిర్చి, పావుస్పూన్ పసుపు, ఉప్పు, కొద్దిగా బెల్లం వేయాలి. 1/2 లీటర్ నీళ్ళు కలిపి బాగా మసిలిన తరువాత కొత్తిమీర వేసి దించేయాలి.

4. మిరియాల చారు

నూనె ఒక టేబుల్‌స్పూన్, తాళింపు గింజలు 2, ఎండుమిర్చి 25గ్రా., చింతపండు గుజ్జుగా తీసి 1/2 లీటర్ నీళ్లు కలపాలి. మిరియాల పొడి, పసుపు ఉప్పు వేయాలి. బాగా మసలాలి. 5 నిమిషాలలో కరివేపాకు, కొత్తిమీర వేసి దించేయాలి.

5. చారుపొడితో చారు

ధనియాలు	1 స్పూన్	జీలకర్ర	1/2 స్పూన్
ఆవాలు	1/4 స్పూన్	ఎండుమిర్చి	4
మెంతులు	1/2 స్పూన్	మిరియాలు	1 స్పూన్
వెల్లుల్లి	4 రేకలు		

అన్నీ కలిపి ఒక స్పూను నూనె వేసి సన్నటి సెగ మీద వేయించి పొడి చేయాలి. కొద్దిగా చింతపండు నానబెట్టి గుజ్జు తీయాలి. స్టౌమీద పాన్ పెట్టి కొద్దిగా నూనె వేసి తాళింపు వేసి చింతపండు గుజ్జులో నీళ్ళు కలిపి పోసి ఒక అర స్పూన్ చారు పొడి వేసి ఒక్కసారి పొంగు వచ్చిన తరువాత కొత్తిమీర వేసి దించేయాలి.

పెసరపప్పు రసం

కావలసిన పదార్థాలు

చాయ పెసరపప్పు	ఒక గ్లాసు (100గ్రా.)
ఉల్లిపాయ	ఒకటి (4 ముక్కలు చేయాలి)
పచ్చిమిరపకాయలు	నాలుగు
వెల్లుల్లి	మూడు రెబ్బలు
నిమ్మకాయలు	రెండు (రసం తీయాలి)
తాళింపు దినుసులు	
కరివేపాకు	మూడు రెమ్మలు
కొత్తిమీర	కొద్దిగా
నూనె	ఒక స్పూను

తయారుచేయు విధానము

స్టౌ మీద బాణలి పెట్టి పెసరపప్పు వేసి పచ్చివాసన పోయేవరకు వేయించి కుక్కర్‌లో పప్పు, పచ్చిమిరపకాయలు, రెండు గ్లాసుల నీరు పోసి స్టౌ మీద రెండు విజిల్స్ వచ్చేవరకు ఉంచి స్టౌ ఆపివేయ వలయును. ఆ తరువాత ప్రెజర్ పోయిన తరువాత పప్పు మెత్తగా ఎనిపి ఉల్లిపాయ ముక్కలు వేసి మూడు లేక నాలుగు గ్లాసులు నీళ్ళుపోసి అందులో ఉప్పు, పసుపు వేసి ఐదు నిముషాలు మరగనిచ్చి దించి స్టౌ మీద గిన్నె పెట్టి నూనె వేసి కాగిన తరువాత తాళింపు దినుసులు వేసి చిటపడ లాడిన తరువాత కరివేపాకు వేసి రసం కలపండి. దించేముందు నిమ్మకాయల రసం, కొత్తిమీర వేసి దించేయాలి. వేసవిలో ఇది ఎంతో చలవ చేస్తుంది. కాంబినేషనుగా మినప వడియాలు బాగుంటాయి.

కరివేపాకు పులుసు

కావలసిన పదార్థాలు

కరివేపాకు	100 గ్రా.
టమాట	2
ఉల్లిపాయలు	2
పచ్చిమిర్చి	2
వెల్లుల్లి	10 రెబ్బలు
చింతపండు	50 గ్రా
అల్లం+వెల్లుల్లి పేస్టు	

తయారుచేయు విధానము

ఇనుప బాండిలో కరివేపాకు క్రిస్పీగా రావాలి. వేయించి ఇందులోనే వెల్లుల్లి కూడ వేయించాలి. పాన్‌లో నూనెవేసి తాళింపు గింజలు వేసి చిటపటలాడిన తరువాత ఉల్లిపాయ ముక్కలు, కొద్దిగా కరివేపాకు, కొత్తిమీర కాడలు వేసి అల్లంవెల్లుల్లి పేస్టు వేసి వేగిన తరువాత టమాట ముక్కలు వేసి దీనిలో ఉప్పు, కారం వేసి బాగా నూనె పైకి వచ్చేవరకు వేయించాలి.

దీనిలో చింతపండు పులుసు వేసి ఒకసారి ఉడికిన తరువాత కరివేపాకు, వెల్లుల్లి మిక్సీచేసిన ముద్దవేసి నూనె తేలే దాకా ఉడికించాలి. ఇంక కరివేపాకు పులుసు తయారు. ఇది ఎంతో రుచిగా ఉంటుంది.

మామిడికాయ రసం

కావలసిన పదార్థాలు

పుల్లటి మామిడికాయ	ఒకటి	ధనియాలు	1 స్పూను
జీలకఱ్ఱ	1 స్పూను	ఆవాలు	1 స్పూను
ఎండుమిర్చి	4	మెంతులు	1 స్పూను
మిరియాలు	1 స్పూను	వెల్లుల్లి	5 రేకలు
కందిపప్పు	2 స్పూన్లు		

తయారుచేయు విధానము

ముందుగా పుల్లటి మామిడికాయను ముక్కలు కోసి ఉడికించి ప్రక్కన పెట్టుకోవాలి.

పైన చెప్పిన వాటన్నింటినీ కలిపి సన్నని సెగమీద దోరగా వేయించి పొడి కొట్టుకోవాలి. స్టౌ మీద పాన్ పెట్టి కందిపప్పు మెత్తగా ఉడికించి పెట్టుకోవాలి. పాన్‌లో నూనెవేసి తాళింపు దినుసులు, కరివేపాకు వేసి మామిడి ముక్కలు గ్రైండ్ చేసి, తయారు చేసి పెట్టుకున్న పొడులు, మెత్తగా ఉడికిన కందిపప్పు వేసి రెండుసార్లు మరగనిచ్చి కొత్తిమీర వేసి దించేయాలి. చింతపండు బదులు మామిడికాయతో చేసే ఈ రసం చాలా బాగుంటుంది.

సాంబారు పొడి

కావలసిన పదార్థాలు

కందిపప్పు	ఒక గ్లాసు	పచ్చిశనగపప్పు	ఒక గ్లాసు
మినప్పప్పు	అర గ్లాసు	పెసరపప్పు	అర గ్లాసు
ధనియాలు	మూడు గ్లాసులు	జీలకఱ్ఱ	అర గ్లాసు
మెంతులు	పావు గ్లాసు	ఎండుమిరపకాయలు	ఒక గ్లాసు
ఎండుకొబ్బరికోరు	ఒక గ్లాసు	బియ్యం	రెండు స్పూన్లు

తయారుచేయు విధానము: అన్నీ వేరువేరుగా పొడిగా వేయించి పొడులు తయారు చేసుకోవాలి. ఎండు కొబ్బరి కొద్దిగా నేతిలో ఎర్రగా వేయించి పొడులతో కలిపి మిక్సీలో ఒకసారి తిప్పి పొడిగా ఉన్న బాటిల్‌లో జాగ్రత్త చేసుకోవాలి. ఎండు కొబ్బరి బదులు ఎప్పటికప్పుడు సాంబారు చేసుకునేటప్పుడు రెండు స్పూన్లు పచ్చికొబ్బరి గ్రైండ్ చేసుకుని వేసుకోవచ్చు. బియ్యం ఎర్రగా వేయించి పొడిచేసుకుని కలుపుకోవాలి. బియ్యం కలవటం వలన సాంబారు కొద్దిగా చిక్కగా వస్తుంది.

గరంమసాలా పొడి

కావలసిన పదార్థాలు

జీలకఱ్ఱ	100గ్రా.	నల్ల జీలకఱ్ఱ	30గ్రా.
మిరియాలు	60గ్రా.	ధనియాలు	500గ్రా.
సోంపు	30గ్రా.	నల్ల ఇలాయిచి	60గ్రా.
పచ్చ ఇలాయిచి (యాలకులు)	60గ్రా.	అనాస పువ్వు	25గ్రా.
మరాటిమొగ్గ	15గ్రా.	లవంగాలు	25గ్రా.
దాల్చినచెక్క ముక్కలు	ఒక అంగుళం సైజువి 20 ముక్కలు	జాపత్రి	15గ్రా.
జాజికాయలు	రెండు	మసాల ఆకు	15గ్రా.

తయారుచేయు విధానము: అన్ని మసాలాలు చాలా కొద్దిగా వేయించి (వేడి అయితే చాలు) అన్నీ కలిపి పొడి చేయాలి. గాలి తగలని సీసాలో జాగ్రత్త చేయాలి. కూర చేసుకున్నప్పుడు ఒక అర స్పూను ఈ పొడిని కూరలో కలిపితే మంచి వాసనతో, రుచితో కూర ఎంతో బాగుంటుంది.

రసం పొడి

కావలసిన పదార్థాలు

కందిపప్పు	ఒక గ్లాసు
ధనియాలు	రెండు గ్లాసులు
మిరియాలు	పావు గ్లాసు
వెల్లుల్లి (ఒలిచిన రెబ్బలు)	అర గ్లాసు
ఇంగువ	అర స్పూను

తయారుచేయు విధానము: అన్నీ వేరువేరుగా బాణలిలో కొద్దిగా నెయ్యివేసి వేయించుకుని పొడులు తయారు చేసుకోవాలి. చివరగా వెల్లుల్లి కూడా మిక్సీలో పొడులతోపాటు వేసుకుని తిప్పి తీసుకోవాలి. వెల్లుల్లి వేసిన తరువాత ఎక్కువగా మిక్సీలో తిప్పవద్దు. ముద్దగా అవుతుంది. లైట్‌గా తిప్పి తీసేయాలి. లేకపోతే ఎప్పటికప్పుడు రసం చేసుకునేటప్పుడు నాలుగు రెబ్బలు వెల్లుల్లి చిదిమి వేయండి. కొద్దిగా (నిమ్మకాయంత) చింతపండు నానబెట్టి, స్టౌ మీద బాణలిపెట్టి కొద్దిగా నెయ్యివేసి తాలింపు దినుసులు వేసి రెండు స్పూన్లు సన్నగా తరిగిన ఉల్లిపాయ ముక్కలు, ఒక టొమాటో సన్నగా చేసిన ముక్కలు వేసి కొద్దిగా వేగిన తరువాత చింతపండు రసము పోసి ఒక స్పూను రసం పొడివేసి, రుచికి సరిపడా ఉప్పు, పావు స్పూను పసుపువేసి రెండు పొంగులు రానిచ్చి దించేముందు కొత్తిమీర వేస్తే ఈ రసం అన్నంలోకి చాలా బాగుంటుంది.

ఇడ్లీ కారం

కావలసిన పదార్థాలు

శనగపప్పు (వేయించినది)	అర కిలో
జీలకఱ్ఱ	50గ్రా.
వెల్లుల్లి	50గ్రా.
ఎండుమిరపకాయలు	50గ్రా.
ఎండు కొబ్బరి	200గ్రా.
ఉప్పు	60గ్రా.
నెయ్యి	100గ్రా.

తయారుచేయు విధానము

వేయించిన శనగపప్పు (పుట్నాల పప్పు), జీలకఱ్ఱ, వెల్లుల్లి, ఎండు మిరపకాయలు వేయించి పొడి చేయాలి. ఎండుకొబ్బరి కోరి పెట్టుకోవాలి. పుట్నాల పప్పు మిక్సీలో పొడి చేసి పెట్టుకోవాలి. జీలకఱ్ఱ వేయించి పొడి చేయాలి. వెల్లుల్లి మెత్తగా గ్రైండ్ చేసి స్టౌ మీద బాణలి పెట్టి నెయ్యివేసి వేడి అయిన తరువాత వెల్లుల్లి పేస్ట్ వేసి ఎర్రగా వేయించాలి. తరువాత నెయ్యిలో ఎండు కొబ్బరి కోరు వేసి ఇది కూడా ఎర్రగా వేయించాలి. తరువాత పుట్నాల పప్పు పొడి, కారం, జీలకఱ్ఱ పొడి, వేయించిన ఎండుకొబ్బరి, వేయించిన వెల్లుల్లి, ఉప్పు అన్నీ కలిపి గ్రైండ్ చేసి పొడిగా ఉన్న సీసాలోకి తీసుకుని జాగ్రత్త చేయాలి. ఇది ఒక నెలవరకు కూడా బాగుంటుంది.

చాట్‌మసాలా పొడరు (పొడి)

కావలసిన పదార్థాలు

జీలకఱ్ఱ	200గ్రా.
ధనియాలు	100గ్రా.
వాము	50గ్రా.
మిరియాలు	20గ్రా.
ఆమ్‌చూర్ పొడరు	150గ్రా.
మిరపపొడి (కారం)	50గ్రా.
నల్ల ఉప్పు	50గ్రా.
తెల్ల ఉప్పు	10గ్రా.

తయారుచేయు విధానము: జీలకఱ్ఱ, ధనియాలు, వాము వేరువేరుగా సన్నటి సెగమీద రంగు మారేవరకు (బంగారు రంగు) వేయించాలి. చల్లారిన తరువాత మిరియాలు కలిపి బాగా మెత్తగా అయ్యేవరకు మిక్సీలో గ్రైండ్ చేయాలి. తరువాత కారం, ఆమ్‌చూర్ పొడరు, నల్ల మరియు తెల్ల ఉప్పు కలిపి మరల ఒక్కసారి మిక్సీలో తిప్పాలి. గాలి తగలని సీసాలో భద్రపరచుకోవాలి. ఫ్రెష్ గ్రీన్ సలాడ్స్, త్వరగా తయారయ్యే తినుబండారాలకు ఒక పావు స్పూను చాట్‌మసాలా చల్లి తింటే రుచిగా ఉంటుంది.

నల్లకారం

కావలసిన పదార్థాలు

ఎండుమిరపకాయలు అర కిలో కొద్దిగా నూనెవేసి వేయించి పొడి చేసి పెట్టుకోవాలి.

చింతపండు అరకిలో ఈనెలు లేకుండా శుభ్రం చేసి పెట్టుకోవాలి.

ధనియాలు ఒక కిలో రెండువందల యాభై గ్రాములు ఎర్రగా మంచి వాసన వచ్చేవరకు వేయించి పొడి చేసుకోవాలి.

పచ్చిశనగపప్పు	75గ్రా.
మినప్పప్పు	75గ్రా.
గసగసాలు	75గ్రా.
నువ్వులు	75గ్రా.
జీలకఱ్ఱ	100గ్రా.
వెల్లుల్లి	అర కిలో
ఉప్పు	అర కిలో
నువ్వుల నూనె	600గ్రా. లేదా అర కిలో

తయారుచేయు విధానము: పచ్చి శనగపప్పు, మినప్పప్పు, నువ్వులు, గసగసాలు, జీలకఱ్ఱ అన్నీ వేరువేరుగా బాణలిలో ఎర్రగా రంగుమారి మంచి వాసన వచ్చేవరకు వేయించి పొడి చేసుకోవాలి. ఒక గిన్నెలో ధనియాల పొడి, కారం, పప్పుల పొడి, నువ్వులు, గసగసాలు, జీలకఱ్ఱ పొడులు వేసుకుని బాగా కలిపి మిక్చర్‌లో ఇవన్నీ ఉప్పు కూడా వేసి చింతపండు, వెల్లుల్లి కూడా వేసి అన్నీ బాగా కలిసిపోయేలా గ్రైండ్ చేయాలి. తరువాత ఇదంతా ఒక పెద్ద గిన్నెలోకి తీసుకుని, నువ్వుల నూనె బాగా కాగబెట్టి ఈ కారంలో బాగా అంతా కలిసి పోయేలా కలుపుకోవాలి. రుచికరమైన నల్లకారం రెడీ.

కూరలలో వాడుకునే కారం

కావలసిన పదార్థాలు

కారం	ఒక కిలో
ధనియాలు వేయించి చేసుకున్న పొడి	100గ్రా.
మెంతులు పొడి	50గ్రా
(ఎఱ్ఱగా మంచి వాసన వచ్చేవరకు వేయించి చేసుకోవాలి)	
జీలకఱ్ఱ వేయించి చేసుకున్న పొడి	100గ్రా.
వెల్లుల్లిపాయలు	100గ్రా.
ఉప్పు (వేయించినది)	100గ్రా.

తయారుచేయు విధానము:

అన్నీ కలుపుకుని మిక్సీలో ఒకసారి గ్రైండ్ చేసుకుని అన్నీ బాగా కలిసిన తరువాత ఒక పొడిగా ఉన్న బాటిల్‌లో జాగ్రత్త చేసుకోవాలి. ఇలా చేసుకున్న కారం జాగ్రత్తగా వాడుకుంటే (తడిచేయి, తడి స్పూను తగలకుండా) సం॥ వరకు ఉంటుంది. మనము వంట చేసుకునే ప్రతి కూర, పులుసులలోకి చాలా బాగుంటుంది.

వేపుడు కూరలలోకి – మిరపకాయల కారం అర కిలో, జీలకఱ్ఱ ఎర్రగా వేయించి చేసుకున్న పొడి 100గ్రా., ఉప్పు 100గ్రా.లు మిక్సీలో అన్నీ కలిసేటట్లు కలుపుకుని కూరలలో వేసుకునేటప్పుడు నాలుగు వెల్లుల్లి రెబ్బలు చిదిమి వేసుకోవాలి.

కరివేపాకు కారం

తయారుచేయు విధానము

నల్లకారం అరకిలో తీసుకుని అందులో కరివేపాకు పొడి పావుకిలో కలిపి మిక్సీ చేసుకోవాలి. కరివేపాకు పచ్చిది తెచ్చి శుభ్రంగా కడిగి నీడలో ఆరబెట్టి పొడిచేసి పెట్టుకోవాలి. అదేమాదిరిగా కొత్తిమీర, పుదీన ఆకులు కూడ కడిగి నీడలో ఆరబెట్టుకుని మిక్సీలో వేసుకుని మెత్తగా పొడి చేసుకోవాలి. నల్లకారంలో మనకు కావలసిన పొడి కలుపుకుంటే ఆ కారం తయారు చేసుకోవచ్చు. రుచికి తక్కువ అయితే కొద్దిగా చింతపండు, ఉప్పు, వెల్లుల్లి కలుపుకుంటే సరిపోతుంది.

నిమ్మకాయ కారం

తయారుచేయు విధానము

నిమ్మకాయ రసంలో కొద్దిగా జీలకర్ర, మెంతులు కొద్దిగా వేయించి పొడి చేయాలి. ఈ పొడి సరిపోయే కారం ఉప్పు అన్నీ కలుపుకోండి. ఇష్టమయితే తాళింపు కూడా పెట్టుకోవచ్చు.

టీ మసాల

కావలసిన పదార్థాలు

సొంఠి	10గ్రా.
మిరియాలు	10గ్రా.
లవంగాలు	20గ్రా.
యాలకులు	15గ్రా.
దాల్చినచెక్క	20గ్రా.
జాజికాయ	అర కాయ
అనాసపువ్వు	10గ్రా.
జాపత్రి	10గ్రా.

తయారుచేయు విధానము

పై చెప్పినవన్నీ కొద్దిగా వేడిచేసి (మరీ వేయించవద్దు) అన్నీ కలిపి మిక్సీలో గ్రైండ్ చేసి వస్త్రంకాయం చేసి గాజుసీసాలో భద్రపరచుకుని చిటికెడు పొడి ఒక కప్పు టీకి వేసుకుని తాగితే రుచి, ఆరోగ్యము కూడా.

కరివేపాకు, మునగాకు కారంపొడి

కావలసిన పదార్థాలు

మునగాకు

కరివేపాకు

(ఈ రెండింటిని ఉప్పు నీళ్ళలో కడిగి ఆరబెట్టి ఉంచుకోవాలి. రెండూ విడివిడిగా వేయించాలి)

ఎండబెట్టిన చింతాకు (చింతపండుకు బదులు)

ఎండుమిర్చి వేయించి కారం చేయాలి

శనగపప్పు	3/4 కప్పు
పొట్టు మినప్పప్పు	1/2 కప్పు
ధనియాలు	1 కప్పు
జీలకర్ర	1/2 కప్పు
ఉప్పు	సరిపడా

తయారుచేయు విధానము

ఆకులన్నీ డ్రైగా వేయించాలి. బాగా క్రిస్పీగా రావాలి. చేతితో చిదిమితే పొడి అయ్యేలాగా వేగాలి.

స్టౌమీద పాన్‌లో కొద్దిగా నూనెవేసి దానిలో శనగపప్పు, మినపప్పు, ధనియాలు, జీలకర్ర వేసి వేగిన తరువాత మిరపకాయలు వేసి వేగిన తరువాత ఉప్పు వేసి బాగా వేగిన తరువాత, ఆరిన తరువాత మిక్సీలో వేసి గ్రైండ్ చేసి చివరగా వెల్లుల్లి వేసి తీసి జాగ్రత్త చేయాలి. అన్నింటిలోకి చాలా రుచిగా ఉంటుంది (అన్నం, ఇడ్లీ, దోశ, ఉప్మా).

నువ్వుల కారంపొడి

కావలసిన పదార్థాలు

నువ్వులు	1 కప్పు
ఎండు మిరపకాయలు	10
ధనియాలు	1 టేబుల్ స్పూను
జీలకర్ర	1/2 టేబుల్ స్పూను
పచ్చిశనగపప్పు	1 టేబుల్ స్పూను
మినప్పప్పు	1 టేబుల్ స్పూను
వెల్లుల్లి	10 రెబ్బలు
చింతపండు	ఉసిరికాయంత
నూనె	
ఉప్పు	రుచికి సరిపడా
కరివేపాకు	రెండు రెమ్మలు
పసుపు	కొద్దిగా

తయారుచేయు విధానము: నువ్వులు పాన్‌లో డ్రై రోస్ట్ చేయాలి. వీటిని తీసి మిరపకాయలు కొద్దిగా నూనె వేసి కరివేపాకు వేయించాలి. దీనిలో ధనియాలు, జీలకర్ర, ఉప్పు సరిపడ వేసి వేయించాలి. అన్ని ఆరిన తరువాత మిక్సీలో వేసి ఆఖరులో వెల్లుల్లిపాయలు కూడా వేసి గ్రైండ్ చేసి సీసాలో భద్రపరుచుకోవాలి. అన్నంలోకి, టిఫిన్లలోకి కూడా చాలా బాగుంటుంది.

కందిపొడి

కావలసిన పదార్థాలు

కందిపప్పు	3 గిన్నెలు
శనగపప్పు	1 గిన్నె
పెసరపప్పు	1 గిన్నె
జీలకర్ర	1/2 గిన్నె
ఇంగువ (పాల)	కొద్దిగా
ఎండుమిర్చి	6
వెల్లుల్లి	8 రెబ్బలు
మిరియాలు	1 స్పూను
సొంఠి	1 స్పూను
నల్ల ఉప్పు	కొద్దిగా

తయారుచేయు విధానము: ఇనుప బాండీలో అన్నీ డ్రై రోస్ట్ చేయాలి. ఇంగువ, మిరియాలను నేతిలో వేయించాలి.

ముందుగా కందిపప్పు కొద్దిగా వేగిన తరువాత శనగపప్పు, పెసరపప్పు వేసి వేగిన తరువాత ఎండు మిరపకాయలు వేగిన తరువాత సొంఠి, జీలకర్ర, వెల్లుల్లి, నల్ల ఉప్పు వేసి వేగిన తరువాత పొంగించిన ఇంగువ, మిరియాలు వేయాలి. స్టౌ ఆపేసి ఆరిన తరువాత గ్రైండ్ చేయాలి. కరివేపాకు కూడా క్రిస్పీగా వేయించి కలపాలి.

కరివేపాకు కారంపొడి

కావలసిన పదార్థాలు

కరివేపాకు	100 గ్రా.
ఎండుమిర్చి	20
చింతపండు	నిమ్మకాయంత
పొట్టు మినప్పప్పు	25 గ్రా.
శనగపప్పు	25 గ్రా.
ఉప్పు	సరిపడా
వెల్లుల్లిపాయలు	4 చిదిమిన రేకలు
ధనియాలు	25 గ్రా.
జీలకర్ర	15 గ్రా.

తయారుచేయు విధానము

ముందుగా స్టౌమీద పాన్‌పెట్టి కడిగి ఆరబెట్టిన కరివేపాకు నూనెలేకుండా బాగా క్రిస్పీగా అయ్యేలా వేయించాలి. పాన్‌లో కొద్దిగా నూనెపోసి శనగపప్పు, మినప్పప్పు, ధనియాలు, జీలకర్ర వేసి అందులోనే మిరపకాయలు వేసి అందులోనే ఉప్పు, చింతపండు వేసి అన్నీ వేగిన తరువాత ప్రక్కనే పెట్టుకున్న కరివేపాకు వేసి మిక్సీలో గ్రైండ్ చేస్తు వెల్లుల్లిపాయలు కూడా వేసి అన్నీ కలిసిన తరువాత తీసి గ్లాస్ జార్‌లో పెట్టుకొని జాగ్రత్త చేసుకోవాలి. అన్నంలోకి, ఇడ్లీ, దోశలు అన్నింటిలోకి చాలా బాగుంటుంది. ఆరోగ్యానికి కూడా చాలామంచిది.

కోడిగుడ్డు కూరకు మసాల

కావలసిన పదార్థాలు

ధనియాలు	1 కిలో
జీలకర్ర	100 గ్రా.
మిరియాలు	50 గ్రా.
దాల్చిన చెక్క	50 గ్రా.
లవంగాలు	50 గ్రా.
వెల్లుల్లి	100 గ్రా.
సొంఠి	25 గ్రా.
నల్ల యాలకులు	50 గ్రా.
పసుపు	25 గ్రా.
పుదీన ఆకుపొడి	75 గ్రా.
సోంపు	25 గ్రా.
అనాసపువ్వు	50 గ్రా.
కరివేపాకు	50 గ్రా.
ఎండు మిర్చి	75 గ్రా.
ఉప్పు	100 గ్రా.

తయారుచేయు విధానము: అన్ని వస్తువులు లైట్‌గా వేయించి పొడులు చేసుకొని అన్ని పొడులు కలిపి సీసాలో జాగ్రత్త చేసుకోవాలి.

వెజ్ కర్రీ మసాలాలు

1. కూరకారం – పప్పులపొడి

మినపప్పు	1 టీ స్పూన్	శనగపప్పు	1 టీస్పూన్
ధనియాలు	1 టీస్పూన్	జీలకర్ర	1 టీస్పూన్
ఆవాలు	1/2 స్పూన్	మెంతులు	1/2 స్పూన్
ఎండుమిర్చి	10 (బాగా వేయించాలి)	వెల్లుల్లి	10 రేకులు

2. నువ్వుల కారం

నువ్వులు	2 టేబుల్ స్పూన్స్	వెల్లుల్లి	10 రేకులు
జీలకర్ర	1 టీ స్పూన్	ఎండుకారం	2 స్పూన్స్
ఉప్పు	సరిపడా		

3. పల్లీలు పొడి

పల్లీలు (వేయించి పొట్టు తీసి పెట్టాలి)	2 టేబుల్ స్పూన్స్	జీలకర్ర	2 టీ స్పూన్స్
కారం	1 టీ స్పూన్		

నీడలో ఆరబెట్టిన కరివేపాకు

4. కొబ్బరికారం

కొబ్బరి	1 టేబుల్ స్పూన్ (వేయించాలి)	జీలకర్ర	1 టీ స్పూన్
మినపప్పు, శనగపప్పు	4 టీ స్పూన్స్	నువ్వులు	1 టీ స్పూన్
కారం, ఉప్పు	సరిపడా	నూనె	1/2 స్పూన్
జీలకర్ర	1 టీ స్పూన్	ఆవాలు, మెంతులు	1/2 టీ స్పూన్ చొప్పున
వెల్లుల్లి	10 రేకులు	కడిగి ఆరబెట్టిన కరివేపాకు	

తాళింపు కొఱకు – మినపప్పు, శనగపప్పు, ఆవాలు ధనియాలు 1టీ స్పూన్

5. బైంగన్ కారం

నువ్వులు+కొబ్బరి+పల్లీలు +సాల్ట్

6. కర్రీ చిల్లీపౌడరు

ధనియాలు	15 గ్రా.	పసుపు	15 గ్రా.
జీలకర్ర	10 గ్రా.	మెంతులు	10 గ్రా.
కరివేపాకు	15 గ్రా.		

వీటన్నింటిని దేనికదే వేరువేరుగా సన్నటి మంట మీద లైట్‌గా వేయించుకొని,
వేరువేరుగా పొడులు చేసుకొని జార్‌లో జాగ్రత్త చేసుకోవాలి.

ఫిష్ (చేప) కర్రీ మసాల

కావలసిన పదార్థాలు

ధనియాలు	1 కిలో	జీలకర్ర	100 గ్రా.
చింతపండు	100 గ్రా.	మిర్చి (ఎండు)	100 గ్రా.
సొంఠి	25 గ్రా.	వెల్లుల్లి	100 గ్రా.
మెంతులు	50 గ్రా.	కసూరిమేతి	50 గ్రా.
కరివేపాకు	50 గ్రా.	ఉప్పు	100 గ్రా.
బియ్యం	50 గ్రా.		

నాన్‌వెజ్ మసాలా పౌడర్స్

1. ధనియాలు+జీలకర్ర పొడి

ధనియాలు	1గ్లాసు	జీలకర్ర	1/2 గ్లాసు

రెండూ విడివిడిగా సన్న సెగ మీద దోరగా వేయించి పొడి చేసి కలపాలి. గ్లాస్ జార్‌లో జాగ్రత్త చేయాలి.

2. మెంతులు+జీలకర్ర పొడి

మెంతులు	1గ్లాసు	జీలకర్ర	1/2 గ్లాసు
ఆవాలు	1/4 గ్లాసు		

అన్నీ విడివిడిగా సన్న మంట మీద వేయించి పొడి చేసి అన్నీ కలిపి జాగ్రత్త చేయాలి.

3. గరంమసాల పొడి

దాల్చినచెక్క	20గ్రా.	లవంగాలు	20గ్రా.
యాలకులు	15గ్రా.	పెద్ద వెల్లుల్లి	15గ్రా.

అన్నీ విడివిడిగా వేయించి పొడి చేయాలి. చివరగా వెల్లుల్లి వేయాలి. అన్నీ సన్నమంట మీద వేయించాలి. అన్నీ కలిపి గ్లాస్ జార్‌లో జాగ్రత్త చేయాలి.

4. కూరల చిక్కదనం (గ్రేవీ) కోసం చేసేపొడి

ఎండుకొబ్బరి	20గ్రా.	జీడిపప్పు	20గ్రా.
కర్బూజ గింజలు	20గ్రా.	నువ్వులు	20గ్రా.
గసగసాలు	20గ్రా.	బియ్యం	5 గ్రా. (ఎర్రగా వేయించాలి)

అన్నీ విడివిడిగా సన్నని మంటమీద దోరగా వేయించి జాగ్రత్త చేయాలి.

5. బిర్యాని మసాల పొడి

దాల్చిన చెక్క	15గ్రా.	లవంగాలు	15గ్రా.
యాలకులు	10గ్రా.	కసూరిమేతి	10గ్రా.
జాజికాయ	చిన్నముక్క	జాపత్రి	5రేకలు
ధనియాలు	30గ్రా.	ఎండుకొబ్బరి	
అనాసపువ్వు	5గ్రా.	మరాటిమొగ్గ 5గ్రా.	
బిరియాని ఆకు	5గ్రా.		
గసగసాలు + వెల్లుల్లి	10గ్రా. +10గ్రా. (ఈ రెండు చివరలో కలపాలి)		

ధనియాలు+మసాలా ఆకు+ఆనియన్‌పూవు తోకమిరియాలు (8)

పసుపు, ఉప్పు, కారం, అల్లం పొడి 10గ్రా. చొప్పున గ్రైండ్ చేసిన పొడిలో కలపాలి. పుదీనా ఆకు కూడ కడిగి ఆరబెట్టి పొడి చేసి పెట్టుకోవాలి. అన్నీ విడివిడిగా గ్రైండ్ చేసి కలిపి జాగ్రత్త చేయాలి.

6. మటన్ మసాల పొడి

దాల్చినచెక్క	15గ్రా.	లవంగాలు	15గ్రా.
యాలకులు	15గ్రా.	జాజికాయ	సగం ముక్క

నల్ల యాలకులు 2, జాపత్రి 5 రేకలు, ఆనియన్‌పూవు, గసగసాలు 5గ్రా., తోకమిరియాలు 8నం., ఎండుకొబ్బరి 15గ్రా. + ధనియాలు 10గ్రా. అన్నీ విడివిడిగా సన్నని మంటమీద దోరగా వేయించి పొడి చేసి జాగ్రత్త చేయాలి.

Non-Veg Recipes

చికెన్ బిర్యాని

కోడిమాంసంతో బిర్యాని

కావలసిన పదార్థాలు

కోడిమాంసం	ఒక కిలో	బాసుమతి బియ్యం	మూడు కప్పులు
ఉల్లిపాయ	పెద్దది ఒకటి (తరిగిన ముక్కలు)	వెల్లుల్లి పేస్టు	రెండు టేబుల్ స్పూన్లు
అల్లం పేస్టు	రెండు టేబుల్ స్పూన్లు	పసుపు	పావు స్పూను
కారం	ఒక టేబుల్ స్పూను	ఉప్పు	రుచికి సరిపడ
మసాలా పొడికి			
సోంపు	అర టేబుల్ స్పూను	గసగసాలు	రెండు టేబుల్ స్పూన్లు
మిరియాలు	ఆరు	దాల్చిన చెక్క	ఒక అంగుళం
గ్రీన్ యాలకులు	మూడు	నల్ల యాలకులు	రెండు
లవంగాలు	ఆరు		
మసాల (పొడి) పేస్టు			
పచ్చిమిరపకాయలు			
కొత్తిమీర ఆకులు	రెండు స్పూన్లు	పుదీనా ఆకులు	ఒక టేబుల్ స్పూను
ఉల్లిపాయలు (ముక్కలు)	రెండు	నెయ్యి లేక నూనె	ఒక టేబుల్ స్పూను
కొత్తిమీర (తరిగినది)		పుదీనా ఆకులు	

తయారుచేయు విధానము: స్టౌ మీద బాణలిపెట్టి నెయ్యిగానీ, నూనెగానీ వేసి ఉల్లిపాయ ముక్కలు (3 ముక్కలు) వేసి బంగారు రంగులోకి వచ్చేవరకు వేయించి ప్రక్కన పెట్టుకోవాలి.

స్టౌ మీద మందపాటి గిన్నెపెట్టి మాంసం ముక్కలు వేసి వేయించాలి. మామూలుగా మనము చేసుకునే విధముగానే వేయించి తరువాత దానిలో అల్లం, వెల్లుల్లి పేస్టు, తరిగి పెట్టుకున్న ఉల్లిపాయముక్కలు, పసుపు, కారం కలిపి మూతపెట్టి కొద్దినిముషాలు మగ్గనివ్వాలి. తరువాత మసాలా పేస్టు కలపాలి. ఉప్పు వేయాలి. మంట తగ్గించి 15 లేక 20 నిముషాలు ఉడకనివ్వాలి. మాంసం మెత్తబడ్డ తర్వాత మసాలా (2) పేస్టు కలిపి ఎక్కువ తడి లేకుండా ఇగిరిన తరువాత మూడు కప్పుల బియ్యము కలిపి కొద్దిసేపుంచి 5 కప్పుల నీరు కలిపి, వేయించి ప్రక్కన పెట్టుకున్న ఉల్లిపాయ ముక్కలను కలిపి, ఉప్పు అవసరము అనుకుంటే కొద్దిగా ఉప్పు కూడా వేసి మూతపెట్టి 15 లేక 20 నిముషాలు ఉడకనిచ్చి దించేయాలి. 5 నిముషాలు ఆగి వేడిగా వడ్డించితే బాగుంటుంది.

స్పెషల్ చికెన్ బిర్యానీ

నల్లయాలకులు, జాపత్రి, బిర్యాని ఆకు, జాజికాయముక్క, ఉల్లిపాయముక్కలు ఒక గిన్నెలో 6 గ్లాసులు నీరు పోసి స్టౌమీద పెట్టి మరగబెట్టాలి. ఒకటిన్నర కేజీ చికెన్ తీసుకుని నిమ్మకాయ కలపాలి. ఒక ప్రక్క నుంచి బోన్సను ఒక గిన్నెలో స్టాక్ వాటర్ కొఱకు ఉడకబెట్టండి. ఉల్లిపాయలు వేయించి పేస్టు చేయాలి. ఒక స్పూన్ నెయ్యి, నూనె వేసి ఆనియన్ పేస్టు, మెంతికూర, పుదీన లైట్‌గా వేయాలి. ఇది వేయించి బోన్‌లెస్ చికెన్ వేసి నిమ్మరసం పిండాలి. కొద్దిగా పసుపు, ఉప్పు, కారం, 2 టమాటాలు, పెరుగు వేయాలి. తరువాత మూత పెట్టాలి. నీరు ఊరి ఆ నీటితో ఇవి ఉడకాలి. అప్పుడప్పుడు కలుపుతూ ఉండాలి. 25ని. ఉడకాలి. ధనియాలు - జీలకఱ్ఱ కలిపిన పొడి, గరంమసాల 1/2స్పూన్, కరివేపాకు, కొత్తిమీర, పచ్చిమిర్చి వేసి కలపాలి. ముక్క బాగా ఉడికిన తరువాత 1/2 స్పూన్ గ్రీన్ చిల్లీ సాస్, రెడ్ చిల్లీసాస్, సోయాసాస్ అన్నీ ఒక స్పూన్ చొప్పున వేయాలి. అన్నీ కలిపి పెట్టుకోవాలి.

స్టౌమీద ఒక పాన్‌లో 2 స్పూన్స్ ఆయిల్, 2 స్పూన్స్ నెయ్యి తీసుకుని అందులో దాల్చిన చెక్క 2 ముక్కలు, లవంగాలు 8, యాలకులు, జాపత్రి, షాజీరా, మరాటిమొగ్గ 2, కసూరిమేతి, బిరియాని ఆకులు 2, అనాసపువ్వులు 2 అన్నీ వేసి బాగా కలుపుతూ వేయించి, రెండు ఉల్లిపాయల ముక్కలు, కరివేపాకు, పుదీనా 5 ఆకులు వేసి వేయించుతూ 2 స్పూన్‌లు అల్లం-వెల్లుల్లిపేస్టు కలుపుతూ ఉండాలి. దీనిలో కొంచెం వేగితే చాలు.

స్టాక్ వాటరు ఉడికేవి ఆపి వాటరు డ్రైన్ చేయాలి. ఈ వాటరు చికెన్‌లో కలిపి ఉప్పు వేయాలి. మూతపెట్టి ముందు నానబెట్టిన బియ్యం వేయాలి. బియ్యం సగం ఉడికిన తర్వాత సగం రైస్ ఒక బౌల్‌లోకి తీసుకుని వేరుగా పెట్టి మనం చేసిన చికెన్ కర్రీ బౌల్‌లో సర్ది దానిమీద అన్నం వేసి మిగతా అన్నం ఉడికే వరకు ఉంచి కొత్తిమీర వేసి అన్నం బాగా ఉడికిన తరువాత దించేయాలి. దించేముందు ఒక స్పూన్ నెయ్యి వేయాలి.

చికెన్ ఫ్రై

కావలసిన పదార్థాలు

చికెన్	1 1/2 కేజి
నిమ్మకాయల రసం	4 కాయలు
పసుపు	1/2 స్పూన్

తయారుచేయు విధానము

ముందుగా చికెన్‌కు నిమ్మకాయల రసం, పసుపు కలిపి మారినేట్ చేసి ఒక గంట పెట్టుకోవాలి. చికెన్ చిన్న ముక్కలు చేయాలి.

స్టౌమీద పాన్ పెట్టి ఆయిల్ ఒక కప్పు వేసుకుని మెంతికూర ఒక కట్ట వేసుకుని ఒక స్పూన్ అల్లం-వెల్లుల్లి పేస్ట్ వేసి వేగిన తరువాత మారినేట్ చేసిన చికెన్ ముక్కలు వేసి వేయించుకోవాలి. నీరు పోయవద్దు. చికెన్‌లోని ఊరిన నీరే సరిపోతుంది. ఆ నీరంతా ఇగిరిపోయేదాకా మూతవేసి అప్పుడప్పుడు కలుపుతూ ఉండాలి. నీరు ఇగిరిపోయిన తరువాత ఉప్పు వేసుకుని మరల మూత పెట్టాలి. నీరంతా బాగా ఇగిరిపోయిన తరువాత మూత తీసి కారం వేయాలి. 3 స్పూన్లు వేసి బాగా కలపాలి. ఉల్లిపాయలు 3 పెద్దవి చీలికలు చేసి ఇప్పుడు కలపాలి. బాగా వేగిన తరువాత పచ్చిమిరపకాయలు 10, కరివేపాకు ఒక గుప్పెడు వేయాలి. కలరు కొద్దిగా మారిన తరువాత ధనియాలు+జీలకఱ్ఱ పొడి 2 స్పూన్లు వేయాలి. ఒక నిముషం తరువాత 5 స్పూన్లు కారం, గరంమసాల 2 స్పూన్లు, ఉప్పు 3 స్పూన్లు వేయాలి. కొత్తిమీర 1/4 కప్పు వేయాలి. తరువాత 2 స్పూన్లు ఎండుకొబ్బరి వేయాలి. బాగా కలరు వస్తుంది. ఇప్పుడు దించేయాలి. దించేముందు ఉప్పు చూడండి. తక్కువయితే కలపండి. ఎంతో రుచిగా చికెన్ ఫ్రై తయారయినట్లే.

నేతితో చికెన్ వేపుడు

కావలసిన పదార్థాలు

చికెన్	1 1/2 కేజి
నిమ్మకాయల రసం	2 కాయలు
పసుపు	1 స్పూన్

తయారుచేయు విధానము

చిన్న ముక్కలుగా కోసిన చికెన్‌లో పసుపు, నిమ్మకాయల రసం వేసి చికెన్ మారినేట్ చేసి, ఒక గంట ప్రక్కన పెట్టుకోవాలి.

స్టౌమీద పాన్ పెట్టి 1/2 కప్పు నెయ్యి వేసి దానిలో కొద్దిగా నూనె కూడ వేసి కాగిన తరువాత దానిలో మారినేట్ చేసిన చికెన్ వేసి 2 స్పూన్లు పసుపు వేసి బాగా కలపండి. 2 నిముషాలు ఆగి మెంతికూర ఒక కట్ట లేతది వేయండి. టమాటాలు 3 ముక్కలు చేసి వేసి ఉప్పు కూడా వేయాలి. మూత పెట్టి మీడియం ఫ్లేమ్‌లో పెట్టండి. 15 నిమిషాలలో నీరంతా ఇగిరిపోతుంది. ఇప్పుడు పచ్చిమిర్చి 10 వేయాలి. పుదీనా, కరివేపాకు వేయాలి. 5 స్పూన్లు కారం వేయాలి. కొత్తిమీర కూడ వేసుకోవాలి.

ధనియాలు ఒక టేబుల్ స్పూన్, జీలకఱ్ఱపొడి ఒక స్పూను, గరంమసాల వేసి 2 ఉల్లిపాయలు వేసి గ్రైండ్ చేసి వేయాలి. ఈ మిక్సీ చేసిన పేస్టు చికెన్‌లో వేసి 2 నిముషాలు ఉంచి ఒక స్పూను నెయ్యి కూడ వేసి బాగా కలిపి దించేయాలి. ఎంతో రుచిగా ఉంటుంది.

కోడిమాంసంతో బిర్యాని

ఇంకో విధంగా... చికెన్ ముక్కలు, ఉప్పు, పసుపు, కొద్దిగా అల్లం-వెల్లుల్లి పేస్టు, ఒక కప్పు పెరుగు కలిపి ఉడకబెట్టి ప్రక్కన పెట్టుకోవాలి. స్టౌ మీద బాణలిపెట్టి నూనెవేసి నాలుగు లవంగాలు, కొద్దిగా దాల్చిన చెక్క, జాజికాయ చిన్న ముక్క, జాపత్రి, అనాసపువ్వు, బిరంజి ఆకు, కొద్దిగా (చిటికెడు) షాజీరా, వీలయితే 10 జీడిపప్పులు అన్నీ వేసి వేగిన తరువాత పుదీనా వేసి తరువాత ఉల్లిపాయ ముక్కలు వేసి వేగిన తరువాత పచ్చిమిర్చి, కొత్తిమీర మిక్సీ చేసుకున్న ముద్దవేసి అల్లం, వెల్లుల్లి పేస్టు వేసి పచ్చివాసన పోయిన తరువాత బియ్యం పోసి కొద్దిగా వేగిన తరువాత (2 నిముషాలు) ఒకటి బియ్యానికి 2 గ్లాసులు నీరుపోసి ఉప్పు వేసి అన్నీ రైస్ కుక్కర్‌లో వేసి ఉడకబెట్టి ప్రక్కన పెట్టుకున్న చికెన్ ముక్కలు వేసి మూత పెట్టేయాలి. అన్నీ కలుపుతూ (ఒకటి, రెండుసార్లు మాత్రమే) అన్నం ఉడకగానే ఒక ఐదు నిముషాలు ఆగి పైన కొత్తిమీర తరుగు చల్లి వేడిమీద వడ్డించుకుంటే చాలా రుచిగా ఉంటుంది. చికెన్ ఉడకబెట్టినప్పుడు నీళ్ళు ఎక్కువగా ఉంటే బియ్యం వేసిన తరువాత పోసే నీళ్ళలో తగ్గించండి. అన్నీ తయారుగా ఉంచుకుంటే ఈ విధానం చాలా తేలికగా అయిపోతుంది.

చికెన్ పచ్చడి-1

కావలసిన పదార్థాలు

చికెన్	1 కేజి
ఉప్పు	50 గ్రా.
కారం	50 గ్రా.
సాంబారు+కారం	70%+30%
లవంగాలు, చెక్క	5 గ్రా.
అల్లం	50 గ్రా.
వెల్లుల్లి	30 గ్రా.
నూనె	అర కేజి

తయారుచేయు విధానము

చికెన్ బోన్‌లెస్‌లో సగం ఉప్పు కలిపి ముక్కలలో కలిపి పాన్‌లో ఉడకబెట్టండి. నీళ్ళు ఇంకిపోవాలి. మసాలాలు అన్నీ వేయించి పొడి చేయాలి. పాన్‌లో నూనెపోసి వేడెక్కిన తరువాత ముక్కలు కొద్దికొద్దిగా వేస్తూ ఎర్రగా వేయించుకోవాలి. తరువాత ఉప్పు, కారం, మసాలా పౌడరు కలిపి అల్లం-వెల్లుల్లి పేస్టుకూడా వేయించి, ఇది కూడా కలిపి ఆరిన తరువాత గాజుసీసాలో పెట్టుకోవాలి. తీసేముందు ఆరిన తరువాత రెండు నిమ్మకాయల రసం పిండి కలుపుకోవాలి.

చికెన్ పకోడి

కావలసిన పదార్థాలు

చికెన్	అర కేజి
కారం	50 గ్రా.
గరం మసాల	25 గ్రా.
అల్లం-వెల్లుల్లి పేస్టు	1 టేబుల్‌స్పూన్
శనగ పిండి	1 కప్పు
బియ్యం పిండి	అర కప్పు
నూనె డీప్ ఫ్రై చేయటానికి	పావు కేజి
ఉప్పు	రుచికి సరిపడా
నిమ్మరసం	1
పచ్చిమిర్చి	4
కరివేపాకు	2 రెమ్మలు
కొత్తిమీర	పావు కప్పు తురుము

తయారుచేయు విధానము: అన్నీ ఒక్కొటి చికెన్‌లో వేసి కలుపుతూ ఒకవేళ అవసరమైతే ఒక చుక్క నీళ్ళుపోసి బాగా కలిపి రెండు లేకు మూడు గంటలు నానబెట్టాలి.

స్టౌ మీద పాన్ పెట్టి నూనెలో పోసి కలిపి పెట్టుకున్న చికెన్ ముక్కలు ఒక్కొటి వేస్తూ అన్నీ వేగిన తరువాత ప్రక్కన పెట్టుకుని తరువాత తినటమే. చాలా బాగుంటాయి.

చికెన్ పచ్చడి-2

కావలసిన పదార్థాలు

చికెన్	750 గ్రా.	అల్లం-వెల్లుల్లి పేస్ట్	3 టేబుల్ స్పూన్‌లు
లవంగాలు	45	దాల్చిన చెక్క	2 అంగుళాలు
యాలకులు	15	ధనియాలు	3 టేబుల్ స్పూన్‌లు
జీలకర్ర	1 టేబుల్ స్పూన్	గసగసాలు	2 టేబుల్ స్పూన్‌లు
ఎండుకొబ్బరి పొడి	2 టేబుల్ స్పూన్‌లు	నిమ్మకాయలు	4 లేదా 5
కారం	100 గ్రా॥	ఉప్పు	రుచికి సరిపడా
పసుపు	కొద్దిగా	నూనె	అర కిలో

తయారుచేయు విధానము: ముందుగా మసాలాలు అన్నీ డ్రైగా వేయించాలి. చల్లారాక మెత్తగా గ్రైండ్ చేసి అందులో ఉప్పు, కారం, పసుపు, ఎండుకొబ్బరి పొడి వేసి మళ్ళీ ఒకసారి గ్రైండ్ చేసి పక్కన పెట్టుకోవాలి. బాణలిలో నూనె పోసి కాగిన తరువాత చికెన్ కొంచెం కలర్ మారేవరకు వేయించుకోవాలి. వేయించుకున్న చికెన్‌లో మసాలా అంతా వేసి బాగా కలపాలి. అదే నూనెలో అల్లం-వెల్లుల్లిపేస్ట్ వేసి వేయించి ఆయిల్ అంతా చికెన్‌లో వేసుకోవాలి. కొంచెం చల్లారాక నిమ్మరసం పిండుకోవాలి. ఇది నెల రోజులు నిల్వ ఉంటుంది.

ధనియా కీమా మటర్

కావలసిన పదార్థాలు

మటన్ కీమా	అర కిలో
పచ్చి బఠాణీ	అర కప్పు
కొత్తిమీర తురుము	కొద్దిగా
నూనె	నాలుగు స్పూన్లు
ఉల్లిపాయలు (ముక్కలు)	రెండు
గరం మసాలా	టేబుల్ స్పూను
అల్లంవెల్లుల్లి పేస్టు	రెండు టేబుల్ స్పూన్లు
ధనియాల పొడి	మూడు టేబుల్ స్పూన్లు
కారం	రెండు టీ స్పూన్లు
పెరుగు	అర కప్పు
ఉప్పు	సరిపడా
నెయ్యి	ఒక స్పూను
పసుపు	పావు స్పూను

తయారుచేయు విధానము

ఉల్లిపాయలు ముక్కలుకోసి పెట్టుకోవాలి. బఠాణీలు ఉడికించి పెట్టుకోవాలి. చిన్న గిన్నెలో ధనియాల పొడి, కారం, పసుపు, ఉప్పు, పెరుగు కలిపి ప్రక్కన ఉంచాలి.

బాణలిలో నూనెవేసి కాగాక ఉల్లిపాయ ముక్కలు వేసి వేయించాలి. తరువాత గరం మసాల, అల్లం-వెల్లుల్లి పేస్టు వేసి కలిపి కొద్దిసేపు వేయించి, ఇప్పుడు పెరుగు మిశ్రమం కూడా వేసి కొద్దిసేపు ఉడికించి, తరువాత కీమా వేసి రెండు నిముషాలు వేయించి తగినన్ని నీళ్ళు పోయాలి. నెయ్యి కూడా వేసి మూతపెట్టి నీళ్ళన్నీ ఆవిరి అయ్యేదాకా ఉడికించి ఇప్పుడు బఠాణీలు కూడా వేసి ఇంకొద్దిసేపు ఉడికించి దించేముందు కొత్తిమీర తురుము కలిపి దించి వేడిమీద సర్వ్ చేయాలి.

తవా గోష్ట్

కావలసిన పదార్థాలు

మటన్	ఒక కిలో
గరం మసాలా పొడి	రెండు టీ స్పూన్లు
అల్లం, వెల్లుల్లి పేస్టు	రెండు టేబుల్ స్పూన్లు
నెయ్యి	50గ్రా.
ఉల్లిపాయలు	నాలుగు
టొమాటోలు	రెండు
కారం	2 స్పూన్లు
ఉప్పు	సరిపడా
కొత్తిమీర తురుము	టేబుల్ స్పూను
గసగసాలు	టేబుల్ స్పూను
గరం మసాలా దినుసులు	
యాలకులు	రెండు
ధనియాలు	టీ స్పూను
జాజికాయ	కొద్దిగా (సగం)
జాజిమొగ్గ	ఒకటి
దాల్చిన చెక్క	ఒక అంగుళం
లవంగాలు	నాలుగు
జాపత్రి	రెండు

తయారుచేయు విధానము: మటన్ ముక్కల్ని కడిగి ప్రక్కన ఉంచాలి. గరంమసాలా దినుసులన్నీ పలుచని బట్టలో మూట కట్టాలి. ప్రెజర్ పాన్‌లో మటన్ ముక్కలు, ఉప్పు, కారం, మసాలా దినుసుల మూటవేసి ఉడికించాలి. మందపాటి బాణలిలో నెయ్యివేసి ఉడికిన మటన్ ముక్కల్ని వేసి (ఉడికించాలి) వేయించాలి. మరో బాణలిలో కొద్దిగా నూనె లేదా నెయ్యివేసి ఉల్లిముక్కలు, టొమాటో ముక్కలు వేసి, పచ్చిమిర్చి, అల్లంవెల్లుల్లి పేస్టు, తురుము వేయాలి. తరువాత మసాలా పొడి వేసి కలపాలి. ఆమ్‌చూర్ పౌడరు, పుదీనా ఆకులు కూడా వేసి బాగా కలిపి ఉల్లిముక్కలు, పుదీనా ఆకులు కూడ వేసి కలిపి ఈ మిశ్రమాన్ని మటన్ ముక్కల మీద వేసి కలపాలి. చివరగా గసగసాలు (నూరినది), కొత్తిమీర తురుము కూడా వేసి దించాలి.

చైనీస్ మటన్ బాల్స్

కావలసిన పదార్థాలు

బోన్‌లెస్ మటన్ కీమా	అర కిలో	గ్రుడ్లు	రెండు
సోయాసాస్	టేబుల్ స్పూన్	పంచదార	టీ స్పూన్
పచ్చిమిరపకాయలు	ఆరు	చైనీస్ క్యాబేజి తురుము	అర కప్పు
మైదా పిండి	పావు కప్పు	చైనీస్ సాల్ట్	పావు స్పూన్

తయారుచేయు విధానము: కీమాను ఉడికించి ఉంచాలి. కోడిగ్రుడ్లు సొనను బాగా గిలకొట్టాలి. అందులో సోయాసాస్, పంచదార వేసి బాగా కలపాలి. తరువాత ఉడికించిన కీమా, పచ్చిమిర్చి తురుము (ముక్కలు) క్యాబేజీ తురుము వేసి బాగా కలపాలి. ఇప్పుడు ఉప్పు, చైనీస్ సాల్ట్, మైదాపిండి వేసి కలిపి చిన్న ఉండలుగా చేయాలి. బాణలిలో నూనె పోసి కాగిన తరువాత ఈ ఉండల్ని వేసి వేయించి తీయాలి. వీటిలోకి కాస్త గ్రేవీ కావాలనుకుంటే విడిగా బాణలిలో కాస్త నూనెవేసి ఉల్లిపాయ ముక్కలు వేసి వేయించాలి. తరువాత చిల్లీసాస్, కొత్తిమీర తురుమువేసి అందులో మటన్ బాల్స్ కలిపి అందించాలి.

మటన్ ఖడా మసాలా

కావలసిన పదార్థాలు

బోన్‌లెస్ మటన్	ఒక కిలో
అల్లం, వెల్లుల్లి ముద్ద	మూడు టేబుల్ స్పూన్లు
పెరుగు	పావు లీటరు
ధనియాల పొడి	ఒక టేబుల్ స్పూను
జీలకర్ర పొడి	రెండు టీ స్పూన్లు
గరంమసాలా పొడి	రెండు టీ స్పూన్లు
పసుపు	ఒక టీ స్పూన్
కారం	2 టీ స్పూన్లు
ఆవనూనె	20మి.లీ.
కొత్తిమీర	కొద్దిగా
ఉప్పు	సరిపడా

తయారుచేయు విధానము

మటన్ శుభ్రంగా కడిగి చిన్న ముక్కలుగా కోసిపెట్టుకోవాలి. గిలకొట్టిన పెరుగులో ధనియాల పొడి, జీలకర్ర పొడి, గరంమసాల పొడి, పసుపు, ఉప్పు, కారం, అల్లం, వెల్లుల్లి ముద్దవేసి కలపాలి. ఇప్పుడు ఈ మిశ్రమాన్ని ముక్కలకు పట్టించి అరగంట నాననివ్వాలి.

మందపాటి బాణలిలో నూనెవేసి కాగాక పెరుగు మిశ్రమం పట్టించిన ముక్కలు వేసి కొద్దిగా వేయించి మూతపెట్టి మెత్తగా అయ్యేవరకు ఉడికించి దించాలి. దించేముందు కొత్తిమీర వేయండి.

కీమా-పాలకూర

కావలసిన పదార్థాలు

మటన్ కీమా	పావు కిలో
పాలకూర తరుగు	రెండు కప్పులు
అల్లం-వెల్లుల్లి పేస్టు	ఒక టీ స్పూను
ఉల్లిపాయలు	రెండు (ముక్కలు కోసుకోవాలి)
పచ్చిమిరపకాయలు	రెండు (ముక్కలు కోసి)
గరంమసాల పొడి	ఒక స్పూను
కారం	ఒక స్పూను
పసుపు	పావు స్పూను
ఉప్పు	రుచికి సరిపడ
నూనె	మూడు స్పూనులు
గరంమసాల	అర స్పూను
కొత్తిమీర	కొద్దిగా

తయారుచేయు విధానము

కీమాను శుభ్రంగా కడిగి నీరంతా ఓడిన తరువాత ఉప్పు, పసుపు, అల్లం-వెల్లుల్లి పేస్టు కలిపి కుక్కర్‌లో రెండు విజిల్స్ వచ్చేవరకు ఉడికించి పెట్టుకోవాలి. స్టౌ మీద బాణలి పెట్టి నూనెవేసి వేడెక్కిన తరువాత తరిగి పెట్టుకున్న ఉల్లిపాయ, పచ్చిమిర్చి ముక్కలు వేసి ఎర్రగా వేగిన తరువాత అందులో సన్నగా తరిగిన పాలకూర వేయాలి. పాలకూర మగ్గిన తరువాత ఉడికించి పెట్టుకున్న కీమా వేసి అన్నీ కలిపి బాగా వేగనివ్వాలి. కారం, గరంమసాల పొడి వేసి బాగా కలిపి రెండు నిముషాలుంచి తరిగి పెట్టుకున్న కొత్తిమీర వేసి దించుకోవాలి.

గోంగూర మటన్ కర్రీ

కావలసిన పదార్థాలు

మటన్	అర కిలో	గోంగూర	పావు కిలో
అల్లం-వెల్లుల్లి పేస్ట్	రెండు స్పూన్లు	లవంగాలు	నాలుగు
దాల్చిన చెక్క	రెండు అంగుళాలు	యాలకులు	రెండు
గరంమసాల	ఒక స్పూను	చిటికెడు	షాజీరా
ఉల్లిపాయలు	రెండు	పచ్చిమిరపకాయలు	నాలుగు
నూనె	రెండు టేబుల్ స్పూన్లు	కొత్తిమీర	
ఉప్పు	రుచికి సరిపడా	కారం	రెండు స్పూన్లు
పసుపు	పావు స్పూను		

తయారుచేయు విధానము: గోంగూర శుభ్రంచేసుకుని ఉడికించి ప్రక్కన పెట్టుకోవాలి. మటన్ ఒక స్పూను అల్లం-వెల్లుల్లి పేస్టు, కొద్దిగా ఉప్పు, పసుపు వేసి కుక్కర్‌లో ఉడికించి పెట్టుకోవాలి. ఉల్లిపాయలు, పచ్చిమిరపకాయలు పొడుగ్గా కోసి ప్రక్కన పెట్టుకోవాలి. తరువాత స్టౌ మీద బాణలి పెట్టి నూనె వేసుకుని వేడిగా అయిన తరువాత లవంగాలు, దాల్చినచెక్క, షాజీరా, యాలకులు వేసి ఉల్లిపాయలు, పచ్చిమిర్చి ముక్కలు వేసి వేగిన తరువాత అల్లం, వెల్లుల్లి పేస్ట్ ఒక స్పూను వేసి ఉడికించి పెట్టుకున్న మటన్ వేసి ఉప్పు, కారం, పసుపు వేసి వేగనివ్వాలి. తరువాత ఉడికించి పెట్టుకున్న గోంగూర బాగా కలిపి మటన్ కూరలో వేయాలి. అన్నీ కలిసి పది నిముషాలు ఉడకనిచ్చి కొత్తిమీర తరుగు వేసి దింపేయాలి. అన్నంలోకి, చపాతీలలోకి చాలా రుచిగా ఉంటుంది.

మటన్ వేపుడు

కావలసిన పదార్థాలు

మటన్	ఒకటిన్నర కేజి
ఉల్లిపాయలు	4 (పొడుగ్గా ముక్కలు చేయాలి)
మసాలా పౌడర్	
అల్లం+వెల్లులి పేస్ట్	2 స్పూన్స్ (సగం ముందు కలపాలి)
టమాట	3
పసుపు	1/4 స్పూన్ (సగం ముందు కలపాలి)
ఉప్పు	2 స్పూన్‌లు
కారం	2 స్పూన్‌లు (సగం ముందు కలపాలి)
నూనె	2 స్పూన్ (ముందు కలపాలి)

తయారుచేయు విధానము: పైన తెలిపినవన్నీ మటన్ ముక్కలలో వేసి బాగా చేత్తో కలపాలి. అలా కలిపిన మటన్ కుక్కర్‌లో వేసి స్టౌ మీద ఉంచాలి. ముందు ఎక్కువ సెగమీద పెట్టి తరువాత సిమ్‌లో పెట్టండి. 6 విజిల్స్ వచ్చిన తరువాత నీరు లేకుండా స్టౌమీద ఉంచాలి.

స్టౌమీద పాన్ పెట్టి మిగతా నూనె వేసి, అల్లం–వెల్లుల్లి పేస్ట్ వేసి మెంతికూర, పసుపు, కరివేపాకు, టమాట, ఉల్లికాడలు వేసి వేగిన తరువాత మటన్ వేసి కలుపుతూ వేయించాలి. కారం కూడ వేయాలి. మటన్ మసాల ఒక స్పూన్ వేసి తిప్పుతూ వేయించాలి. కావలసిన వరకు వేగిన తరువాత కొత్తిమీర వేసి సర్వింగ్ బౌల్‌లోకి తీసుకుని వడ్డించుకోవాలి. చాలా రుచిగా ఉంటుంది.

మటన్ లివర్ కర్రీ

కావలసిన పదార్థాలు

మటన్ లివర్	500గ్రా.
ఆయిల్	5గ్రా. (కాగిన తరువాత)
ఉల్లిపాయలు	పెద్దవి 2
(ముక్కలు చేసి ఉప్పు వేస్తే త్వరగా వేగుతాయి)	
పసుపు	1 స్పూన్
పుదీనా, మెంతికూర	కొద్దిగా
స్ప్రింగ్ఆనియన్	కొద్దిగా
కరివేపాకు	5 లేక 6 రెమ్మలు
అల్లం–వెల్లుల్లి	2 స్పూన్స్ వేసి బాగా కలపాలి.

తయారుచేయు విధానము: కారం సరిపడ వేసిన తరువాత నీళ్లు కలపాలి. తరువాత గ్రేవి పొడరు 2 స్పూన్స్ మరిగిన తరువాత కడిగిన లివర్ వేయాలి. నీరు కలిపిన తరువాత మూతపెట్టాలి. లివర్ వేస్తే మెత్తగానే ఉంటాయి. తరువాత పచ్చిమిర్చి వేసి ఉప్పు చూడాలి. ధనియాలు–జీలకర్ర పొడి 1స్పూన్, గరంమసాలపొడి 1/2స్పూన్, తరువాత కొత్తిమీర వేసి 2 నిముషాలు ఉంచి స్టౌ ఆపేయాలి.

కైమా వేపుడు

కావలసిన పదార్థాలు

కైమా	1/2 కేజీ
(శుభ్రంగా కడిగి చిల్లుల గిన్నెలో పెట్టాలి)	
ఉల్లిపాయలు	3
పచ్చిమిర్చి	
అల్లం–వెల్లుల్లిపాయల పేస్ట్	1 స్పూను
టమాటాలు	4
పసుపు	1/4 స్పూన్
ఉప్పు	1 స్పూన్
పెరుగు	1 కప్పు

తయారుచేయు విధానము: అన్నీ కలిపి కీమాను కుక్కర్‌లో వేయాలి. 5 విజిల్స్ వచ్చేదాకా ఉంచి కుక్కర్‌లో ప్రెజర్ తగ్గిన తరువాత మూత తీయాలి. కీమాలో నీరంతా ఇగిరేవరకు స్టౌమీద కుక్కర్‌లోనే ఉంచాలి. స్టౌమీద బాణలిలో నూనె వేసి కొద్దిగా అల్లం–వెల్లుల్లి పేస్ట్ వేసి ఉల్లిపాయముక్కలు, ఉల్లికాడలు, మెంతికూర, కరివేపాకు వేసి వేగిన తరువాత కీమా వేసి ఉప్పు, కారం, 1 స్పూన్ ధనియాలు, జీలకర్ర పొడి, గరం మసాలా పొడి 1 స్పూన్ వేయాలి. వెల్లుల్లి దంచిన పేస్ట్‌వేసి కొద్దిగా కొబ్బరి వేసి కొత్తిమీర వేసి ఉప్పు సరిచూసుకుని దించేయాలి.

తలకాయకూర

కావలసిన పదార్థాలు

తలకాయ మాంసం	2 1/2 కేజీలు
పెద్దసైజు ఉల్లిపాయలు	2
నూనె	3 టేబుల్‌స్పూన్స్
అల్లం–వెల్లుల్లి పేస్టు	2 స్పూన్స్
జాజికాయ	1 (నూనెలో వేసి మెత్తగా దంచాలి)
పసుపు	2 1/2 స్పూన్
ఉప్పు	రుచికి సరిపడ
కారం	3 స్పూన్స్
నీరు	1 1/2 లీటర్

స్ప్రింగ్ ఆనియన్స్, మెంతికూర కట్ట + కరివేపాకు

మాంసం కుక్కర్లో వేయాలి. కుక్కర్లో 10 లేక 12 విజిల్స్ రావాలి.

<u>కుక్కర్ మూత తీసిన తరువాత వేయాల్సినవి</u>

పచ్చిమిరపకాయలు	
కారం	2 స్పూన్స్
ఉప్పు	2 స్పూన్స్

తయారుచేయు విధానము: మసాల, కొబ్బరిపొడి, ధనియాలు, జీలకర్ర 1స్పూన్, గరంమసాల 1స్పూన్, కొత్తిమీర వేసి మగ్గిన తరువాత పచ్చి వాసన పోయిన తరువాత స్టౌ ఆర్పేయాలి. రుచిగా ఉండే తలకాయకూర రెడీ. రుచిగా ఉంటుంది.

నాన్

కావలసిన పదార్థాలు

గోధుమపిండి	300గ్రా.	ఈస్ట్	అర టీ స్పూన్
నీరు (గోరువెచ్చని)	75మి.లీ.	పంచదార	ఒక టీ స్పూన్
ఉప్పు	రుచికి తగినంత	నూనె	రెండు టీ స్పూన్లు
పాలు	500మి.లీ.	వెన్న	కొద్దిగా

తయారుచేయు విధానము: వెడల్పాటి పాత్రలో గోధుమపిండి, ఈస్ట్, గోరువెచ్చని నీరు, అర టీ స్పూన్ పంచదార వేసి కలుపుకోవాలి. పిండిని ద్రాక్షపండు సైజులో ఉండలు చేసుకుని ఒకటి, రెండు నిముషాలాగి అరచేతిలో వెడల్పుగా నొక్కుకోవాలి. కొద్దిగా నీటిని అద్దితే పెనంపై అతుక్కోకుండా వుంటాయి. సన్నని సెగపై తందూరిపై ఉడికించాలి. వెన్నరాసి వేడిగా వడ్డించాలి.

కూర కోసం

నెయ్యి లేదా నూనె	50మి.లీ.	మటన్	500గ్రా.
కారం	ఒకటిన్నర స్పూన్	ఉప్పు	రుచికి తగినంత
పెరుగు	50మి.లీ.		

గ్రేవీ కోసం

జీలకఱ్ఱ	ఒక టీ స్పూన్	సోంపు	ఒక టీ స్పూన్
మిరియాలు	ఒక టీ స్పూన్	శొంఠి	ఒక స్పూన్
యాలకులు	నాలుగు	లవంగాలు	మూడు
జాజికాయ పొడి	చిటికెడు	కార్న్‌ఫ్లోర్	రెండు టీ స్పూన్లు
ఉల్లిపాయ	ఒకటి	పచ్చిమిరపకాయలు	నాలుగు
కొత్తిమీర	కొద్దిగా	కరివేపాకు	రెండు రెబ్బలు

తయారుచేయు విధానము: మందపాటి మూకుడులో నూనె వేడిచేసి మాంసం, అల్లంవెల్లుల్లి పేస్టు, కారం, ఉప్పు వేసి కలబెడుతూ ఉడికించాలి. మాంసం బ్రౌన్ కలరులోకి మారేవరకు వేయించాలి. పెరుగు వేసి నీరు ఇంకేవరకూ ఉంచాలి. రెండు గ్లాసులు నీళ్ళుపోసి సన్నని సెగపై ముక్క బాగా మెత్తబడేవరకు ఉడికించాలి.

బీరకాయ-పచ్చిరొయ్యల కూర

కావలసిన పదార్థాలు

బీరకాయలు	పావు కిలో
పచ్చి రొయ్యలు	పావు కిలో (ఒలిచి శుభ్రం చేసుకోవాలి)
ఉల్లిపాయ	ఒకటి (ముక్కలు కోయాలి)
పచ్చిమిర్చి	మూడు (ముక్కలు కోయాలి)
కారం	ఒక స్పూను
పసుపు	పావు స్పూను
ఉప్పు	రుచికి సరిపడా
నూనె	30గ్రా.

తయారుచేయు విధానము: బీరకాయలు చెక్కు తీసి ముక్కలు కోసుకోవాలి. ఉల్లిపాయలు, పచ్చిమిర్చి ముక్కలు చేసుకోవాలి. రొయ్యలు శుభ్రంగా ఉప్పు, పసుపు వేసి కడిగి పెట్టుకోవాలి. బీరకాయ ముక్కలు ఉప్పు కలిపి పెట్టాలి.

స్టౌ మీద బాణలి పెట్టి నూనెవేసి కాగిన తరువాత తాలింపు దినుసులు వేసి చిటపట లాడిన తరువాత ఉల్లిపాయ, పచ్చిమిర్చి ముక్కలు, కరివేపాకు వేసి ఒక నిముషం ఆగి శుభ్రం చేసి పెట్టుకున్న రొయ్యలు వేయాలి. సగం ఉడికిన తరువాత బీరకాయ ముక్కలు వేసి ఉప్పు, కారం, పసుపువేసి మూతబెట్టి సన్నటి సెగమీద ఉడకనివ్వాలి. నీరుపోయవద్దు. బీరకాయలో ఉన్న తడి, రొయ్యలలో ఉన్న తేమ సన్నని మంటమీద ఉడకటానికి సరిపోతాయి. మసాలాలు ఏమీ లేకుండా ఇది ఒక రుచిలో చాలా బాగుంటుంది.

రొయ్యల పలావు

కావలసిన పదార్థాలు

రొయ్యలు	ఒక కిలో (ఒలిచి శుభ్రం చేసుకోవాలి)	బాసుమతి బియ్యం	ముప్పావు కిలో
నీళ్ళు	ఒకటికి రెండు	అల్లం, వెల్లుల్లి పేస్ట్	రెండు టేబుల్ స్పూన్లు
ఉల్లిపాయ ముక్కలు	అర కప్పు	గరంమసాల	ఒక స్పూను
నూనె	పావు కప్పు	ఉప్పు	రుచికి సరిపడా
పసుపు	అర స్పూను	పెరుగు	ఒక కప్పు
లవంగాలు, దాల్చినచెక్క, యాలకులు	రెండు చొప్పున	షాజీరా	చిటికెడు
కొత్తిమీర తరుగు, పుదీనా ఆకులు	పావు కప్పు	కరివేపాకు	నాలుగు రెమ్మలు

తయారుచేయు విధానము: స్టౌ మీద కుక్కర్ పెట్టి దానిలో రొయ్యలు, ఉప్పు, పసుపు, పెరుగు, సగం అల్లంవెల్లుల్లి పేస్ట్ వేసి కలిపి రెండు విజిల్స్ వచ్చేవరకు ఉంచి స్టౌ ఆపివేయాలి. కొత్తిమీర, నాలుగు పచ్చిమిరపకాయలు, కొద్దిగా పుదీనా మిక్సీలో వేసి పేస్ట్ చేసి పెట్టుకోవాలి.

స్టౌ మీద బాణలి పెట్టి నూనె వేసి కాగిన తరువాత లవంగాలు, దాల్చిన చెక్క, జీడిపప్పు, యాలకులు, షాజీరా చిటికెడు వేసి తరిగిపెట్టుకున్న ఉల్లిపాయ, పచ్చిమిర్చి ముక్కలు వేసి వేగిన తరువాత మిగతా సగం అల్లం, వెల్లుల్లి పేస్ట్ వేసి పచ్చివాసన పోయేవరకు వేయించాలి. తరువాత బియ్యం (ముందే కడిగి వడేసి పెట్టుకోవాలి) వేసి రెండు నిమిషాలు ఆగి ఒక కిలో బియ్యమునకు ఒకటిన్నర లీటర్ల నీళ్ళు (అంటే ఒక గ్లాసు బియ్యమునకు రెండు గ్లాసుల నీళ్ళు చొప్పున) పోసి (ఉప్పు చూసి వేయాలి. ఎందుకంటే రొయ్యలు ఉడకబెట్టినప్పుడు కూడ ఉప్పు వేస్తాము కాబట్టి) ఉడికించి ప్రక్కన బెట్టిన రొయ్యలు కూడ కలిపి అంతా రైస్ కుక్కర్‌లో వేసి మూతపెట్టండి. మధ్యలో ఒకటి రెండుసార్లు కలపండి. ఎక్కువసార్లు కలుపుతుంటే రొయ్య చితికిపోతుంది. అన్నం తయారుకాగానే పైన కొద్దిగా కొత్తిమీర చల్లి వేడివేడిగా తింటే ఎంతో రుచిగా ఉంటుంది. కాంబినేషనుగా పెరుగు పచ్చడి, చికెన్, మటన్ కుర్మాలు బాగుంటాయి. రొయ్యలు వేసేటప్పుడు అన్నం సగం ఉడికిన తరువాత వేస్తే రొయ్యలు మరీ మెత్తగా కాకుండ బాగుంటుంది. రొయ్యలు వేసేటప్పుడు గరంమసాల కలపండి. మసాల ఎక్కువ వద్దనుకునేవారు ఇది వేయకపోయినా బాగుంటుంది.

రొయ్యల వేపుడు

కావలసిన పదార్థాలు

రొయ్యలు	అర కిలో (ఒలిచి శుభ్రం చేసుకోవాలి)	ఉల్లిపాయలు	ఒకటి (ముక్కలు కోయాలి)
పచ్చిమిర్చి	మూడు (ముక్కలు కోయాలి)	కారం	ఒక స్పూను
పసుపు	పావు స్పూను	ఉప్పు	రుచికి సరిపడా
టొమాటోలు	నాలుగు (ముక్కలు చేసి పెట్టుకోవాలి)	అల్లం, వెల్లుల్లి పేస్ట్	ఒక టేబుల్ స్పూను
లవంగాలు	రెండు	దాల్చినచెక్క	2" ముక్క
యాలకులు	రెండు	షాజీరా	చిటికెడు
నూనె	రెండు టేబుల్ స్పూన్లు	కొత్తిమీర, పుదీనా	
గరం మసాలా	ఒక స్పూను	పెరుగు	అర కప్పు

తయారుచేయు విధానము: నాన్‌వెజ్ ఏదయినా ఉడకబెట్టేటప్పుడు కొద్దిగా పెరుగు కలిపితే బాగుంటుంది. వెయ్యకపోయినా ఫరవాలేదు. కూర చేసేటప్పుడు ఒక చెక్క నిమ్మరసం కలిపినా సరిపోతుంది.

స్టౌ మీద కుక్కర్‌పెట్టి రొయ్యలు, ఉప్పు, సగం అల్లంవెల్లుల్లి పేస్టు, పసుపు, పెరుగు కలిపి రెండు విజిల్స్ వచ్చేవరకు ఉంచి దించేయాలి. మరల స్టౌ మీద బాణలి పెట్టి నూనెవేసి కాగిన తరువాత లవంగాలు, పట్ట, యాలకులు, షాజీర వేసి కొద్దిగా పుదీనా కూడ వేసి వేగిన తరువాత ఉల్లిపాయ, పచ్చిమిర్చి ముక్కలు వేసి వేయించాలి. అల్లం, వెల్లుల్లి పేస్టు వేసి పచ్చివాసన పోయిన తరువాత టొమాటో ముక్కలు వేసి సగం ఉడికిన తరువాత ఉడకబెట్టి ప్రక్కన పెట్టిన రొయ్యలు వేయాలి. వేగేటప్పుడే గరం మసాలా కూడ వేయండి. కారం, పసుపు, ఉప్పు కూడ వేయాలి. ఉప్పు మాత్రం చూసుకోండి. ఎందుకంటే రొయ్యలలోకి కూడ వేస్తాము కాబట్టి. అంతా కలిపి బాగా ఉడికిన తరువాత నూనె వదిలేటప్పుడు తరిగిన కొత్తిమీర వేసి ఆపేయాలి. బాగా పొడిగా కావాలంటే టొమాటోలు లేకుండా చేయవచ్చు. అన్నంలోకి, చపాతీలలోకి, దోశల లోకి చాలా బాగుంటుంది.

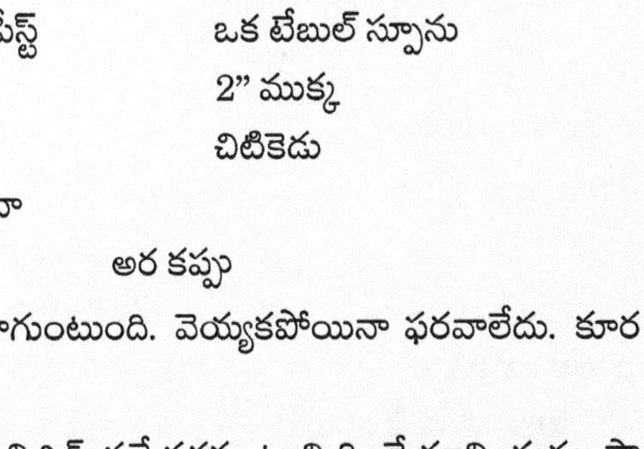

చేపల పులుసు

కావలసిన పదార్థాలు

చేపలు (కొర్రమీను / రవ్వ చేప)	ఒక కిలో
ఉల్లిపాయలు	రెండు
పచ్చిమిరపకాయలు	ఐదు
అల్లం, వెల్లుల్లి పేస్ట్	2 స్పూన్లు
చింతపండు	పెద్ద నిమ్మకాయంత
టొమాటోలు	పావు కిలో
నూనె	50గ్రా.
ఉప్పు	సరిపడా
కారం	రెండు స్పూన్లు
పసుపు	అర స్పూను
కరివేపాకు	
ధనియాల పొడి	రెండు స్పూన్లు
జీలకఱ్ఱ పొడి	ఒక స్పూను
మెంతులు	అర స్పూను

తయారుచేయు విధానము

ముందుగా చేపలు శుభ్రం చేసుకుని ముక్కలుగా కోసి పెట్టుకోవాలి. ఉల్లిపాయలు, పచ్చిమిరపకాయలు ముక్కలు కోసి పెట్టుకోవాలి. చింతపండు కడిగి వేడి నీళ్ళలో నానబెట్టి ఉంచాలి. టొమాటోలు కూడా కోసి పెట్టుకోవాలి. చేపముక్కలు కొద్దిగా ఉప్పు, పసుపు వేసి బాగా కడిగిపెట్టుకోవాలి. స్టౌ మీద చేపలు కూర వండటానికి వెడల్పాటి, ఎత్తు తక్కువ ఉండే పాత్ర పెట్టి నూనె వేయాలి. నూనె కాగిన తరువాత మెంతులు వేసి వేగిన తరువాత ఉల్లిపాయలు, పచ్చిమిరపకాయల ముక్కలు, కరివేపాకు వేసి వేగిన తరువాత ధనియాలు, జీలకఱ్ఱ పొడివేసి, టొమాటో ముక్కలు, అల్లం-వెల్లుల్లి పేస్ట్ వేయాలి. బాగా వేగిన తరువాత చేపల ముక్కలు వేసి ఉప్పు, కారం, పసుపు వేసి ఒక నిముషం ఆగి నానబెట్టిన చింతపండు రసం పోసి బాగా ఉడకనిచ్చి పులుసు దగ్గరపడ్డ తరువాత కొత్తిమీర తరుగువేసి దించేయాలి. చేపల పులుసు చిక్కగా ఉంటేనే బాగుంటుంది.

ఇలాగే టొమాటో బదులు మామిడికాయ ముక్కలు, చింతచిగురు పొడి కూడా వేసి చేయవచ్చు. ఏదయినా చాలా రుచిగానే ఉంటుంది.

పులస చేపల పులుసు

కావలసిన పదార్థాలు

చేప ముక్కలు	10	ఉప్పు	1 స్పూను
కారం	2 1/2 స్పూన్‌లు	పసుపు	1/4 స్పూన్
ఉల్లిపాయలు	4 (ముక్కలు కోసి సగం ముందు వేయాలి)	పచ్చిమిర్చి	10 (సగానికి చీరినవి)
బెండకాయలు	4	నెయ్యి కానీ, వెన్న కానీ	1 స్పూన్
ఆవకాయ పచ్చడి మీద నూనె	1 స్పూన్	ధనియాలు+మెంతులు	1 స్పూను (వేయించి చేసిన పొడి)
పంచదార (కొద్దిగా)	1/4 స్పూన్	జీలకఱ్ఱ+అల్లం+వెల్లుల్లి	2 టేబుల్‌స్పూన్లు (సగం)
		(నూరిన ముద్ద)	
		చింతపండు	125 గ్రా. (నానబెట్టి గుజ్జు తీయాలి)

తయారుచేయు విధానము

అన్నీ ముక్కలలో కలపాలి (ముందు కొంచెం నీరు కూడా కలపాలి). తరువాత మనకు కావలసినంత పల్చగా అయ్యేవరకు నీటిని కలపాలి. తరువాత చింతపండు గుజ్జు కలిపి, ముక్కలు మునిగే వరకు నీటిని కలిపి స్టౌమీద లోతు తక్కువగా ఉండే గిన్నెలో అన్నీ వేసి, ముందు 20 నిమిషాలు ఎక్కువ సెగమీద, తరువాత సిమ్ మీద పెట్టాలి. పులుసు 15 నిమిషాలు ఉడికి ముక్క ఉడికిన తరువాత మిగిలిన అల్లం-వెల్లుల్లి పేస్టు వేసి ఉప్పు సరిచూసుకుని స్టౌ ఆపేయాలి. దించేముందు కొత్తిమీర వేయాలి. పులుసు తయారయినట్లే. ఇది వెంటనే కన్నా రెండవ రోజు చాలా రుచిగా బాగుంటుంది.

చేపల కూర వేపుడు-1

కావలసిన పదార్థాలు

చందువా చేపలయితే బాగుంటాయి (ఏ చేపతో అయినా చేయవచ్చు)

చేపలు	ఒక కిలో
చిక్కటి చింతపండు గుజ్జు	మూడు స్పూన్లు
అల్లం, వెల్లుల్లి పేస్టు	రెండు స్పూన్లు
కారం	రెండు స్పూన్లు
పసుపు	అర స్పూను
ఉప్పు	సరిపడా
నూనె	50గ్రా.

కొత్తిమీర తరుగు, పచ్చిమిరపకాయల చీలికలు పైన వేయటానికి

తయారుచేయు విధానము

శుభ్రం చేసుకున్న చేప ముక్కలకు చింతపండు గుజ్జు, ఉప్పు, కారం, పసుపు, అల్లంవెల్లుల్లి పేస్టు పట్టించి ఒక అరగంట వదిలేయాలి. తరువాత స్టౌ మీద పెనంపెట్టి కొద్దిగా నూనెవేస్తూ ఈ ముక్కలను రెండు ప్రక్కలా కాలేలా వేయించుకోవాలి. ఇష్టమయితే బాణలిలో నూనెవేసి డీప్ ఫ్రై కూడా చేయవచ్చు. నూనె ఎక్కువ వద్దనుకుంటే పెనంపైన కాల్చుకోవచ్చు. అన్నీ వేగిన తరువాత డిష్‌లో పేర్చి పైన కొత్తిమీర తరుగు, పచ్చిమిర్చి చీలికలు వేస్తే చూడటానికి బాగుంటుంది. రుచిగా ఉంటుంది.

చేపల పులుసు-2

కావలసిన పదార్థాలు

చేపముక్కలు	1 కేజి
చింతపండు	25 గ్రా. (నానబెట్టి గుజ్జు తీయాలి)

తయారుచేయు విధానము

1. టమాటాలు 4 ఉడకబెట్టి తోలు తీసి గ్రైండ్ చేయాలి.
2. ఉల్లిపాయలు పెద్దవి 2 ముక్కలు చేయాలి. దీనిలో కొద్దిగా అల్లం, వెల్లుల్లిపాయలు వేసి వేయించి గ్రైండ్ చేయాలి. ఉల్లిపాయలు నూనెలో మగ్గించాలి. దీనిని గ్రైండ్ చేయాలి.
3. దాల్చిన చెక్క కొద్దిగా, లవంగాలు 4, యాలకులు 2, మెంతులు, జీలకఱ్ఱ, ధనియాలు, ఎండుమిర్చి 6, ఆవాలు, కొద్దిగా ఎండు కొబ్బరి అన్నీ లైట్‌గా వేయించి పొడిచేసి పెట్టుకోవాలి.

   స్టౌ మీద బాణలి పెట్టి 1 కప్పు నూనె వేసి, కరివేపాకు, ఉల్లి కాడలు, మెంతికూర, అల్లం-వెల్లుల్లి కలిపి వేయించాలి. పసుపు, ఉప్పు, కారం కలిపి వేయించాలి. టమాట గుజ్జు వేయాలి. ఇప్పుడు ముక్కలు వేసి కొద్దిగా వేయించి చింతపండు గుజ్జు, నీరు కలిపి పోయాలి. ముక్క మునగాలి. ఇదంతా స్టౌ సిమ్ మీద చేయాలి. దీనిలో ఇలా మరిగేటప్పుడు మిర్చి అన్నీ కలిపి గ్రైండ్ చేసిన పొడి వేయాలి. ఉప్పు చూసి కొత్తిమీర వేసి దింపేయాలి.

చేపల పచ్చడి

కావలసిన పదార్థాలు

చేపల ముక్కలు	1 కేజి
ఉప్పు	50 గ్రా.
సాంబారు కారం	1 స్పూన్
అల్లం-వెల్లుల్లి పేస్టు	2 స్పూన్‌లు
నిమ్మచెక్క	2
ధనియాలు	
లవంగాలు	10
వెల్లుల్లి	10 రేకలు
దాల్చిన చెక్క	1”

తయారుచేయు విధానము: ఉప్పు, కారం, కలిపి 2 గం॥ ప్రక్కన పెట్టు కోవాలి. కొద్దిగా అల్లం-వెల్లుల్లి పేస్టు కూడా కలపాలి. స్టౌ మీద పాన్ పెట్టి ధనియాలు, లవంగాలు, దాల్చిన చెక్క లైట్‌గా వేయించి పొడి చేసుకోవాలి. పాన్‌లో నూనెపోసి ఒక్కో ముక్క జాగ్రత్తగా వేయించు కోవాలి. ఇవి తీసిన తరువాత అల్లం-వెల్లుల్లి పేస్టు, క్రష్ చేసిన వెల్లుల్లి, కొంచెం ఉప్పు, కారం వేసి ఆ నూనెలో ఈ మసాల వేయించిన తరువాత చేప ముక్కలు కలిపి ఆరిన తరువాత నిమ్మరసం కలిపి జాడీలో పెట్టుకుని వాడుకోవచ్చు. నూనె మాత్రం పై వరకు పోయాలి.

చేపల కూర వేపుడు-2

తయారుచేయు విధానము

చేపల ముక్కలలో పసుపు, ఉప్పు, కారం, ధనియాలు, జీలకఱ్ఱ పొడి, గరంమసాలా అర స్పూన్, ఎండు కొబ్బరిపొడి ఒకటిన్నర స్పూన్, వెల్లుల్లి, అల్లంముద్ద 2 స్పూన్స్ వేసి, అర స్పూన్ జీలకఱ్ఱ కలిపి ఒక అర లీటరు నీళ్ళు పోసి బాగా పైకి, క్రిందకి కలపాలి. స్టౌ మీద బాణలి పెట్టి ఒక కప్పు నూనె వేసి పెద్ద ఉల్లిపాయలు 2 నిలువుగా తరిగి నూనెలో వేయాలి. వేగిన తరువాత ఉప్పు, పసుపు, మెంతికూర అరకట్ట వేసి పచ్చిమిర్చిముక్కలు, అల్లం-వెల్లుల్లి పేస్టు, కారం వేసి, కరివేపాకు వేసి కలిపి పెట్టుకున్న చేపలు ముక్కలు చేసి ముక్కలు కొంచెం మునిగేటట్లు (తడిపొడిగా) నీరు పోసి ముక్కలు ఉడికేదాకా ఉంచి, నీరు ఇగిరేటట్లు సన్న మంట మీద ఉంచాలి. తరువాత కొత్తిమీర కలిపి, ఉప్పు రుచిచూసి స్టౌ ఆపేయండి.

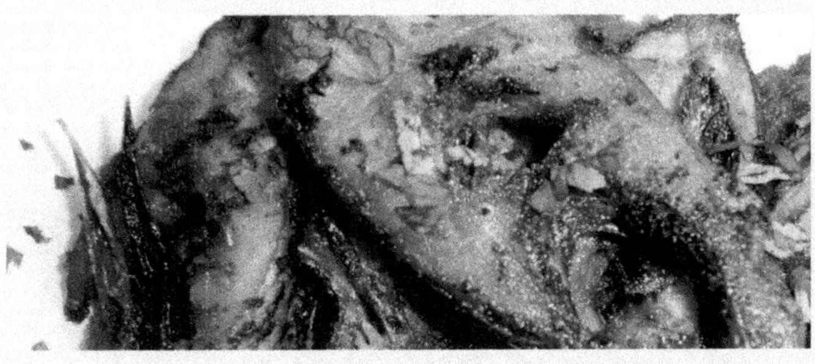

పీతల వేపుడు

కావలసిన పదార్థాలు

పీతలు (పెద్దవి)	750గ్రా. (పీతలు బాగా 4, 5 సార్లు కడగాలి)
పసుపు	1/2 స్పూను
కారం	6 స్పూన్లు
ఉప్పు	2 స్పూన్లు
కొబ్బరిపొడి	5 గ్రా.
గరంమసాల	5 గ్రా.
ధనియాలు+జీలకఱ్ఱ పొడి	5 గ్రా.
అల్లం-వెల్లుల్లి పేస్టు	2 స్పూన్లు
మెంతికూర	2 కట్టలు (చిన్నవి)
ఉల్లికాడలు	కొద్దిగా
నల్లయాలకులపొడి	2 స్పూన్‌లు
జాజికాయపొడి	కొద్దిగా
ఉల్లిపాయలు	2 పెద్దవి (పొడుగ్గా చీలికలు చేయాలి)
పచ్చిమిర్చి	సగం కోసినవి 8

తయారుచేయు విధానము: స్టౌమీద పాన్ పెట్టి పసుపు, ఉప్పు వేసి బాగా కడిగిన పీతలు 750గ్రా, ఉల్లిముక్కలు వేసి (ముందుగా పాన్‌లో నూనె వేసి) (పీతలు వేసే ముందే నల్లయాలకులపొడి, జాజికాయ పొడి వేయాలి) పైకి క్రిందకి కలుపుతూ 15 నిమిషాలు మగ్గనివ్వాలి. 5స్పూన్లు కారం, 2స్పూన్లు ఉప్పు, పసుపు 1/2 స్పూన్ వేయాలి. ఇంకో 10 నిమిషాలు వేగనిచ్చి, మెంతి ఆకులు, ఉల్లికాడలు వేసి ఇంకో 5ని. వేగనివ్వాలి. ధనియాలు జీలకఱ్ఱ పొడి 5 గ్రా., కొబ్బరిపొడి 5 గ్రా., గరం మసాల 5 గ్రా. వేసి మరో 3 నిమిషాలు వేగనిచ్చి పచ్చిమిరప కాయ ముక్కలు కూడా వేసి ఇంకో నిమిషమాగి ఉప్పు సరిచూసుకుని కొత్తిమీర వేసి దించేయాలి. పీతలు వేసినప్పుడే ఉల్లిపాయముక్కలు కూడ వేయాలి. మెంతికూర, ఉల్లికాడలు గ్రేవి కొఱకు చాలా రుచిగా ఉంటాయి.

పీతల పులుసు, కుర్మా, కర్రీ

కావలసిన పదార్థాలు

పీతలు	1 1/2 కేజి

తయారుచేయు విధానము

ముందుగా పీతలు రెండు – మూడు సార్లు బాగా కడిగి, తరువాత ఉప్పు, పసుపు వేసి మరలా బాగా కడిగి ప్రక్కన పెట్టుకోవాలి. స్టౌమీద పాన్ పెట్టి 50 గ్రా. నూనె వేయాలి. నూనెలో షాజీరా ఒక స్పూన్, కసూరిమేతి కొద్దిగా పీతలు వేసి ఫ్రై చేయాలి. రెండు స్పూన్స్ అల్లం-వెల్లులి పేస్ట్ వేయాలి. గిన్నెలో నీరు, మరో స్టౌమీద 4 టమాటాలు, 2 పెద్ద ఉల్లిపాయ ముక్కలు వేయాలి. 10 జీడిపప్పు, కర్బూజా గింజలు వేసి ఉడకనివ్వాలి.

పీతలు వేయించుతూ 10ని. వేగనివ్వాలి. తరువాత ఉప్పు కారం వేసి మూతపెట్టాలి. ఉల్లికాడలు వేయండి. గిన్నెలో వేసిన టమాటాలు, జీడిపప్పు, కర్బూజా గింజలు ఉల్లిపాయముక్కలు స్ట్రెయినర్‌లో వడపోసి అన్నీ కలిపి గ్రైండ్ చేయాలి.

పీతలు వేగిన తరువాత నూరిపెట్టుకున్న పేస్ట్ వేసి 2 స్పూన్లు ఉప్పు, 6 స్పూన్లు కారం వేయాలి. గసాలు, ఎండుకొబ్బరి కూడ టమాటాలతో పేస్ట్ చేయాలి. అన్నీ వేసిన తరువాత వడపోసిన నీరు మనకు కావలసినంత పోయాలి. దీనిలో చిలికిన పెరుగు కూడ వేయాలి. స్టౌ మీదనే ఉడకనివ్వాలి. తరువాత పచ్చిమిర్చి 5 లేక 6 వేయాలి. ధనియాలు+జీలకఱ్ఱ పొడి వేయాలి. అంతా కలిపి 25 ని. లేక అర గంట ఉడికితే బాగుంటుంది. గరంమసాల ఒక స్పూను, కొత్తిమీర వేయాలి. ఉప్పు సరిచూసుకుని దించేయండి.

ఇదేరకంగా చికెన్, మటన్, గుడ్లు, ప్రాన్స్ కూడ చేయవచ్చు.

మటన్ పచ్చడి (పికెల్)

కావలసిన పదార్థాలు

మటన్	1 కిలో (చిన్న ముక్కలుగా తీసుకోవాలి)	ఉప్పు	1 స్పూన్ (మటన్‌కు కలపాలి)
పసుపు	1 స్పూన్ (మటన్‌కు కలపాలి)	అల్లం + వెల్లుల్లి పేస్ట్	1 స్పూన్

తయారుచేయు విధానము: ముందుగా మటన్ నీళ్లలో బాగా కడగాలి. మటన్‌లో ఇవి వేసి బాగా కలిపి కుక్కర్‌లో వేసి స్టౌమీద పెట్టాలి. ముందు సన్న మంట మీద పెడితే దానిలో వచ్చే నీరే సరిపోతుంది. నీరు ఊరిన తరువాత కుక్కర్‌లో 10 విజిల్స్ వచ్చాక కుక్కర్‌ను మరల సిమ్‌లో పెట్టి నీరంతా ఆవిరి అయిపోనివ్వాలి.

ఇంకో స్టౌమీద పాన్‌పెట్టి నూనె వేసి హైలో ఉంచి కాగిన తరువాత ఉడికిన మటన్ వేడి మీదనే నూనెలో వేసి వేయించాలి. దానిలో 10 పచ్చిమిర్చి వేయాలి. కలరు మారిన తరువాత కరివేపాకు వేసి వేగిన తరువాత ఇది చల్లారిన తరువాత 3 టేబుల్ స్పూన్స్ కారం, ధనియాలు+జీలకఱ్ఱ పొడి వేయాలి. 4 నిమ్మకాయల రసం కలపాలి. గరంమసాల ఒక స్పూను వేయాలి. బాగా కలిపి మటన్ వేయించిన నూనె దీనిలో వేసేయాలి. ఉప్పు చూసుకుని వలిచిపెట్టుకున్న 10 వెల్లుల్లి అలాగే వేసేయాలి. ఉప్పు, నూనె సరిగ్గా ఉంటే పచ్చడి ఒక నెలపాటు బాగుంటుంది. ఫ్రిజ్‌లో పెడితే 2 నెలలవరకు బాగా ఉంటుంది. నీరు లేకుండా మటన్ వేగాలి. నూనెలో వేసేటప్పుడు మటన్ బాగా వేడిగా ఉండాలి.

Sweets

బొబ్బట్లు

తీపి వంటకాలలో బొబ్బట్టుకే మొదటిస్థానం. దండిగా నిండుగా సంతృప్తినిస్తుంది ఈ బొబ్బట్టు. వేడి బొబ్బట్టులో కరిగిన నెయ్యి పోసుకుని తింటుంటే ఎంతో హాయిగా ఉంటుంది. బొబ్బట్టులో చిక్కటి పాలు పోసుకుని తింటే ఆ మజానే, ఆ రుచే వేరు.

రవ్వ బొబ్బట్లు

కావలసిన పదార్థాలు

బొంబాయి రవ్వ	అర కిలో
పంచదార	అర కిలో
మైదాపిండి	అర కిలో
నెయ్యి	50గ్రా.
యాలకులు (పొడి)	ఆరు

తయారుచేయు విధానము

ముందు స్టౌ మీద మందపాటి గిన్నెపెట్టి బొంబాయి రవ్వ పోసి దోరగా వేయించుకోవాలి. వేగాక మరో గిన్నెలో పంచదార పోసి కొద్దిగా నీళ్ళుపోసి మరిగిన తరువాత రవ్వపోసి ఉండలు కట్టకుండా నెయ్యివేసి సన్నని సెగపై ఉడకనివ్వాలి. చక్కగా మగ్గిన తర్వాత దింపేయాలి. మైదాపిండిలో కొద్దిగా నూనెవేసి నీళ్ళతో పూరీ పిండిలాగా ముద్దగా కలుపుకుని ఒక గంట నాననివ్వాలి. తరువాత చిన్న ఉండలు చేసుకుని పూరీలలాగా ఒత్తుకుని మధ్యలో రవ్వ ముద్ద పెట్టి చుట్టూ అంచులు మూసి కవరుకు నూనెరాసి హల్వా పూరీ ఉండను నూనెచేత్తో పలుచగా పూరీలాగా వత్తాలి. తర్వాత ఒక్కొక్క రవ్వ బొబ్బట్టును స్టౌ మీద పెట్టిన పెనం వేడెక్కిన తర్వాత నూనె వేస్తూ రెండు వైపులా దోరగా కాల్చుకోవాలి. వేపు ఎక్కువయితే కరకర లాడుతాయి. ఓ వేపు తక్కువగా తీసుకుంటే హల్వా బొబ్బట్లు మెత్తగా బాగుంటాయి.

శనగ బొబ్బట్లు

కావలసిన పదార్థాలు

పచ్చిశనగపప్పు	అర కిలో
బెల్లం	అర కిలో
మైదాపిండి	పావు కిలో
నూనె	పావు కిలో
యాలకులు (పొడి)	ఆరు

తయారుచేయు విధానము

ముందుగా శనగపప్పును శుభ్రం చేసుకుని కడగాలి. రెండు గ్లాసుల నీళ్ళు మరగబెట్టి కడిగిన శనగపప్పు వేసి మెత్తగా ఉడికించాలి. ఉడికిన తర్వాత నీళ్ళు వార్చి పప్పును ఆరబెట్టాలి. ఆరబెట్టిన శనగపప్పును రోట్లో వేసి కొంచెం నలిగిన తరువాత ముందుగా తరిగి పెట్టుకున్న బెల్లం పొడి, యాలకుల పొడిచేసి నీళ్ళు చల్లకుండా, పలుకు లేకుండా రుబ్బుకోవాలి. తరువాత మైదాపిండిలో నూనె వేసి పూరీ పిండిలాగా కలుపుకోవాలి. ఈ మైదా ముద్దను కనీసం ఒక గంటసేపు నానబెట్టాలి. నానిన మైదాపిండి ముద్దను చిన్న చిన్న ఉండలుగా చేసుకుని చపాతీ మాదిరిగా ఒత్తుకుని చపాతీ మధ్యలో రుబ్బి పెట్టుకున్న పూర్ణం పిండిని చిన్న ఉండను పెట్టుకుని చుట్టూ అంచులు మడిచి నూనె చేతికి అద్దుకుని పూర్ణం బయటకు రాకుండా వెడల్పుగా వత్తుకోవాలి. స్టౌ మీద పెనం పెట్టుకుని వేడి అయిన తరువాత ఒక అరచెంచా నూనెవేసి ఒత్తిపెట్టుకున్న బొబ్బట్టు వేసి సన్నటి సెగమీద కాలనీయాలి. కాలాక మళ్ళీ తిరిగవేసి కాల్చాలి. రెండు వైపులా కాలిన తరువాత తీసి పెట్టాలి. అలా అన్నీ కాల్చుకున్న తరువాత ఈ వేడివేడి బొబ్బట్లలో కరిగించిన నెయ్యి వేసుకుని తింటే చాలా రుచిగా ఉంటుంది. అసలు బొబ్బట్టు కాల్చడానికి నూనె బదులు నేయి అయితే బాగుంటుంది.

రవ్వ కేసరి

కావలసిన పదార్థాలు

బొంబాయి రవ్వ	1 గ్లాసు
పంచదార	1 1/2 గ్లాసు
పాలు	3 గ్లాసులు
నెయ్యి	1 1/2 కప్పు
జీడిపప్పు	15
కిస్మిస్	8
కేసరి రంగు	చిటికెడు

తయారుచేయు విధానము:

స్టౌ మీద బాణలి పెట్టి రెండు టీ స్పూన్‌ల నెయ్యివేసి జీడిపప్పు, కిస్మిస్ దోరగా వేయించి ప్రక్కన పెట్టాలి. అదే బాణనలిలో మరో రెండు టీ స్పూన్‌ల నెయ్యివేసి రవ్వ 5 నిమిషాలు పాటు మంచి వాసన వచ్చేవరకు వేయించాలి. ఒక వెడల్పుగా ఉండే గిన్నెలో పాలు కాగనిచ్చి, పాలలో రవ్వ వేసి ఉండలు కట్టకుండా కలుపుతూ ఉండాలి. పాలలో రవ్వ ఉడికిన తరువాత నెయ్యి కొద్దికొద్దిగా వేస్తూ ఉడికిన తరువాత నెయ్యి బయటకు వచ్చేటప్పుడు జీడిపప్పు, కిస్మిస్ కలిపి వేరే గిన్నెలోకి మార్చుకోవాలి.

పెసర బొబ్బట్లు

కావలసిన పదార్థాలు

చాయ పెసరపప్పు (పొట్టులేనిది)	పావు కిలో
పంచదార	పావు కిలో
పేణీ రవ్వ	పావు కిలో
నెయ్యి	150గ్రా.
యాలకులు (పొడి)	ఆరు

తయారుచేయు విధానము

ముందుగా పెసరపప్పు శుభ్రం చేసుకుని ఒక గంట నానబెట్టాలి. నానిన పెసరపప్పును మెత్తగా రుబ్బుకోవాలి. రుబ్బిన ముద్దను ఆవిరిపై ఉడికించుకోవాలి. ఉడికిన ముద్ద చల్లారిన తర్వాతా చిదిమి పొడిగా చేసుకోవాలి. పంచదారలో కొద్దిగా నీళ్ళు పోసుకుని తీగపాకం పట్టి పెసరపిండిని అందులో వేసి ఉడుకుతుండగా యాలకుల పొడి వేసి గట్టిపడే వరకూ ఉంచాలి. దించి చల్లారిన తరువాత చిన్న చిన్న ఉండలు చేసుకోవాలి. పేణీ రవ్వలో నూనెవేసి నీరు కలిపి పూరీల పిండిలాగా కలిపి ఒక గంట నాననివ్వాలి. తర్వాత ఒక పాలిథిన్ కవరుగానీ లేక అరటి, బాదం ఆకులుగానీ తీసుకుని పూరీ పిండిని చిన్న చిన్న ఉండలుగా చేసి పూరీలాగా ఒత్తుకోవాలి. మధ్యలో పూర్ణం ఉండను ఉంచి అంచులు మడిచి నూనెచేతిలో గుండ్రంగా ఒత్తి పెనం మీద నూనె వేసి రెండువైపులా కాల్చితీయాలి. వేడిగా తింటే ఒక రకంగాను, ఆరిన తరువాత ఇంకో రకం రుచిగాను ఉంటాయి. ఎలా ఇష్టం ఉన్నవారు అలా తినవచ్చు.

కొబ్బరి బొబ్బట్లు

కావలసిన పదార్థాలు

కొబ్బరికాయ	ఒకటి
బెల్లం	పావు కిలో
మైదాపిండి	పావు కిలో
నూనె	150గ్రా.
యాలకులు (పొడి)	ఆరు

తయారుచేయు విధానము

ముందుగా ముదిరిన కొబ్బరికాయను తీసుకుని దానిని పగులగొట్టి కొబ్బరి చిప్పలను కోరుకోవాలి. బెల్లం తరుక్కొని పొడిగా చేసి పెట్టుకోవాలి. కొబ్బరి కోరును, బెల్లం పొడి ఒక గిన్నెలో వేసి కొద్దిగా నీళ్ళు కలిపి బాగా ఉడకనివ్వాలి. బెల్లం పాకం వచ్చి కొబ్బరి గట్టిపడి ముద్దగా అయిన తరువాత యాలకుల పొడివేసి దించాలి. బాగా గట్టిపడగానే తీసి చిన్న చిన్న ఉండలుగా చేసుకోవాలి. మైదా పిండిలో కొంచెం నూనెవేసి నీళ్ళు కలిపి పూరీ పిండిలాగా కలుపుకోవాలి. రెండు గంటలు నాననిచ్చి నానిన తరువాత చిన్న ఉండలుగా చేసి పూరీలలాగా ఒత్తుకుని అందులో కొబ్బరి ముద్దపెట్టి అంచులు మూసి బొబ్బట్లు ఒత్తుకుని స్టౌ మీద పెట్టిన పెనం వేడెక్కిన తరువాత ఒక స్పూను నెయ్యి వేసుకుని పెనంపై వేసి రెండు వైపులా కాలనిచ్చి తీయాలి. అలాగే పిండి అంతా బొబ్బట్లు చేసుకుని కాల్చుకోవాలి. ఇవి వేడిగా తింటే ఒక రకంగా, ఆరిన తరువాత తింటే ఒక రకంగాను ఉంటాయి.

పెసరపప్పు పాయసం

కావలసిన పదార్థాలు

పెసరపప్పు	150 గ్రా.
పాలు	3/4 లీ.
బెల్లం	250 గ్రా.
(తురిమి కొద్దిగా నీరుపోసి ఉడకనివ్వాలి)	
నెయ్యి	50 గ్రా.
జీడిపప్పు	నేతిలో వేయించాలి
యాలకులు	3 (పొడి చేయాలి)
పచ్చి కొబ్బరి	ఒక చిప్ప తురుము (నేతిలో వేయించాలి)

తయారుచేయు విధానము

పెసరపప్పు వేయించి కుక్కర్‌లో ఉడకబెట్టాలి. బెల్లం కరిగి ఉడికిన తరువాత కుక్కర్‌లో ఉడికిన పెసరపప్పు కొద్దిగా ఎనిపి బెల్లంపాకంలో కలిపి జీడిపప్పు, యాలకుల పొడి కలపాలి. పెసరపప్పు, బెల్లం బాగా ఉడికిన తరువాత కాగిన పాలలో కలపాలి. చివరగా నెయ్యి కలపాలి. చాలా రుచిగా ఉంటుంది.

తీపి పాయసం

కావలసిన పదార్థాలు

బియ్యం	రెండు కప్పులు
పాలు	ఆరు కప్పులు
బెల్లం	అర కిలో
యాలకులు (పొడి)	ఐదు
జీడిపప్పు	అర కప్పు (తక్కువయినా ఫర్వాలేదు)
నెయ్యి	2 స్పూన్‌లు (జీడిపప్పు వేయించడానికి)
కిస్‌మిస్ (ఇష్టమైనవారు)	

తయారుచేయు విధానము

స్టౌ మీద మందపాటి గిన్నెపెట్టి పాలుపోసి (కొద్దిగా నీళ్ళు కలపాలి, అడుగంటకుండా ఉంటుంది) కాగనివ్వాలి. పొంగు వచ్చిన తరువాత బియ్యంకడిగి పాలలో వేయాలి. ఉడికిన తరువాత (బెల్లం తురిమి ముందే పెట్టుకోవాలి) తురిమిన బెల్లం వేసి బెల్లం కరిగిన తరువాత నేతిలో వేయించిన జీడిపప్పు, కిస్‌మిస్ వేసి యాలక్కాయల పొడి కూడా వేసి కలిపి దించుకోవాలి. బియ్యం సాంతం ఉడికిన తరువాతనే బెల్లం వేయాలి. లేకపోతే బియ్యం ఉడకకుండా పలుకుగానే ఉంటుంది.

ఇదేవిధంగా... పంచదారతో కూడా చేసుకోవచ్చు. బెల్లంకానీ పంచదార కానీ వేరే గిన్నెలో కొద్దిగా నీరు చేర్చి స్టౌ మీద పెట్టి కరిగిన తరువాత పాలలో ఉడికిన దానిలో కలుపవచ్చు. డైరెక్టుగా కలిపినా ఫరవాలేదు. అన్నీ సరిగ్గా వేసి చేస్తే చాలా రుచిగా ఉంటుంది.

క్యారెట్ పాయసం

కావలసిన పదార్థాలు

క్యారెట్ తురుము	రెండు కప్పులు
పంచదార	ఒక కప్పు
పాలు	అర లీటరు
యాలకులు	ఐదు
జీడిపప్పు	25గ్రా.
బాదంపప్పు	15గ్రా.
నెయ్యి	50గ్రా.
కిస్‌మిస్	15గ్రా.

తయారుచేయు విధానము

స్టౌ మీద బాణలి పెట్టి రెండు చెంచాల నెయ్యివేసి క్యారెట్టు తురుము పచ్చి వాసన పోయేవరకు వేయించాలి. తరువాత జీడిపప్పు, కిస్‌మిస్ కూడా వేయించి ప్రక్కన పెట్టుకోవాలి. ఒక గిన్నెలో పాలు పోసి స్టౌ మీద పెట్టాలి. ఒక కప్పు నీళ్ళు కూడా కలపాలి. పాలు కాగిన తరువాత క్యారెట్టు తురుము వేసి ఉడకబెట్టాలి. ఉడికిన తరువాత చక్కెర, యాలకుల పొడివేసి కలిపి రెండు నిముషాలుంచి దించేయాలి. వేయించిపెట్టుకున్న జీడిపప్పు, కిస్‌మిస్‌లతోపాటు నానబెట్టి తోలుతీసిన బాదంపప్పులు కూడా వేసి తయారయిన పాయసం చాలా రుచిగా ఉంటుంది.

సేమియా పాయసం

కావలసిన పదార్థాలు

సేమ్యా	పావు కిలో
పాలు	అర లీటరు
పంచదార	పావు కిలో
యాలకులు (పొడి)	ఆరు
జీడిపప్పు	పది
నెయ్యి	రెండు స్పూన్లు
కిస్‌మిస్	పది

తయారుచేయు విధానము

స్టౌ మీద పాలుపెట్టి కాగిన తరువాత వేయించి పెట్టుకున్న సేమ్యా వేసి ఉడికించాలి. మెత్తగా ఉడికిన తరువాత పంచదార వేసి కరిగిన తరువాత వేయించి పెట్టుకున్న జీడిపప్పు, కిస్‌మిస్, యాలకుల పొడి కలిపి దించుకోవాలి. సేమ్యా చిక్కగా అయి పాలు తక్కువుంటే మరికొంచెం పాలు కలపవచ్చు. పాయసం ఏది చేసుకున్నా పాలలో కొద్దిగా నీరు చేర్చాలి. లేకపోతే మరీ చిక్కగా అయి అడుగంటుతుంది. ఇష్టమయితే సగ్గుబియ్యం కూడా ఒక అర కప్పు వేసుకోవచ్చు. సగ్గుబియ్యం ఉడకటానికి కొంచెం ఎక్కువ సమయం పడుతుంది. కాబట్టి ముందే సగం ఉడికిన తరువాత సేమ్యా వేసుకుంటే సరిపోతుంది.

కొబ్బరి బూరెలు

కావలసిన పదార్థాలు

కొబ్బరికాయ ఒకటి (తురిమి పెట్టుకోవాలి)
బియ్యం ఒక కిలో
(నాలుగ్గంటలు నానబెట్టి పిండి చేసి పెట్టుకోవాలి)
బెల్లం ఒక కిలో (తురిమి పెట్టుకోవాలి)

తయారుచేయు విధానము

స్టౌ మీద పెద్ద గిన్నె పెట్టుకుని బెల్లము ఒక గ్లాసు నీళ్ళు పోసి సన్నని సెగమీద ఉడకబెట్టాలి. కొద్దిసేపు ఉడికిన తరువాత కొబ్బరి కూడ బెల్లంపాకంలో వేయాలి. కొబ్బరి ఉడికి బెల్లం కొద్దిపాకం వచ్చిన తరువాత స్టౌ ఆపేసి బియ్యం పిండి కొద్దికొద్దిగా కలుపుతూ, అంతా ఒక్కసారే గడ్డకట్టకుండా నెమ్మదిగా పిండి బెల్లం పాకంలో కలిసిపోయేటట్లు చేయాలి. మరీ గట్టిగా కాకుండా, జారుగా కాకుండ కలిపి ప్రక్కనపెట్టుకోవాలి. స్టౌ మీద బాణలి పెట్టి నూనెపోసి కాగిన తరువాత పిండి కొద్ది కొద్దిగా చిన్నముద్దలుగా తీసుకుని ఆకుమీదగానీ, పలుచని వస్త్రంమీదగానీ తట్టుతూ బూరెలు చేసుకుని నూనెలో వేసి వేగగానే తీసుకోవాలి. ఇవి చాలా త్వరగా పొంగి కాలుతాయి. ఎక్కువసేపు నూనెలో ఉంచకుండా పొంగగానే ప్రక్కకు తిప్పి కాల్చి తీసివేయవలయును. కొబ్బరి బూరెలు సామాన్యంగా ఇష్టపడని వారుండరు, చాలా రుచిగా ఉంటాయి.

పూర్ణం బూరెలు

కావలసిన పదార్థాలు

పచ్చిశనగపప్పు అర కిలో
బెల్లం అర కిలో
యాలకులు 4 (పొడిచేసి ప్రక్కన పెట్టుకోవాలి)
నూనె బూరెలు వేయించడానికి సరిపడా
మినపప్పు ఒక గ్లాసు
బియ్యం అర గ్లాసు
(మినపప్పు, బియ్యం రెండు గంటల ముందు నానబెట్టి తరువాత దోశపిండి మాదిరిగా మెత్తగా రుబ్బి ప్రక్కన పెట్టుకోవాలి)

తయారుచేయు విధానము

శనగపప్పు ఒక గ్లాసు నీళ్ళుపోసి కుక్కర్‌లో రెండు విజిల్స్ వచ్చేవరకు ఉంచి మూతతీసిన తరువాత నీళ్ళుంటే వంచేసి దానిలో (పప్పులో) బెల్లం తురిమి వేయాలి. మరల స్టౌ మీద పెట్టి సన్నమంటమీద ఉడకబెట్టాలి. ఉడుకుతూ పాకం వచ్చి గట్టిపడిన తరువాత యాలకుల పొడివేసి గ్రైండర్‌లో మెత్తగా చేసుకోవాలి. స్టౌ మీద బాణలిపెట్టి నూనెపోసి కాగిన తరువాత పిండిని చిన్న ముద్దలు చేసుకుని రుబ్బి పెట్టుకున్న మినప్పిండిలో మంచి నూనెలో వేసితీయాలి. అన్నీ అలాగే వేయించు కోవాలి. మినప్పిండి బదులు మైదాపిండి కూడా పై పిండి కొరకు వాడవచ్చు. పండుగలకు, పూజలప్పుడు ఈ పిండి వంట తప్పకుండా చేసుకుంటారు. చాలా రుచిగా ఉంటాయి.

సాదా బెల్లం బూరెలు

కావలసిన పదార్థాలు

బియ్యం అర కిలో
బెల్లం అర కిలో
నూనె పావు కిలో

తయారుచేయు విధానము

బియ్యం 3 గంటలు ముందు నానబెట్టుకుని పిండి పట్టించుకోవాలి. బెల్లం తురిమి గిన్నెలో వేసి ఒక గ్లాసు నీళ్ళు పోసి పాకం పట్టుకోవాలి. తీగ పాకం (లేత) వచ్చిన తరువాత కొద్దికొద్దిగా బియ్యం పిండి పోస్తూ ఉండలు కట్టకుండా కలబెట్టి ముద్దగా అయిన తరువాత ప్రక్కన పెట్టుకోవాలి. (మరీ చాలా పిండిపోసి గట్టిగా చేయకూడదు. చేత్తో చిన్న ముద్ద తీసుకుని బూరె వత్తుతుంటే తేలిగ్గా వత్తగలగాలి. బియ్యంపిండి పోస్తుంటే పాకంలో పడుతున్నట్లే ఉంటుంది. కానీ కాస్సేపటికి గట్టిగా అయిపోతుంది. అందువలన కొంచెం పలుచగా ఉన్నప్పుడే పిండి ఆపేయాలి) తరువాత స్టౌ మీద బాణలి పెట్టి నూనె పోసి కాగిన తరువాత పలుచని బట్టమీదగానీ, అరటి ఆకుమీదగానీ బూరెలు చేత్తో వత్తుతూ నూనెలో వేసి వేయించి తీయాలి. చాలా బాగుంటాయి.

బూంది లడ్డు

కావలసిన పదార్థాలు

శనగపిండి	నాలుగు గ్లాసులు
బియ్యం పిండి	ఒక గ్లాసు
పంచదార	ఐదు గ్లాసులు
జీడిపప్పు	50గ్రా.
యాలకులు	పది
పచ్చకర్పూరం	కొద్దిగా
నానబెట్టి తోలుతీసిన బాదంపప్పులు	కొద్దిగా
కిస్‌మిమ్‌స	కొద్దిగా
బేకింగ్ పొడరు	అర స్పూను
నూనె	అర కిలో

(ప్రత్యేకంగా ఉండే బూందీ చేసే గరిటె కావాలి)

తయారుచేయు విధానము:

శనగపిండి, బియ్యంపిండి, బేకింగ్ పొడరు కలుపుకోవాలి. నీళ్ళు పోస్తూ గరిట జారుగా పిండి కలుపుకోవాలి. స్టౌ మీద బాణలిపెట్టి నూనెపోసి కాగిన తరువాత, కలిపి పెట్టుకున్న పిండి చిన్న గిన్నెతో ముంచి బూందీ గరిటెలో పోసి నూనెలో బూంది దూయాలి. వేగిన తరువాత మరల ఇదే మాదిరి పిండి అంతా చేయాలి. తరువాత పంచదార ఒక గ్లాసు నీళ్ళు పోసి స్టౌ మీద పెట్టాలి. తీగపాకం వచ్చిన తరువాత బూంది, జీడిపప్పు, యాలకుల పొడి, పచ్చ కర్పూరం, చీలికలు చేసిన బాదం పప్పులు, నేతితో వేయించిన కిస్‌మిస్ అన్నీ కలిపి తరువాత లడ్డూలు కావలసిన సైజులో చుట్టుకోవాలి. పాకం సరిగ్గా చూసుకుంటే చాలా బాగా వస్తాయి. రుచిగా కూడా ఉంటాయి.

రవ్వ లడ్డు

కావలసిన పదార్థాలు

బొంబాయి రవ్వ	అర కిలో
పంచదార	కిలో
జీడిపప్పు	25గ్రా.
యాలకులు	ఐదు
నెయ్యి	ఒక టేబుల్ స్పూను
పాలు	పావు కిలో (వేడిగా)

తయారుచేయు విధానము

స్టౌ మీద బాణలి పెట్టి నెయ్యివేసి వేడి అయిన తరువాత బొంబాయి రవ్వ వేసి మంచి వాసన వచ్చేవరకు వేయించాలి. యాలకులు పొడిచేసి పెట్టుకోవాలి. జీడిపప్పు కూడా నేయిలో బంగారురంగు వచ్చేవరకు వేయించి పెట్టుకోవాలి. పాలు బాగా వేడి చేయాలి, పంచదార మిక్సీలో మెత్తగా చేసి ఉంచుకోవాలి. ఒక పెద్ద గిన్నెలో రవ్వ, పంచదార పొడి, జీడిపప్పు, యాలకుల పొడి వేసుకుని కలిపి వేడిపాలు పోస్తూ బాగా కలిపి లడ్డులు చుట్టుకోవాలి. వేడిపాలు పోయటము వలన పంచదార కరుగుతూ లడ్డూలు చేయటానికి బాగా వస్తాయి. ఒక అరగంటలో చేయగలిగిన పిండివంట. రుచిగా కూడా ఉంటుంది.

మైసూర్ పాక్

కావలసిన పదార్థాలు

శనగపిండి	1 గ్లాసు	పంచదార	2 గ్లాసులు
నెయ్యి	2 1/2 గ్లాసులు		

తయారుచేయు విధానము: స్టౌ మీద పాన్ పెట్టి నూనె లేకుండా శనగపిండి మంచి వాసన వచ్చి కొద్దిగా రంగు మారేవరకు వేయించి ప్రక్కన పెట్టుకోవాలి. రెండు గ్లాసుల పంచదారలో అర గ్లాసు నీరుపోసి స్టౌ మీద లేత తీగపాకం వచ్చిన తరువాత వేయించి పెట్టుకున్న శనగపిండి కొద్దికొద్దిగా వేస్తూ ఉండలు కట్టకుండా, ఆపకుండా కలుపుతుండాలి. ఇది కొంచెం గట్టిపడిన సమయంలో బాగా కాగే నెయ్యి కలుపుతూ ఉడకనివ్వాలి. కలుపుతూనే పిండి నేయిని పీల్చుకుని ఉడికిన తరువాత నెయ్యి బయటకు వచ్చేటప్పుడు దించేయాలి. కొద్దిగా లోతుగా ఉన్న గిన్నెకు నెయ్యి రాసి దానిలో ఉడికిన పాకం పోసి కొద్దిగా ఆరిన తరువాత మనకు కావలసిన సైజులో ముక్కలు కట్ చేయాలి. బాగా ఆరిన తరువాత ముక్కలు తీసి జాగ్రత్త చేయాలి.

వెన్న ఉండలు

కావలసిన పదార్థాలు

బియ్యం పిండి	1 కేజీ
(5 లేక 6 గంటలు నానబెట్టి పిండి చేసుకోవాలి)	
పచ్చిపాలు	కొద్దిగా
వెన్న	120 గ్రా.
ఉప్పు	1/2 స్పూను (రుచి కొరకు)

తయారుచేయు విధానము

పిండిలో వెన్న, ఉప్పు వేసి బాగా కలపాలి. బాగా కలిపిన తరువాత దీనిలో కొద్దికొద్దిగా పచ్చిపాలు కలుపుతూ చపాతీ పిండిలాగ కలిపి కొద్దిసేపు నానిన తరువాత గట్టిగా నొక్కుతూ గోలీలంత ఉండలు చేసుకోవాలి. గట్టిగా నొక్కి చేయకపోతే డీప్ ఫ్రై చేసేటప్పుడు పేలతాయి. కాబట్టి గట్టిగా బోలు లేకుండా నొక్కి చేయాలి.

స్టౌ మీద పాన్‌లో పెట్టి నూనెవేసి వేయించుకోవాలి. తరువాత పాకం పట్టుకుని పాకం వచ్చిన తరువాత చేసుకుని వేయించిన వెన్న ఉండలు వేసి ఆరిపోయే వరకు కలిపి అన్నీ విడివిడిగా అయ్యేవరకు ఉంచి తీసుకుని జాగ్రత్త చేసుకోవాలి. ఎంతో రుచిగా ఉంటాయి. పాకం ఉండపాకం రావాలి.

బాసుంది

A milk pudding flavoured with cardamom and nuts.

కావలసిన పదార్థాలు

పాలు	ఒక లీటరు
పంచదార	300గ్రా.
కోవా	300గ్రా.
యాలకుల పొడి	ఒక స్పూను
బాదం పప్పులు	30
కుంకుమ పువ్వు	చిటికెడు
పిస్తా పప్పులు	15

తయారుచేయు విధానము

జీడిపప్పులు రెండు గంటలు గోరువెచ్చని నీటిలో నానబెట్టి మెత్తటి పేస్టులా చేసుకుని ప్రక్కన పెట్టుకోవాలి. స్టౌ మీద మందపాటి పాత్రను పెట్టి పాలుపోసి పొంగు వచ్చిన తరువాత మంట తగ్గించి సన్నటి సెగమీద బాగా మరగనివ్వాలి. పాలు చిక్కగా అయి సగము అయిన తరువాత జీడిపప్పు, యాలకుల పొడి వేసి కలుపుతూ కోవా కూడా వేయాలి. కొద్దిగా .... ఎసెన్సు కలపండి. బాదం, పిస్తాలు సన్నగా తరిగి, స్టౌ మీద నుండి దింపి వేరే గిన్నెలో పోసి తరిగిన నట్స్ వేసి సర్వ్ చేసేముందు చల్లగా ఉండేలా రిఫ్రిజిరేటర్‌లో ఉంచి తీయండి. చల్లగా నట్స్‌తో రుచిగా ఉంటుంది.

బెల్లం కొమ్ములు

కావలసిన పదార్థాలు

గోధుమ పిండి	అర కేజీ
యాలకులు	3
ఉప్పు	అర స్పూను
కాగిన పాలు	
(కొద్దికొద్దిగా వేస్తూ చపాతి పిండిలా కలపాలి)	
నెయ్యి	అర కప్పు వేడిగా
బెల్లం	అర కేజీ
(కలిపిన పిండిమీద మూతపెట్టి 10 ని॥లు ఉంచాలి)	

బెల్లం సన్నగా తరిగి కొద్దిగా నీరుపోసి కరగటానికి ప్రక్కన పెట్టుకోవాలి

తయారుచేయు విధానము

కలిపి పెట్టిన పిండి బాగా కలిపి కొంచెం పెద్దగా చపాతీలు చేసుకుని కత్తితో ఒకే సైజులో సన్నగా కట్ చేసి పెట్టుకుని, స్టౌ మీద పాన్ పెట్టి అర కేజి నూనెపోసి కాగిన తరువాత ముక్కలు వేసి అవి వేగిన తరువాత తీసి ప్రక్కన పెట్టాలి. స్టౌ మీద గిన్నెపెట్టి కొద్దిగా బెల్లం, నీరు అర కప్పు కలిపి బెల్లం కరిగిన తరువాత పాకం వచ్చేవరకు కలుపుతూ ఉండపాకం వచ్చిన తరువాత కట్‌చేసి వేయించి పెట్టుకున్న కొమ్ములు అన్నీ పాకంలో వేసి, అవి ఆరి పాకం కొమ్ములకు పట్టేవరకు కలుపుతూ ఉండి ఆరిన తరువాత జాగ్రత్త చేసుకోవాలి. చాలా రుచిగా ఉంటాయి.

రసమలై

కావలసిన పదార్థాలు

పాలు	లీటరు
వైట్ వెనిగర్	ఒక టీ స్పూన్
పంచదారపాకం	ఒకటిన్నర లీటర్లు
రబ్రి	అర కిలో
పిస్తా పప్పులు	30గ్రా.
పాలలో నానబెట్టిన కుంకుమపువ్వు	కొద్దిగా

తయారుచేయు విధానము

పాలు కాగబెట్టి వేడిగా ఉన్నప్పుడే వైట్ వెనిగర్ కలిపి పలుచని గుడ్డలో వడకట్టుకోవాలి. చల్లారి గడ్డ కట్టాక మృదువుగా కలుపుకోవాలి. చిన్న ఉండలు చేసి అరచేతిలో ఫ్లాట్‌గా నొక్కుకోవాలి. పంచదార పాకంలో వేసి నానిన తరువాత బయటకు తీసి ప్రక్కనే ఉంచి ఆరనివ్వాలి. మరోసారి విడిగా ఉంచిన పాకంలో వేసి కొద్దిసేపుంచి రబ్రీలో వేసి కుంకుమ పువ్వు, బాదం పలుకులతో అలంకరించి వడ్డించాలి. ముందే పాకం కొద్దిగా తీసి ప్రక్కనబెట్టి రెండుసార్లు పాకం వాడాలి.

క్యారెట్ హల్వా - (గాజర్ కా హల్వా)

కావలసిన పదార్థాలు

క్రీమ్ మిల్క్	500మి.లీ.
పంచదార	60గ్రా॥
క్యారెట్ తురుము	250గ్రా॥
కోయా	150గ్రా॥ (తురుము లేదా మెత్తగా చేయాలి)
బాదం పప్పులు	10
జీడిపప్పులు	10
మంచి నెయ్యి	రెండు టేబుల్ స్పూన్లు

తయారుచేయు విధానము

పాలు మందపాటి గిన్నెలో పోసి స్టౌ మీద పెట్టి కాగబెట్టాలి. దీనిలో తురిమిన క్యారట్టు వేసి బాగా కలిపి మూడు నిమిషములు ఉడకనివ్వాలి. అప్పుడప్పుడు కలుపుతూ 20 నిమిషముల పాటు గట్టిపడే వరకు ఉంచాలి. ఇప్పుడు పంచదార వేసి కరిగి కొద్దిగా గట్టిపడ్డ తరువాత నెయ్యి, కోయా, ఎస్సెన్సు వేసి బాగా కలిపి మూడు నాలుగు నిముషాలు ఉంచి దించిన తరువాత నట్స్ అన్ని ముక్కలు చేసి పైన అలంకరించి వేడిగా ఉన్నప్పుడే తింటే బాగుంటుంది.

క్యారెట్ బర్ఫీ

కావలసిన పదార్థాలు

క్యారెట్టు	250గ్రా. (సన్నగా తురిమినది)
పంచదార	100గ్రా.
పాల	అర లీటరు
యాలకుల పొడి	కొద్దిగా
నెయ్యి	30గ్రా.
పిస్తా పప్పు	30గ్రా.
జీడిపప్పు	30గ్రా.

తయారుచేయు విధానము

క్యారెట్టు చెక్కుతీసి శుభ్రంగా కడిగి తురిమి ప్రక్కన పెట్టుకోవాలి. పాలలో ఈ తురుము వేసి బాగా ఉడికించాలి. పంచదార కలిపి అంచులు విడిపడే వరకు ఉడికించి నెయ్యి, యాలకుల పొడి కలిపి కొద్దిగా ఆరిన తరువాత నెయ్యిరాసిన పళ్ళెంలో పరచి పైన పిస్తా పప్పులతో అలంకరించి ముక్కలుగా కోసుకోవాలి.

కారమెల్ కస్టర్డ్

కావలసిన పదార్థాలు

పాలు	అరలీటరు	గుడ్లు	3
పంచదార	5 టేబుల్ స్పూన్లు	వెనీలా ఎసెన్సు	రెండు స్పూన్లు

తయారుచేయు విధానము

కారమెల్ తయారీకి, ఐదు టేబుల్ స్పూన్ల పంచదార, కొద్దిగా నీళ్ళు కారమెల్ సిరప్ కొరకు మందపాటి గిన్నెను స్టౌ మీద పెట్టి పంచదార వేసి రెండు మూడు స్పూన్లు నీళ్ళు చల్లి సన్నటి మంటమీద పెట్టి పంచదార గోల్డెన్ బ్రౌన్ కలర్‌లోకి వచ్చిన తరువాత ఈ సిరప్‌ను వెంటనే వేరే బౌల్‌లో వెడల్పుగా ఉండేలా సర్దాలి.

గుడ్లు బాగా గిలకొట్టి వెనిలా ఎసెన్సు వేసి పెట్టాలి. పంచదారను పాలలో వేసి కరిగిన తరువాత గిలకొట్టిన గుడ్లు, వెనిలా మిక్స్‌ను వేసి బాగా బ్లెండ్ చేయాలి. తరువాత ఈ మిశ్రమమును కారమెల్ సిరప్ పోసిన లైనింగు మీద పోసి గ్రీజ్ ప్రూఫ్ పేపరుతో కవరుచేసి ఆవిరిమీద ఉడకబెట్టాలి. ఒక అరగంటలో కస్టర్డ్ సెట్ అవుతుంది. అయిన తరువాత తీసి ఆరనివ్వాలి. ఫ్రిజ్‌లో పెట్టుకోవచ్చు.

బాదం హల్వా

కావలసిన పదార్థాలు

బాదం పప్పులు	ఒక కిలో
నెయ్యి	పావు కిలో
కుంకుమ పువ్వు	అర టీ స్పూన్
(కొద్దిపాలలో 5 నిముషాలు నానబెట్టాలి)	
పంచదార	అర కిలో
నీరు	మూడున్నర కప్పులు
బాదంపలుకులు	అర టీ స్పూను

తయారుచేయు విధానము

పంచదారలో నీరు కలిపి పాకం తయారుచేసి ప్రక్కన పెట్టాలి. తోలు తీసిన బాదం పప్పులను మెత్తగా రుబ్బి పేస్టులా తయారు చేయవలయును. బాణలిలో నెయ్యి, బాదం పేస్టు వేసి ఉడికించాలి. రంగుమారిన తరువాత పంచదార పాకం కలిపి ఉడికించి మిశ్రమం అంచులు విడవడం ఆరంభించిన తరువాత కుంకుమ పువ్వు వేసి కొద్దిగా బాదం పలుకులతో అలంకరించాలి. మిశ్రమం నెయ్యిరాసిన ట్రేలో వేసి ఆరిన తరువాత ముక్కలు కోసుకోవాలి.

బేసన్ (శనగపిండి) కి బర్ఫీ

కావలసిన పదార్థాలు

శనగపిండి	100గ్రా.
నెయ్యి	50గ్రా.
పంచదార	200గ్రా.
యాలకుల పొడి	కొద్దిగా
పిస్తా పప్పు	30గ్రా.
జీడిపప్పు	30గ్రా.

తయారుచేయు విధానము

పంచదారను లేతపాకం పట్టి ప్రక్కన ఉంచాలి. బాణలిలో నెయ్యివేసి శనగపిండి సన్నని సెగపై వేయించాలి. పంచదార పాకంలో పిండిపోస్తూ బాగా కలుపుతుండాలి. ఉండలు కట్టనివ్వకుండా కలుపుతూ చల్లారిన తరువాత నెయ్యి రాసిన ట్రేలో పరిచి పిస్తా, జీడిపప్పులతో అలంకరించుకోవాలి.

పాల తాలికులు

కావలసిన పదార్థాలు

బియ్యం	అర కేజి	జీడిపప్పు	10
నెయ్యి	రెండు స్పూన్లు	సగ్గుబియ్యం	పావు గ్లాసు
యాలకులు (పొడి)	2	పాలు	ఒక లీటరు
బెల్లం	అర కేజి		

తయారుచేయు విధానము

బియ్యం నాలుగు గంటలు నానబెట్టి వడకట్టి పిండిచేసి రెండుసార్లు జల్లించి పెట్టుకోవాలి.

బెల్లం తరిగి అర గ్లాసు నీరుపోసి స్టౌ మీద పెట్టి లేత పాకం వచ్చిన తరువాత వడపోసి ప్రక్కన పెట్టాలి.

అర గ్లాసు నీరు మరగబెట్టి, బియ్యం పిండిలో కొద్ది కొద్దిగా వేడి నీళ్ళు కలుపుతూ చపాతి పిండిలాగ కలపాలి.

స్టౌ మీద మందపాటి గిన్నె పెట్టి పాలుపోసి సగ్గుబియం వేసి ఉడకనివ్వాలి. కాగిన పాలలో జంతికల గొట్టంలోని లావుపాటి చిల్లులున్న దానిలో పిండిపెట్టి వత్తాలి. మొదట వత్తినవి పైకి వచ్చిన తరువాత మరల గొట్టంలో పిండిపెట్టి వత్తాలి. అలా వత్తుకుంటూ అంతా అయిపోయిన తరువాత చివరగా నిమ్మకాయంత పిండి ఉంచి దానిలో కొద్దిగా నీరు కలిపి పల్చగా చేసి పాలలో పోయాలి. పాల తాలికులు చక్కగా వస్తాయి.

దింపిన తరువాత కరగబెట్టి ప్రక్కన పెట్టిన బెల్లం కలిపి తీపి సరిచూసుకోవాలి. తరువాత నేతిలో వేయించిన జీడిపప్పు, యాలకుల పొడి, నెయ్యి రెండు స్పూన్‌లు వేయాలి. రుచికరమైన పాలతాలికులు సాంప్రదాయపు స్వీట్ రెడీ. ఎంతో రుచిగా ఉంటుంది.

ముడిబియ్యం పిట్టు

తయారుచేయు విధానము

ముడిబియ్యం పిట్టు, ఇది పాతకాలపు వంట. ముడిబియ్యం పాన్‌లో సన్నమంట మీద వేయించుకోవాలి. మంచి వాసన వచ్చేవరచకు వేగిన తరువాత రవ్వ చేసుకోవాలి. జల్లించి పిండి వేరుచేయాలి. కొద్దిగా ఎండు కొబ్బరి, బెల్లం సరిపడ, నెయ్యి, రవ్వలో నీరు పోసి కలిపి పిండి (రవ్వ) నానబెట్టుకోవాలి. ఇలా చేసి ఇడ్లీ పాత్రలో గుంటలలో వేసి ఉడకనివ్వాలి. వీటిని తీసి వేడి మీద యాలకులపొడి, నేతిలో వేయించిన ఎండుకొబ్బరి వేసి మెత్తగా తరిగిన బెల్లం వేసి రెండు స్పూన్‌లు నెయ్యివేసి అన్నీ బాగా కలిపి వడ్డించుకుని తినండి. ఎంతో రుచిగా ఉంటుంది.

దోశల పిండితో తీపి బొండాలు

తయారుచేయు విధానము

దోశల పిండి తయారుచేసే పిండిలో కొంచెం వేరుగా తీసుకుని బెల్లం కలిపి బొండాలు వేసుకుంటే చాలా బాగుంటాయి. ఒకవేళ పిండి విడిగా చేయాలనుకుంటే రెండు కప్పులు బియ్యం, మినప్పప్పు ఒక కప్పు నానబెట్టి బాగా గట్టిగా వడల పిండిలాగా రుబ్బి సరిపడా బెల్లం కలిపి స్టౌ మీద పాన్ పెట్టి నూనె పోసి కాగిన తరువాత ఈ పిండితో బొండాలు వేసి వేగిన తరువాత తీసుకుంటే చాలా రుచిగా ఉంటాయి. ఈ పిండిలోనే కొబ్బరి, నువ్వులు కలిపి గుంట పొంగనాలు వేసే దానిలో వేసుకుంటే కూడా చాలా బాగుంటాయి.

ఇదేవిధంగా ఈ పిండిలో నానబెట్టిన పచ్చిశనగపప్పు పచ్చిమిర్చి ముక్కలు, ఉల్లిపాయ ముక్కలు, జీలకర్ర కొద్దిగా, సరిపడ ఉప్పు, కరివేపాకు, కొత్తిమీర తరుగు కలిపి కూడా పునుగులు చేస్తే రుచిగా ఉంటాయి.

చక్కెర పొంగలి

కావలసిన పదార్థాలు

పెసరపప్పు	100 గ్రా.
బియ్యం	150 గ్రా.
నెయ్యి	సరిపడా
బెల్లం	400 గ్రా.
కొబ్బరి ముక్కలు	
జీడిపప్పు, కిస్‌మిస్ (నేతిలో వేయించాలి)	కొన్ని
యాలకులు (పొడి చేయాలి)	
పచ్చ కర్పూరం	కొద్దిగా

తయారుచేయు విధానము

స్టౌ మీద పాన్ పెట్టి పెసరపప్పు వేయించాలి. ఈ పెసర పప్పు బియ్యంలో పోసెయ్యాలి. అడుగు మందంగా ఉండే గిన్నెలో వేసి 5 కప్పులు నీరుపోసి స్టౌ మీద పెట్టాలి. బెల్లం తరిగి కరగబెట్టాలి. దీనిని ఉడికిన అన్నంలోకి వడపోయాలి. పాన్‌లో నెయ్యివేసి కొబ్బరి ముక్కలు వేయించి, జీడిపప్పు, కిస్‌మిస్ కూడా వేయించాలి. అన్నీ నెయ్యితోపాటు అన్నంలో కలిపి సన్నని మంటమీద మరల స్టౌమీద పెట్టి బాగా ఉడికిన తరువాత నెయ్యికూడా వేసి దించాలి. ఆరిన తరువాత పొడిపొడిగా ఉండి చాలా బాగుంటుంది.

జీడిపప్పు పాకం

కావలసిన పదార్థాలు

జీడిపప్పు	500 గ్రా.
బెల్లం	550 గ్రా.

తయారుచేయు విధానము

స్టౌ మీద ఇనుప బాణలి పెట్టి జీడిపప్పు సన్నమంట మీద వేయించుకోవాలి. లైట్‌గా వేయించాలి.

వేరుశనగపప్పుల పాకం

కావలసిన పదార్థాలు

వేరుశనగ పప్పు	1 కేజి
బెల్లం	అర కేజి
యాలకులు	3 (పొడి చేయాలి)
నెయ్యి	

తయారుచేయు విధానము

బెల్లం తురిమి పెట్టుకోవాలి. ఇనుప బాండీలో ఇసుకపోసి అందులో వేరుశనగ పప్పు వేయించాలి. వేగిన తరువాత చిల్లుల గిన్నెలో పోసి ఇసుక తీసేసి పప్పులు నలిపి పొట్టుపోయేలా చేయండి. బెల్లంలో కొద్దిగా నీరుపోసి స్టౌ మీద పెట్టి కలుపుతూ పాకం వచ్చిన తరువాత రెండు స్పూన్‌లు నెయ్యివేసి పాకంలో పప్పులు వేసి నెయ్యిరాసిన పళ్ళెంలో పోసి ముక్కలు కోయాలి.

బ్రెడ్ హల్వా - డబుల్ కా మీటా

కావలసిన పదార్థాలు

బ్రెడ్ స్లైస్‌లు	10
నెయ్యి	1 కప్పు
పంచదార	200 గ్రా.
పాలు	200 గ్రా.
జీడిపప్పు, బాదంపప్పు+యాలకులు (పొడి)	4

తయారుచేయు విధానము

పంచదార బాణలిలో పోసి అన్నే నీళ్ళుపోసి ప్రక్కన పెట్టాలి. బ్రెడ్ ముక్కలు చేసి నేతిలో వేయించాలి. బ్రౌన్ కలర్ రావాలి. ముందే జీడిపప్పు, తొక్క తీసిన బాదం పప్పులు వేయించాలి. పంచదార కరిగిన తరువాత నేతిలో వేయించి పెట్టిన బ్రెడ్ స్లైస్‌లు వేయాలి. పాకం అంతా పీల్చిన తరువాత పాలు పోస్తూ అన్నీ కలుపుతూ ఉడకబెట్టాలి. డ్రై ఫ్రూట్స్, యాలకుల పొడి కలిపి బౌల్‌లోకి తీసుకోవాలి. చాలా రుచిగా ఉంటుంది.

బియ్యం + కొబ్బరి + పంచదార బెల్లం స్వీటు

కావలసిన పదార్థాలు

బియ్యం	అర కేజి (4 గం॥ నానబెట్టాలి)
కొబ్బరికాయ (తురుము)	1
పంచదార లేదా బెల్లం	600 గ్రా. (పాకం పట్టుకోవాలి)
యాలకులు (పొడి)	3
డీప్ ఫ్రై కి నూనె	అర కేజి

తయారుచేయు విధానము: ముందుగా నానబెట్టిన బియ్యం, తురిమిన కొబ్బరి బాగా మెత్తగా రుబ్బుకోవాలి.

స్టౌ మీద పాన్ పెట్టి నూనె పోసి కాగిన తరువాత ఒక గరిట చొప్పున నూనెలో వేసి వేగిన తరువాత తీసి ముందుగా చేసిపెట్టుకున్న పాకంలో వేయాలి. అలా ఒక్కొక్కటి వేయించి తీస్తూ అన్నీ అయిపోయేదాక వేయించి పాకంలో వేయాలి. పాకంలోకి యాలకుల పొడి కూడా వేయాలి. పాకం పీల్చుకుని చాలా బాగుంటాయి.

మినప సున్ని లడ్లు

కావలసిన పదార్థాలు

పొట్టు మినుములు / మినప్పప్పు	1 కేజి
బెల్లం	1 కేజి
నెయ్యి	
యాలకులు (పొట్టు చేయాలి)	5

తయారుచేయు విధానము

మినుములు కానీ మినప్పప్పుకానీ లేకపోతే మినపగుండును డ్రై రోస్ట్ చేయాలి. బాగా మంచి వాసన వచ్చి బ్రౌన్ కలరు వచ్చేవరకు వేయించి ఆరిన తరువాత మిక్సీలో వేసి పిండిచేయాలి. దీనిలోనే యాలకుల పొడిని కూడా వేసి ప్రక్కన పెట్టుకోవాలి. బెల్లం సన్నగా నలగకొట్టి పిండిలో కలిపి ఉండలు లేకుండా కలుపుకోవాలి. దీనిలో నెయ్యి వేడిచేసి కలుపుతూ లడ్లు చేసుకోవాలి. అంతా ఒక్కసారే చేయకున్నా ఎప్పుడు కావాలంటే అప్పుడు ఎంతకావాలో అంత చేసుకోవచ్చు.

బాదుషా

కావలసిన పదార్థాలు

నీరు	2 గ్లాసులు (ఒక పాత్రలో పోయాయి)
పంచదార/బెల్లం	3 గ్లాసులు (పాకం పట్టాలి)
(మరగడం మొదలయితే చాలు తీగపాకం రానక్కరలేదు)	
యాలకులపొడి	1/2 స్పూన్
మైదా	1/2 కేజి
పెరుగు	8 టేబుల్ స్పూన్‌లు

తయారుచేయు విధానము: మైదా పిండిలో గ్లాసు నీళ్ళు పోసి, పెరుగు కలిపి పూరి పిండిలాగా కలిపి 5 ని॥లు నాననిచ్చి, తరువాత అన్నీ సమంగా చిన్న చిన్న ముద్దలుగా చేసుకోవాలి. అన్ని ఒకటేలాగా చేయాలి. తరువాత అన్ని గుండ్రంగా చేసుకొని మధ్య వేలితో మధ్యలో చిన్నగా నొక్కి రెండవ ప్రక్క కూడ కొద్దిగా నొక్కాలి. స్టౌమీద పాన్‌పెట్టి సన్‌ఫ్లవర్ / రిఫైండ్ ఆయిల్ 1/2 కేజి పోసి ఎక్కువ సెగమీద నూనె బాగా కాగ నివ్వాలి. తరువాత స్టౌ ఆపేసి బాదుషా మరల కొద్దిగా ఒత్తి నూనెలో వేయాలి. ఒక్కొక్కటి వేస్తూ అన్నీ పైకి లేచిన తరువాత స్టౌ ఫుల్ హై లో పెట్టి ఒక్కొక్కటి చిన్నగా తిప్పుతూ రంగు (గోల్డ్ కలరు) వచ్చేవరకు ఉంచి తీయాలి. ఇప్పుడు అన్నీ ఒక్కొక్కటి పాకంలో వేసి, 2 లేదా 3 నిముషాలు ఉంచి తీయాలి. తరువాత ఒక స్పూను నెయ్యి అన్నింటి మీద వెయ్యాలి. ఇప్పుడు బాదుషా తయారయినట్లే.

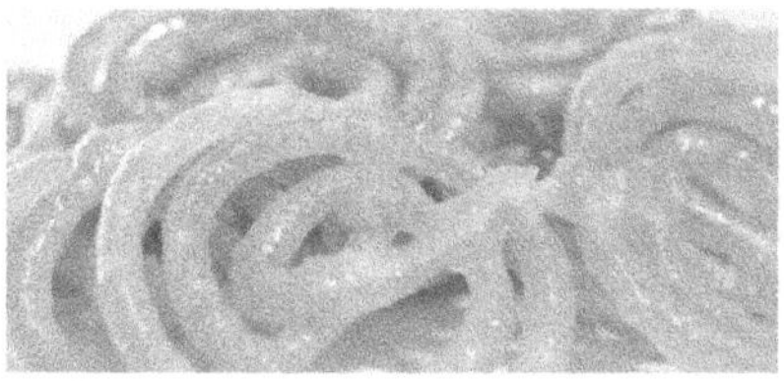

జిలేబి

కావలసిన పదార్థాలు

బెల్లం	1/2 కేజి (1/2 గ్లాసు నీళ్లు పోసి పాకం పట్టాలి)
(లేదా) పంచదార	3 గ్లాసులు (2 గ్లాసులు నీళ్లు పోసి పాకం పట్టాలి)
మైదా	
యాలకుల పొడి	
నెయ్యి	

తయారుచేయు విధానము

బెల్లం పాకం మరిగిన తరువాత 1/2 స్పూన్ యాలకులపొడి కలపాలి. పంచదార కూడ అలాగే పాకం వచ్చిన తరువాత 1/2 స్పూన్ యాలకులపొడి, కొద్దిగా నెయ్యి కలపాలి.

ముందు రోజురాత్రి 3/4 గ్లాసుల మైదా పిండిలో పెరుగు కలిపి కనీసం 12 గంటలు నాననివ్వాలి లేదా 15 గంటలు పాకం బాగా ఆరనివ్వాలి. వేడి మీద పాకంలో జిలేబి వేయకూడదు. పాకం గోరువెచ్చగా ఉండాలి. నానిన పిండిలో కొద్దిగా పొడి పిండి కలిపితే పులుపు తగ్గుతుంది.

క్లాత్‌లో మధ్యగా ఒక బెజ్జం పెట్టి స్టౌమీద పెట్టిన పాన్‌లో పోసిన నూనెలో ఈ క్లాత్‌లో పిండి వేసి మూడు చుట్లు తిప్పుతూ అన్నీ అలా వేసి వేగిన తరువాత ఒక్కో వాయి తీస్తూ పాకంలో వేయాలి. అలా అన్నీ చేసి పాకంలో వేస్తే పాకం బాగా పీల్చుకుని ఎంతో రుచిగా ఉంటాయి.

శ్రీఖండ్ - 6 ఇన్‌గ్రీడియంట్స్

కావలసిన పదార్థాలు

పెరుగు	1కేజీ (మంచి పాలతో చేసిన పెరుగు)

తయారుచేయు విధానము

పెరుగును ఒక బట్టలో వేసి గట్టిగా మూట కట్టాలి. ప్రొద్దున చేయాలంటే ముందు రోజు రాత్రి కట్టి వేలాడదీయాలి. చిల్లుల గిన్నెలో పెట్టి క్రింద ఒక గిన్నె పెట్టాలి. 6 గంటల తరువాత నీరు రావటం ఆగిపోతుంది.

3 లీ. పెరుగుకు 900గ్రా. చెక్క తయారవుతుంది. ఎంత చెక్క ఉంటే అంత చెక్కర పొడరు కలుపుకోవాలి. ఇది చిల్లుల గిన్నెలో నుండి క్రిందగిన్నెలో పడేలా చిల్లుల గిన్నెలో నుండి పంపాలి. పంచదార పొడరు చేయాలి. అప్పుడే చెక్క, పంచదార పొడరు కలిసి 1/2స్పూన్ జాజికాయ పొడరు, కుంకుమపువ్వు, ఇలాచి పొడరు 1/2 స్పూన్, పిస్తా ముక్కలు చేసి అన్నీ కలపాలి. పూరీ, చపాతీ, పుల్కాలలోకి చాలా బాగుంటుంది.

మామిడికాయగుజ్జు దీనిలో వేస్తే మామిడి శ్రీఖండ్ అవుతుంది. రుచిగా ఉంటుంది. దోశ, ఇడ్లీలలోకి కూడ బాగుంటుంది.

నేతి బేసన్ లడ్డు

కావలసిన పదార్థాలు

పంచదార	2 గ్లాసులు (1/4 గ్లాసు నీరు కలిపి పాకం రావాలి)
శనగపిండి	1గ్లాసు
నెయ్యి	1గ్లాసు

తయారుచేయు విధానము

నెయ్యిలో శనగపిండి వేసి ఆగకుండా కలుపుతూ ఉండాలి. సన్న సెగమీద ఉండాలి. బాగా కలుపుతూ బ్రౌన్ కలర్ రావాలి. దీనిలో ఆరిన పాకం కొద్దిగా కలుపుతూ తిప్పుతూనే ఉండాలి. దీనిలో పాకం కలుపుతూనే ఉండాలి. గట్టిపడ్డ తరువాత దీనిని వేరే గిన్నెలోకి మార్చాలి. ఇది గట్టిపడ్డ తరువాత లడ్డు చేసుకోవాలి. ఒకవేళ పల్చగానే ఉంటే పాకం గట్టిపడిన తరువాత దీనిలో పోస్తే మళ్లీ గట్టిగా అయ్యి లడ్డులు వస్తాయి. 15ని. చల్లారాలి. శనగపిండిలో ముందు 60% మళ్లీ వేడి చేస్తూ కలపాలి.

పాకం+10% ముందు

పాకం+10%+10%+10% ప్రకారం శనగపిండి జీడిపప్పు వేయించి శనగపిండిలో పాకం పోసేముందు కలపాలి. యాలకులపొడి, కొద్దిగా జాజికాయ పొడి కూడ చిటికెడు కలపవచ్చు.

వెనిల్లా సూఫ్లే

కావలసిన పదార్థాలు

మైదాపిండి	100గ్రా.	వెన్న	100గ్రా.
పాలు	అరలీటరు	కాస్టర్ పంచదార	120గ్రా.
కోడిగ్రుడ్ల యోక్‌లు	రెండు	వెనిలా ఎసెన్సు	అర టీ స్పూను
తెల్లసొన	నాలుగు గుడ్లు		

తయారుచేయు విధానము: వెన్నను ఒక గిన్నెలో ఒక నిమిషము వేడి చేయండి. దీనికి పిండి కలిపి నాలుగయిదు నిముషాలు ఉంచి మూడు నాలుగుసార్లు కలుపుతూ ఉండాలి. క్రమంగా దీనికి పాలు కలుపుతూ ఉండలు కట్టకుండా కలుపుతూ ఒక 5 నిముషాలు ఉడకనివ్వాలి. దీనికి కాస్టరు పంచదార, ఎస్సెన్సు కలిపి చల్లారనివ్వాలి. గ్రుడ్డు పచ్చ సొనను వేయాలి.

టూటి ఫ్రూటీ తయారి

కావలసిన పదార్థాలు

పచ్చి బొప్పాయి (పదునుగా ఉండాలి) ఒకటి

ఫుడ్ కలర్

తయారుచేయు విధానము: ముందుగా పచ్చి బొప్పాయి పైన తోలు తీసివేసి అన్నీ ఒకే సైజులో సమానంగా ముక్కలు కోసుకోవాలి. చిన్నవిగా కోసుకోవాలి. ఒక గిన్నెలో ఈ ముక్కలు, నీరు పోసి స్టౌ మీద పెట్టి ఉడికించాలి. మరీ మెత్తగా ఉడకకూడదు. సగం ఉడకాలి. ఈ ముక్కలు స్ట్రైనరులో వేయాలి. ప్రక్కన పెట్టుకుని మూతపెట్టాలి.

పంచదార ఒక కప్పు పాకం పట్టుకోవాలి. తీగ పాకం రావాలి. ఈ పాకంలో ఉడకబెట్టి ప్రక్కన పెట్టుకున్న ముక్కలు కలిపేయాలి. ఆరిన తరువాత మీకిష్టమైన ఫుడ్ కలరు ఒక బౌల్‌లో వేసి ఈ ముక్కలను కలిపి 10 గంటలు మూతపెట్టి ఉంచి, తరువాత ఒక పెద్ద పళ్ళెంలో పేపరు వేసి పాకం రాకుండా ముక్కలను మాత్రం దీనిమీద వేసి తడి ఆరేవరకు నీడలో కానీ, ఎండలో కానీ ఉంచి బాగా ఆరిన తరువాత జాగ్రత్త చేయాలి. ఎంతో బాగుంటాయి.

Tiffins

ఇడ్లీ

కావలసిన పదార్థాలు

పొట్టు మినపప్పు	ఒక కప్పు	ఇడ్లీ రవ్వ	రెండు కప్పులు
పచ్చిశనగపప్పు	పావు కప్పు	బఠాణీలు	పావు కప్పు
తాజా కొబ్బరి తురుము	పావు కప్పు	జీలకఱ్ఱ	ఒక స్పూన్
పచ్చిమిరపకాయలు	రెండు లేదా మూడు (ముక్కలు చేయాలి)	మిరియాలు	పావు స్పూన్
ఉప్పు	రుచికి సరిపడా	ఇంగువ	కొద్దిగా
నూనె	టేబుల్ స్పూన్		

తయారుచేయు విధానము

ఇడ్లీకి చేసుకున్న విధముగానే పిండి రుబ్బుకుని రవ్వ కలిపి ఒక రాత్రంతా నాననివ్వాలి. తెల్లవారి ఇడ్లీ చేసుకునే ముందు శనగపప్పు, బఠాణీలు ఉడకబెట్టి నీటినంతా వంపేసి వాటిని పిండిలో కలుపుకోవాలి. మిగతా పదార్థాలు కూడా కలిపి ఇడ్లీలు వేసుకోవాలి. చట్నీ లేకపోయినా ఇవి రుచిగా ఉంటాయి.

ఇడ్లీ, దోశ తయారీ

కావలసిన పదార్థాలు

మినప్పప్పు	ఒక కప్పు	ఉప్పుడు బియ్యం	ఒక కప్పు
పచ్చి బియ్యం	రెండు కప్పులు	మెంతులు	ఒక స్పూను

తయారుచేయు విధానము

మినప్పప్పు కడిగి నానబెట్టుకోవాలి. బియ్యంకూడ కడిగి నానబెట్టుకోవాలి. మూడు లేక నాలుగు గంటలు నానిన తరువాత గ్రైండర్‌లో మెత్తగా రుబ్బుకోవాలి. బియ్యం కూడా మెత్తగా రుబ్బి ఉప్పు కలిపి 8 లేక 10 గం॥లు ఉంచాలి. రాత్రి అంతా ఉంచినప్పుడు పిండి పొంగిపోకుండా ఉండటానికి కొంచెం పెద్ద గిన్నెలోకి పిండి తీసుకోవాలి. ఇదే పిండి దోశలకు కూడా వాడవచ్చు.

ఇడ్లీ తయారు చేయటానికి ప్రత్యేకమైన గిన్నె, ప్లేటులు దొరుకుతాయి. ఇడ్లీలు ఆవిరి మీద ఉడుకుతాయి. ప్లేట్లలో ఇడ్లీల పిండి వేసి ఆ ప్లేట్లు గిన్నెలో పెట్టి ఉడికిన తరువాత దించేయాలి. ప్లేటులోని ఇడ్లీ గుంటలలో కొద్దిగా నెయ్యికానీ నూనెకానీ రాస్తే ఇడ్లీలు అతుక్కోకుండా వస్తాయి. ఇడ్లీలలోకి కాంబినేషనుగా పల్లీలచట్నీ, కొబ్బరిచట్నీ, పొడులు బాగుంటాయి. సాంబారు తయారు చేసుకుంటే కూడా బాగుంటుంది.

ఇదే పిండితో దోశలు కూడా చేసుకోవచ్చు. పెనం స్టౌ మీద పెట్టి కాలిన తరువాత పిండి ఒక గరిటె పెనం మధ్యలో వేసి గరిటెతో వెడల్పుగా పరిచినట్లు చేసుకోవాలి. చుట్టూ ఒక స్పూను నూనెవేసి కాలిన తరువాత తిరగవేసి కొంచెం అటు కూడ కాలిన తరువాత తీసుకుని పెట్టుకోవాలి. అదేవిధంగా మీకు ఎన్ని దోశలు కావాలో వేసుకోవచ్చు. దీనికి కూడా పైన చెప్పిన కాంబినేషను పచ్చళ్ళు, సాంబారు, పొడులు బాగుంటాయి.

బొంబాయి రవ్వతో ఉప్మా

కావలసిన పదార్థాలు

బొంబాయి రవ్వ	ఒక గ్లాసు	పచ్చిమిరపకాయలు	రెండు ముక్కలు కోయాలి
అల్లం	ఒక అంగుళం ముక్క	ఉల్లిపాయ	ఒకటి
టొమాటోలు	రెండు	బంగాళదుంప	ఒకటి
నీళ్ళు	రెండు గ్లాసులు	ఉప్పు	రుచికి సరిపడా
కరివేపాకు	రెండు రెమ్మలు	నూనె	రెండు స్పూన్లు

తయారుచేయు విధానము: స్టౌ అంటించి బాణలిపెట్టి నూనె పోయాలి. నూనె కాగిన తరువాత తాళింపు దినుసులు వేసి చిటపటలాడిన తరువాత తరిగిపెట్టుకున్న అల్లం, పచ్చిమిర్చి ముక్కలు వేసి ఒక నిముషం తరువాత ఉల్లిపాయ ముక్కలు, కరివేపాకు వేసి వేగిన తరువాత టొమాటో ముక్కలు, బంగాళదుంప ముక్కలు వేసి వేగి ముక్క ఉడికిన తరువాత ఒకటి రవ్వకు రెండు చొప్పున నీరు పోయాలి. ఉప్పువేసి నీళ్ళు మరిగినప్పుడు రవ్వ ఉండ కట్టకుండా కొద్దికొద్దిగా పోస్తూ కలుపుతూ ఉండాలి. కొద్దిసేపు మూత పెడితే చక్కగా మగ్గి ఉప్మా రుచిగా తయారవుతుంది. తీసి గిన్నెలో పెట్టుకుని వేడిమీద సర్వ్ చేస్తే చాలా రుచిగా ఉంటుంది.

రవ్వ ముందుగా కొంచెం నేతితో కూడా వేయించుకుని ఉప్మా చేయవచ్చు.

- ఇదే మాదిరిగా సేమ్యాతో చేయవచ్చు. సేమ్యా తప్పనిసరిగా నేతిలో వేయించుకోవాలి. రవ్వకు పట్టినట్లుగా అన్ని నీళ్ళు అవసరము లేదు. తక్కువ నీళ్ళు సరిపోతాయి.
- గోధుమరవ్వతో కూడా పైవిధంగా ఉప్మా చేయవచ్చు. గోధుమరవ్వకు కూడా నీళ్ళు తక్కువ సరిపోతాయి.

ఉప్మా ఇడ్లీ, దోశ ఇన్‌స్టెంట్

కావలసిన పదార్థాలు

బొంబాయి రవ్వ	750 గ్రా.	పచ్చిమిర్చి
ఉల్లిపాయలు		మినపప్పు
పచ్చిశనగపప్పు		అల్లం తురుము
జీడిపప్పు		కరివేపాకు
ఎండుమిర్చి		ఆవాలు
జీలకర్ర		

తయారుచేయు విధానము: సన్న సెగమీద పాన్‌లో నూనె వేడెక్కిన తరువాత శనగపప్పు, మినపప్పు, ఎండుమిర్చి, ఆవాలు, కరివేపాకు, జీలకర్ర, పచ్చిమిర్చి, ఉల్లిపాయలు బాగా వేయించి తడిలేకుండా అయిన తరువాత జీడిపప్పు వేసి రవ్వ కూడా పోసి ఉప్పు సరిపడా వేసి దించేయాలి. చల్లగా ఆరిన తరువాత సీసాలో జాగ్రత్త చేసుకోవాలి.

ఉప్మా మిక్స్‌తో ఇడ్లీ

తయారుచేయు విధానము

మిక్స్ ఒక కప్పు తీసుకొని రెండు కప్పుల పెరుగు, కొంచెం సోడా ఉప్పు కలిపి అరగంట నాననిచ్చి ఇడ్లీ ప్లేట్లలో ఇడ్లీ వేసుకుంటే చాలా బాగుంటుంది.

మైసూర్ బోండా

తయారుచేయు విధానము

2 గ్లాసుల మైదాపిండిలో 1/4 స్పూన్ బేకింగ్ సోడా, జీలకఱ్ఱ ఉప్పు కలిపి రాత్రి అంతా నానబెట్టాలి. ఉదయమే పిండి బాగా కలుపుకుని (మరీ పల్చగా కాదు) స్టౌమీద పాన్ పెట్టి నూనె వేసి కాగిన తరువాత పిండి చిన్నచిన్న ఉండలుగా నూనెలో వేసి కొద్దిగా వేగిన తరువాత తీసి మరల నూనెలో వేసి బాగా రంగు వచ్చిన తరువాత తీసేయాలి. చట్నీలతో చాలా రుచిగా ఉంటాయి. అల్లం చట్నీ, కొబ్బరి పల్లీ కలిపి చేసిన చట్నీలతో చాలా బాగుంటాయి.

చట్నీలు

కొబ్బరి పచ్చడి - పచ్చిమిర్చితో

కావలసిన పదార్థాలు

కొబ్బరికాయ (తురుము)	ఒకటి
పచ్చిమిరపకాయలు	10 లేదా 15
చింతపండు	కొద్దిగా
వెల్లుల్లి	ఆరు రెబ్బలు
ఉప్పు	సరిపడ
ధనియాలు	ఒక స్పూను
జీలకఱ్ఱ	ఒక స్పూను
మెంతులు	పావు స్పూను
నూనె	టేబుల్ స్పూను
కొత్తిమీర	
కరివేపాకు	

తయారుచేయు విధానము

ముందుగా బాణలిలో కొద్దిగా నూనెవేసి పచ్చిమిరపకాయలు మగ్గబెట్టాలి. తరువాత ధనియాలు, జీలకఱ్ఱ, మెంతులు వేయించి పొడి చేసుకోవాలి. తరువాత మిక్సీలో వెల్లుల్లి రెబ్బలు, ఉప్పువేసి తరువాత తురిమిన కొబ్బరి, చింతపండు వేసి గ్రైండ్ చేసి తరువాత ధనియాలు, జీలకఱ్ఱ, మెంతులు కలిపి చేసిన పొడి కలిపి కొద్దిగా కరివేపాకు కూడ వేసి అన్నీ బాగా కలిసేలా గ్రైండ్ చేసి గిన్నెలోకి తీసుకోవాలి. దీనికి తాళింపు లేకున్నా బాగుంటుంది.

కొబ్బరి పచ్చడి - ఎండుమిర్చితో

కావలసిన పదార్థాలు

కొబ్బరికాయ	ఒకటి
ఎండుమిరపకాయలు	పది
చింతపండు	నిమ్మకాయంత
వెల్లుల్లి	ఆరు రెబ్బలు
ఉప్పు	రుచికి సరిపడ
ధనియాలు	ఒక స్పూను
జీలకఱ్ఱ	ఒక స్పూను
మెంతులు	అర స్పూను
నూనె	టేబుల్ స్పూను
కొత్తిమీర	
కరివేపాకు	

తయారుచేయు విధానము

కొబ్బరికాయ తురిమి పెట్టుకోవాలి. పది ఎండు మిరపకాయలు, కొద్దిగా ధనియాలు, జీలకఱ్ఱ, మెంతులు చిటికెడు నూనెలో వేయించి పెట్టుకోవాలి. అన్నీ కలిపి చింతపండు, వెల్లుల్లి, ఉప్పు వేసి మిక్సీలో మెత్తగా గ్రైండ్ చేసి కరివేపాకు, కొత్తిమీర కలిపి గిన్నెలోకి తీసుకోవాలి. దీనికి కూడ తాళింపు అవసరము లేదు.

కొబ్బరిపచ్చడి - ఇడ్లీ, దోశలలో

కావలసిన పదార్థాలు

కొబ్బరి తురుము	ఒక కప్పు	పచ్చిమిరపకాయలు	ఆరు
చింతపండు	కొద్దిగా	జీలకఱ్ఱ పొడి	అర స్పూను
ఉప్పు	రుచికి సరిపడ	నూనె	ఒక స్పూను
తాళింపు దినుసులు			
కరివేపాకు	కొద్దిగా	కొత్తిమీర	కొద్దిగా

తయారుచేయు విధానము: పచ్చిమిరపకాయలు నూనెలో కొద్దిగా మగ్గబెట్టి, చింతపండు (నానబెట్టినది), ఉప్పు, జీలకఱ్ఱపొడి, అన్నీ కలిపి మిక్సీలో గ్రైండ్ చేసి తాళింపు పెట్టుకోవాలి. ఇదే కొద్దిగా గట్టిగా అంటే నీళ్ళు ఎక్కువ కలపకుండా గ్రైండ్ చేసినప్పుడు వెల్లుల్లి వేసుకుని చేసుకుంటే అన్నంలోకి కూడా బాగుంటుంది.

బీరకాయ పచ్చడి

కావలసిన పదార్థాలు

బీరకాయలు	పావు కిలో
పచ్చి మిరపకాయలు	పది లేక పదిహేను
చింతపండు	నిమ్మకాయంత
ఉప్పు	రుచికి సరిపడ
వెల్లుల్లి	ఐదు రేకలు
జీలకఱ్ఱ పొడి	ఒక స్పూను
కరివేపాకు, కొత్తిమీర	
నూనె	ఒక స్పూను

తయారుచేయు విధానము

బీరకాయలు చెక్కుతీసి ముక్కలు కోసి పెట్టుకోవాలి. స్టౌ మీద బాణలి పెట్టి బీరకాయ ముక్కలు, పచ్చిమిరపకాయలు, కొద్దిగా నూనె వేసి మూతపెట్టి మగ్గబెట్టాలి. తరువాత ఆ వేడిమీద చింతపండు పెడితే బాగా మెత్తబడుతుంది. మిక్సీలో ముందుగా ఉప్పు, వెల్లుల్లి, జీలకఱ్ఱ పొడి, కరివేపాకు వేసి గ్రైండ్ చేసి, బీరకాయ ముక్కలు, పచ్చిమిరపకాయలను కూడా వేసి గ్రైండ్ చేసి కొత్తిమీర కలిపి గిన్నెలోకి తీసుకోవాలి. దీనికి తాళింపు అవసరము లేదు. చాలా రుచిగా ఉంటుంది.

వంకాయ పచ్చడి

కావలసిన పదార్థాలు

వంకాయలు	పావుకిలో
పచ్చిమిరపకాయలు	10 లేక 15
చింతపండు	చిన్న నిమ్మకాయంత
ఉప్పు	రుచికి సరిపడ
వెల్లుల్లి	5 రేకలు
జీలకఱ్ఱ	1 స్పూను
కరివేపాకు	
కొత్తిమీర	
నూనె	ఒక స్పూను

(వంకాయలు, పచ్చిమిర్చి మగ్గటానికి)

తయారుచేయు విధానము

స్టౌ మీద బాణలి పెట్టి నూనెవేసి దానిలో వంకాయలు, పచ్చిమిర్చి వేసి మగ్గనివ్వాలి. తరువాత కొద్దిగా ఆరనిచ్చి మిక్సీలో వెల్లుల్లి, జీలకఱ్ఱ పొడి, ఉప్పు, చింతపండు వేసి మెత్తగా అయిన తరువాత మగ్గిన వంకాయలను కూడ వేసి ఒక్కసారి మిక్సీలో తిప్పి గిన్నెలోకి తీసుకుని కొత్తిమీర చల్లుకోవాలి. దీనికి కూడ తాళింపు అవసరము లేదు.

వేరుశనగపప్పుల పచ్చడి

కావలసిన పదార్థాలు

వేరుశనగపప్పులు	ఒక కప్పు	పచ్చికొబ్బరి కోరు/ఎండు కొబ్బరి	రెండు స్పూన్లు
పచ్చిమిరపకాయలు	రెండు	చింతపండు	కొద్దిగా
జీలకఱ్ఱ పొడి	అర స్పూను	ఉప్పు	రుచికి సరిపడ
నూనె	ఒక స్పూను		
తాళింపు దినుసులు			
కరివేపాకు	కొద్దిగా	కొత్తిమీర	కొద్దిగా

తయారుచేయు విధానము: ముందు వేరుశనగ పప్పులు వేయించి పొట్టు తీసి ప్రక్కన పెట్టుకోవాలి. చింతపండు నానబెట్టుకుని ఉంచాలి. బాణలిలో కొద్దిగా నూనెవేసి పచ్చిమిరప కాయలు వేయించి తీసుకోవాలి. మిక్సీలో వేరుశనగపప్పు పొడిచేసి, చింతపండు, పచ్చి మిరపకాయలు, కొబ్బరి, ఉప్పు, జీలకఱ్ఱ పొడివేసి సరిపడే నీళ్ళు పోసి మెత్తగా గ్రైండ్ చేసుకోవాలి. స్టౌ మీద బాణలి పెట్టి నూనెవేసి కాగిన తరువాత తాళింపు దినుసులు, కరివేపాకు వేసి వేగిన తరువాత గ్రైండ్ చేసి పెట్టుకున్న పచ్చడి వేసి కలిపి కొత్తిమీర వేసి గిన్నెలోకి తీసుకోవాలి. ఇడ్లీలలోకి, దోశలలోకి, పొంగల్‌కి, ఉప్మాకు అన్నిటికి మంచి కాంబినేషన్. రుచిగా ఉంటుంది. అప్పుడప్పుడు ఉల్లిపాయను చాలా సన్నముక్కలుగా తరిగి పచ్చడిలో కలిపితే కూడా చాలా రుచిగా ఉంటుంది.

గోంగూర పచ్చడి పచ్చిమిరపకాయలతో

కావలసిన పదార్థాలు

శుభ్రంచేసి తరిగిన గోంగూర	రెండు కప్పులు
పచ్చిమిరపకాయ ముక్కలు	పది లేక పదిహేను
చింతపండు	కొద్దిగా
ఉప్పు	రుచికి తగినంత
వెల్లుల్లి	ఆరు రెబ్బలు
తాళింపు దినుసులు	
నూనె	రెండు టేబుల్ స్పూన్లు
కొత్తిమీర	కొద్దిగా
కరివేపాకు	నాలుగు రెబ్బలు

తయారుచేయు విధానము

శుభ్రంచేసిన గోంగూర, కొద్దిగా చింతపండు కొద్దిగా నీళ్ళుపోసి కుక్కర్‌లో ఉడకబెట్టాలి. కొద్దిగా నూనె బాణలిలో వేసి పచ్చిమిరప కాయలు వేయించుకోవాలి. మిక్సీలో ఆరిన గోంగూర, పచ్చిమిరప కాయలు, ఉప్పువేసి గ్రైండ్ చేసి తరువాత వెల్లుల్లి కూడా వేసి గ్రైండ్ చేసి బాణలిలో నూనె పోసి తాళింపు పెట్టి కొత్తిమీర వేసి గిన్నెలోకి తీసుకోవాలి. దీనిలో నీరుల్లి ముక్కలు కోసి పచ్చివి కలుపుకుంటే బాగుంటుంది. కొంతమంది దీనిలో వెల్లుల్లి రెబ్బలు పొట్టు తీసి కలుపుకుని తింటారు. గోంగూర అంటేనే ఉప్పు, కారం, నూనె కొద్దిగా ఎక్కువగా కావలసి ఉంటుంది.

పులిహోర గోంగూర పచ్చడి ఎండుమిరపకాయలతో

కావలసిన పదార్థాలు

శుభ్రంచేసి తరిగిన గోంగూర	మూడు కప్పులు
ధనియాలు	రెండు స్పూన్లు
మెంతులు	కొద్దిగా
ఎండుమిరపకాయలు	పది
జీలకర్ర	ఒక స్పూను
చింతపండు	నిమ్మకాయంత
ఉప్పు	రుచికి తగినంత
వెల్లుల్లి	ఆరు రెబ్బలు
తాళింపు దినుసులు	
నూనె	ఒక టేబుల్ స్పూను
కొత్తిమీర	కొద్దిగా
కరివేపాకు	నాలుగు రెబ్బలు

తయారుచేయు విధానము: శుభ్రంచేసిన గోంగూరను బాణలిలో వేసి నూనెవేసి సన్నని సెగ మీద మగ్గనిచ్చి ప్రక్కన పెట్టుకోవాలి. ధనియాలు, మెంతులు, ఎండుమిరపకాయలు, జీలకర్ర వేసి వేయించి పొడి చేసి పెట్టుకుని చింతపండు, కొద్దిగా నీళ్ళు చేర్చి స్టౌ మీద కొద్దిసేపు ఉడకబెట్టుకుని గ్రైండర్‌లో ఈ మగ్గిన గోంగూర, ఉడికిన చింతపండు వేసి గ్రైండ్ చేయాలి. తరువాత తయారు చేసుకుని ఉంచిన పొడి, ఉప్పు, వెల్లుల్లి వేసి అంతా కలిసిపోయేలా గ్రైండ్ చేసి దించి తాళింపు పెట్టుకుని కొత్తిమీర కలిపి గిన్నెలోకి తీసి వడ్డించుకోవాలి. చాలా రుచిగా ఉంటుంది.

మామిడికాయ పచ్చడి

కావలసిన పదార్థాలు

మామిడికాయ తురుము	ఒక కప్పు (సన్నగా కోసిన ముక్కలు)		
కారం	రెండు స్పూన్లు	పసుపు	పావు స్పూను
ఉప్పు	రుచికి సరిపడా	జీలకర్ర పొడి	ఒక స్పూను
వెల్లుల్లి	ఐదు రేకలు	నూనె	రెండు స్పూన్లు
తాళింపు దినుసులు			
కొత్తిమీర	కొద్దిగా		

తయారుచేయు విధానము

ఒక మామిడికాయ తోలుతీసి తురిమిగానీ, సన్నముక్కలు తరిగిగానీ పెట్టుకోవాలి. మిక్సీలో ఉప్పు, కారం, పసుపు, జీలకర్ర పొడి, వెల్లుల్లి వేసి మిక్సీలో మెత్తగా చేసుకుని చేసి పెట్టుకున్న మామిడి తురుముగానీ, సన్నగా చేసి పెట్టుకున్న ముక్కలుగానీ కలిపి నూనె మూడు స్పూన్లు వేసి తాళింపు వేసుకుని వాడుకోవాలి. దీనికి నూనె కొంచెము ఎక్కువ వేసుకుంటేనే బాగుంటుంది. అన్నంలోకి చాలా రుచిగా ఉంటుంది.

బెండకాయ పచ్చడి: బెండకాయలు పావుకిలో, పచ్చిమిర్చి 10 లేదా 15, కొద్దిగా చింతపండు, ఉప్పు, వెల్లుల్లి, జీలకర్ర.

బెండకాయ ముక్కలు, పచ్చిమిర్చి బాణలిలో నూనెపోసి దానిలో వేయించుకోవాలి. తరువాత గ్రైండర్‌లో చింతపండు, ఉప్పు, వెల్లుల్లి, పచ్చిమిర్చి, జీలకర్ర వేసి గ్రైండ్ చేసి బెండకాయ ముక్కలు కూడ వేసి మెత్తగా కాకుండా కలిసేలాగా చేసి గిన్నెలోకి తీసుకోవాలి. ఇది అన్నంలోకి చాలా బాగుంటుంది.

మునగాకు పచ్చడి

కావలసిన పదార్థాలు

లేత మునగాకు	250గ్రా. (కడిగి శుభ్రంచేసి పెట్టుకోవాలి)	పచ్చిమిరపకాయలు	పది లేక పన్నెండు
చింతపండు	కొద్దిగా (నానబెట్టుకోవాలి)	జీలకఱ్ఱ పొడి	ఒక స్పూను
పసుపు	పావు స్పూను	వెల్లుల్లి	ఆరు రెబ్బలు
ఉప్పు	రుచికి తగినంత		
తాళింపు దినుసులు			
నూనె	రెండు స్పూన్లు		

తయారుచేయు విధానము: స్టౌ మీద బాండీపెట్టి నూనె వేసి మునగాకు వేసి రెండు నిముషాల తరువాత పచ్చిమిరపకాయలు కూడా వేసి బాగా మగ్గనివ్వాలి. తరువాత మిక్సీలో చింతపండు, జీలకఱ్ఱపొడి, వెల్లుల్లి రెబ్బలు వేసి గ్రైండ్ చేసి ఉప్పు, మగ్గిన మునగాకు, పచ్చిమిర్చి వేసి గ్రైండ్ చేసి తీసుకుని బాండీలో నూనెవేసి తాళింపు పెట్టి గిన్నెలోకి తీసుకునే ముందు కొద్దిగా కొత్తిమీర కలుపుకోవాలి.

ఇదేమాదిరి... స్టౌ మీద బాండీపెట్టి నూనెవేసి పచ్చిమిరపకాయల బదులు ఎండుమిరపకాయలు, కొద్దిగా ధనియాలు, కొద్దిగా మెంతులు వేసి వేయించి మిక్సీలో పచ్చిమిరపకాయ బదులు మిగతా అంతా పై మాదిరిగానే చేసుకోవాలి. రుచిగా ఉంటుంది.

టొమాటో పచ్చిమిరపకాయల పచ్చడి

కావలసిన పదార్థాలు

టొమాటోలు దోరవి	పావు కిలో	పచ్చిమిరపకాయలు	పదు
చింతపండు	కొద్దిగా	నూనె	మూడు స్పూన్లు
ఉప్పు	రుచికి సరిపడా	వెల్లుల్లి	ఆరు రేకలు
జీలకఱ్ఱ పొడి	ఒక స్పూను		
తాళింపు దినుసులు			
కొత్తిమీర	కొద్దిగా	కరివేపాకు	నాలుగు రెమ్మలు

తయారుచేయు విధానము: స్టౌ మీద బాణలి పెట్టి నూనెవేసి టొమాటోలను మధ్యకు కోసి వేసి పచ్చిమిరపకాయలు వేసి మగ్గబెట్టాలి. వేడి టొమాటోలలో చింతపండు పెడితే బాగా నానుతుంది. మిక్సీలో వెల్లుల్లి, జీలకఱ్ఱ, కరివేపాకు సగం వేసి గ్రైండ్ చేసి తరువాత మగ్గిన టొమాటోలు, పచ్చిమిర్చి, చింతపండు, ఉప్పు వేసి మరోసారి గ్రైండ్ చేసి గిన్నెలోకి తీయండి. స్టౌ మీద బాణలిపెట్టి నూనె వేసి కాగిన తరువాత తాళింపు దినుసులు వేసి చేసిపెట్టుకున్న టొమాటో పచ్చడి కలపాలి. కొత్తిమీర కూడ కలపాలి. రుచిగా ఉంటుంది.

పెరుగు పచ్చడి

కావలసిన పదార్థాలు

పెరుగు	అర కిలో	ఉల్లిపాయలు	రెండు (సన్నగా తరగాలి)
పచ్చిమిరపకాయలు	రెండు (సన్నగా తరగాలి)	క్యారెట్	ఒకటి (చెక్కుతీసి తురిమి పెట్టుకోవాలి)
తురిమిన పచ్చికొబ్బరి	రెండు స్పూన్లు	ఉప్పు	రుచికి సరిపడా
జీలకఱ్ఱ	అర స్పూను	కరివేపాకు (సన్నగా తరిగి పెట్టుకోవాలి)	
కొత్తిమీర (సన్నగా తరిగి పెట్టుకోవాలి)			

తయారుచేయు విధానము: తరిగి, తురిమి పెట్టుకున్న అన్నీ కలిపి, ఒక గిన్నెలో కలిపి పెరుగు కూడా కలుపుకుని ఉప్పు, జీలకఱ్ఱ జతచేసిన పెరుగు పచ్చడి బిర్యానీలలోకి, ఫ్రైడ్ రైస్‌లలోకి, పులిహోరలలోకి చాలా బాగుంటుంది.

అల్లం చట్నీ

తయారుచేయు విధానము: నూనెలో ఎండుమిర్చి, అల్లం, ధనియాలు, జీలకఱ్ఱ, మెంతులు, కరివేపాకు వేయించాలి. చింతపండుగుజ్జు, ఉప్పు, పచ్చి వెల్లులి మిక్సీ వేయాలి. బెల్లం, పచ్చిజీలకఱ్ఱ, గ్రైండ్ చేసి తాళింపు పెట్టాలి.

కరివేపాకు పచ్చడి

కావలసిన పదార్థాలు

కరివేపాకు	100 గ్రా.
ఎండుమిర్చి	15
పప్పునూనె	25 గ్రా.
పచ్చిశనగపప్పు	2 టేబుల్ స్పూన్‌లు
వెల్లుల్లిపాయలు	10 రెబ్బలు
చింతపండు	నిమ్మకాయ సైజులో
జీలకర్ర	1 టేబుల్ స్పూన్
పసుపు	పావు స్పూను
మినపప్పు	2 టేబుల్ స్పూన్‌లు
ఉప్పు	రుచికి సరిపడా
ధనియాలు	1 టేబుల్ స్పూన్

కరివేపాకు శుభ్రంగా కడిగి ఆరబెట్టాలి.

తయారుచేయు విధానము

పాన్‌లో ఒక స్పూను ఆయిల్ వేసి సన్నని మంటమీద బాగా వేయించి ప్రక్కన పెట్టుకోవాలి. కరివేపాకు క్రిస్పీగా రావాలి. మరలా పాన్‌లో స్పూను ఆయిల్ వేసి ఎండు మిర్చివేసి వేయించి దానిలో శనగపప్పు, మినపప్పు, ధనియాలు, వెల్లుల్లి రెబ్బలు, జీలకర్ర, కడిగి ఆరబెట్టిన చింతపండు వేసి బాగా వేయించాలి. అన్నీ ఆరిన తరువాత మిక్సీలో వేసి పొడి చేయాలి. తరువాత కొద్దిగా వేడి నీళ్ళు కలిపి పచ్చడి తయారుచేసుకోవాలి.

తరువాత స్టౌమీద బాణలి పెట్టి నూనెవేసి కాగిన తరువాత రెండు ఎండుమిరపకాయలు, అరస్పూను శనగపప్పు, అరస్పూను మినపప్పు, ఆవాలు, జీలకర్ర వేషిసి చిటపటలాడిన తరువాత పచ్చడి, పసుపు, ఉప్పు వేసి బాగా కలిపి గ్లాస్ జార్‌లో పెట్టుకోవాలి. చాలా రుచిగా ఉంటుంది. ఆరోగ్యానికి కూడా చాలామంచిది.

ఇడ్లీ, దోశలలోకి చట్నీ

కావలసిన పదార్థాలు

శనగపిండి	ఒక కప్పు
టొమాటా	ఒకటి (సన్నని ముక్కలు)

తయారుచేయు విధానము

శనగపిండిలో ఉప్పు, కారం కలపాలి. కరివేపాకు, పచ్చిమిర్చి, ఉల్లిపాయలు, కొత్తిమీర కాడలు వేసి, బాణలిలో నూనెవేసి (2 స్పూనులు) వేయించాలి. ఉప్పు, కారం కలిపిన శనగపిండి బాగా పల్చగా చేసి ఈ బాణలిలో పోయాలి. త్వరగా గట్టిపడుతుంది కాబట్టి శనగపిండి బాగా పల్చగా కలపాలి. చాలా రుచిగా ఇడ్లీ, దోశ, ఉప్మాలలోకి బాగుంటది. చివరిలో కొత్తిమీర వేయాలి.

బంగాళాదుంపల పచ్చడి

కావలసిన పదార్థాలు

బంగాళాదుంపలు	2
పచ్చిమిర్చి	4
ఉప్పు	సరిపడా
పసుపు	పావు స్పూను
ఇంగువ	కొద్దిగా
కరివేపాకు	2 రెమ్మలు
కొత్తిమీర+కొత్తిమీర కాడలు	కొద్దికొద్దిగా
పొట్టు మినపప్పు	ఒక స్పూను
శనగపప్పు	ఒక స్పూను
నువ్వులు	2 టేబుల్ స్పూన్‌లు
ధనియాలు	2 టేబుల్ స్పూన్‌లు
జీలకర్ర	1 స్పూను
వెల్లుల్లి	6 రెమ్మలు

తయారుచేయు విధానము

బంగాళదుంపలు మెత్తగా ఉడికించి మెత్తగా చేసి దీనిలో ఉప్పు, పసుపు, నిమ్మరసం అన్నీ వేసి కలిపి మూతపెట్టి ప్రక్కన పెట్టాలి.

స్టౌ మీద బాణలి పెట్టి అన్నీ ఒక్కొక్కటిగా వేస్తూ మంచి రంగు వచ్చేవరకు వేయించి తీసి ప్రక్కన పెట్టుకుని మరల పచ్చిమిర్చి, కొత్తిమీర కాడలు, కరివేపాకు, జీలకర్ర సగం వేసి అన్నీ కలిపి మిక్సీజార్‌లో మెత్తగా చేయాలి. దీనిని బంగాళా దుంపలలో కలిపి తాళింపు పెట్టుకోవాలి. తాళింపు కొరకు స్టౌ మీద పాన్ పెట్టి నూనెపోసి (2 టేబుల్ స్పూన్‌లు) వేడెక్కిన తరువాత తాళింపు గింజలు, రెండు ఎండు మిరపకాయ ముక్కలు వేసి వేగిన తరువాత మిగిలిన జీలకర్ర వేసి కరివేపాకు వేసి దించేయాలి. కొత్తిమీర వేసి సర్వింగ్ బౌల్‌లోకి తీసుకోవాలి. ఎంతో రుచిగా అన్నంలోకి, పూరీలలోకి దోశలలోకి బాగుంటుంది.

కంది పచ్చడి

తయారుచేయు విధానము

కందిపప్పు, ధనియాలు, జీలకర్ర నేతిలో వేయించి వేగిన తరువాత చింతపండు, ఎండు మిర్చి, కరివేపాకు వేసి అన్నీ వేగిన తరువాత ప్రక్కన పెట్టండి. గ్రైండర్‌లో వేసి ఉప్పు, కొద్దిగా బెల్లం వేసి మిక్సీ చేయాలి. తాళింపు కొరకు బాండీలో తాళింపు గింజలు, రెండు మిరపకాయలు వేసి కరివేపాకు, ఇంగువ వేసి అన్నీ వేగిన తరువాత రుబ్బి ఉంచుకున్న పచ్చడి వేయండి. చాలా బాగుంటుంది. రుచిగా ఉంటుంది. దించేటప్పుడు కొత్తిమీర వేయాలి.

నిలవ పచ్చళ్ళు

మరియు

వడియాలు

గోంగూర నిలవ పచ్చడి

కావలసిన పదార్థాలు

గోంగూర	ఒక కిలో	చింతపండు	150గ్రా.
ఉప్పు	200గ్రా.	కారం 250గ్రా.	
వెల్లుల్లి	300గ్రా.	మెంతిపిండి	50గ్రా. (ఎర్రగా వేయించి పొడి చేసుకోవాలి)
పసుపు	25గ్రా.	అల్లం,బెల్లం	2 అంగుళాల ముక్క
ఇంగువ	అర స్పూను	నూనె 300గ్రా.	

తయారుచేయు విధానము

గోంగూర శుభ్రం చేసుకుని స్టౌ మీద బాణలిపెట్టి గోంగూర రెండు స్పూన్‌లు నూనెవేసి మగ్గనివ్వాలి. ఆరిన తరువాత ఉప్పు, పసుపు కలిపి పెట్టుకోవాలి. మధ్యలో చింతపండు పెట్టుకోవాలి. గ్రైండర్‌లో వేసి కారంవేసి రుబ్బుకోవాలి. తరువాత వెల్లుల్లి, మెంతిపిండి కలిపి మరలా రెండు నిముషాలు గ్రైండ్ చేసుకోవాలి.

తరువాత స్టౌ మీద బాణలి పెట్టుకుని నూనెపోసి కాగిన తరువాత తాళింపు వేసుకోవాలి. తాళింపు కొరకు ఎనిమిది ఎండు మిర్చి, మినపప్పు, శనగపప్పు, ఆవాలు, ఆవపిండి 25గ్రా., కొద్దిగా దంచిన వెల్లుల్లి (10 రెబ్బలు), కరివేపాకు వేసి తాళింపు పెట్టుకుని ఆరిన తరువాత బాటిల్‌లో పెట్టుకోవాలి. అన్నీ పాళ్ళు సరిగ్గా వేసుకుని చేసుకుంటే సం॥ అంతా నిలవ ఉంటుంది. చాలా రుచిగా ఉంటుంది.

కారం కలపకుండా గోంగూర, ఉప్పు, పసుపు, చింతపండు కలిపి పెట్టుకుని కావలసినప్పుడు కొద్దిగా తీసుకుని పచ్చిమిరప కాయలతో రుబ్బి తాళింపు పెట్టుకోవచ్చు. ఇలా కూడా చాలా రుచిగా ఉంటుంది.

అల్లం నిలవ పచ్చడి

కావలసిన పదార్థాలు

అల్లం	అర కిలో	చింతపండు	400గ్రా.
కారం	200గ్రా.	ఉప్పు	400గ్రా.
వెల్లుల్లి	200గ్రా.	ఆవపిండి	50గ్రా.
మెంతిపిండి	50గ్రా.	బెల్లం	750గ్రా.
పంచదార	50గ్రా.	పసుపు	15గ్రా.
నూనె	400గ్రా. లేక అర కిలో	ఇంగువ	చిటికెడు

తయారుచేయు విధానము: అల్లం శుభ్రంగా కడిగి ఆరనిచ్చి సన్నగా ముక్కలు తరిగి పెట్టుకోవాలి. స్టౌ మీద బాణలి పెట్టి నూనె 50గ్రా. వేసి అందులో అల్లం ముక్కలు బాగా వేయించాలి. పచ్చివాసన ఉండకూడదు. చింతపండు కడిగి రెండు గ్లాసులు నీరుపోసి స్టౌ మీద పెట్టి ఉడికించాలి. తరువాత చింతపండు, అల్లం ముక్కలు, కారం, ఉప్పు, పసుపు అన్నీ గ్రైండర్‌లో వేసి మెత్తగా రుబ్బుకోవాలి. తరువాత తరిగిన బెల్లం, మెంతిపిండి, పంచదార, వెల్లుల్లి కూడ వేసి మరోసారి బాగా కలిసేలా రుబ్బాలి. తరువాత స్టౌ మీద బాణలిపెట్టి నూనెవేసి కాగిన తరువాత పది ఎండుమిరపకాయలు, టేబుల్ స్పూను మినపప్పు, అంతే శనగపప్పు, రెండు స్పూన్లు ఆవాలు వేసి చిటపటలాడిన తరువాత కొద్దిగా కరివేపాకు కూడా వేసి రుబ్బి పెట్టుకున్న పచ్చడిలో కలపాలి. తాళింపులోనే ఇంగువ కూడా వేయాలి. వేడి అన్నంలోకి చాలా రుచిగా ఉంటుంది సీసాలోకి తీసుకునేటప్పుడు ఉప్పు, నూనె సరిచూసుకోవాలి.

పండుమిర్చి నిలవ పచ్చడి

కావలసిన పదార్థాలు

పండు మిరపకాయలు	ఒక కిలో
చింతపండు	250గ్రా.
ఉప్పు	250గ్రా.
వెల్లుల్లి	250గ్రా.
మెంతిపిండి	15గ్రా.
అల్లం, బెల్లం	2 అంగుళా చొప్పున
పసుపు	100గ్రా.

తయారుచేయు విధానము:పండుమిరపకాయలు తొడిమలు తీయక ముందు శుభ్రంగా కడిగి ఆరబెట్టుకుని తరువాత తొడిమలు తీసి పెట్టుకోవాలి. మిక్సీలోగానీ, గ్రైండర్‌లోగానీ కచ్చాపచ్చాగా దంచి ఉప్పు, పసుపు వేసి జాడీలో పెట్టుకోవాలి. చింతపండు, మిరపకాయల మధ్యగా గుచ్చి పెట్టుకోవాలి. నాలుగు రోజుల తరువాత మరల ఒకసారి గ్రైండర్‌లో వేసుకోవాలి. కొంచెం ఊరిన తరువాత ఒక వారం రోజుల తరువాత వెల్లుల్లి, మెంతి పిండి కలిపి మెత్తగా రుబ్బుకొని జాడీలోకి తీసుకోవాలి. దీనికి తాళింపు పెట్టకపోయినా ఫరవాలేదు. ఇష్టమున్నవారు పావుకిలో నూనె పోసి కాగిన తరువాత తాళింపు పెట్టుకోవచ్చు. తాళింపు లేకుండా ఉన్న పచ్చడి కొద్దిగా తీసుకుని మిక్సీలో వేసి మెత్తగా చేసుకుని కొద్దిగా పెరుగు, జీలకఱ్ఱ పొడి కలిపి తాళింపు వేసుకుంటే ఇడ్లీలు, దోశలలోకి చాలా బాగుంటుంది.

మునగకాయతో నిలువ పచ్చడి

కావలసిన పదార్థాలు

మునగకాయ ముక్కలు	1 కిలో
చింతపండు	100 గ్రా.
కారం	100 గ్రా.
ఉప్పు	100 గ్రా.
మెంతిపిండి	ఒక స్పూను
వెల్లుల్లి	50 గ్రా.
నూనె	పావు కిలో
నిమ్మరసం	కొద్దిగా
ఆవపిండి	ఒక స్పూను

తయారుచేయు విధానము: మునగకాయ ముక్కలు, ఉప్పు, పసుపు కలిపి సీసాలోగానీ, జాడీలో గాని పెట్టుకోవాలి. మూడవరోజు చింతపండు కొద్దిగా ఉడకబెట్టి కారం, పసుపు, మెంతిపిండి కలిపి రుబ్బుకుని ములక్కాయ ముక్కలలో కలిపి ఉప్పు చూసుకుని ఒక పావు కప్పు నిమ్మరసం కలిపి పావుకిలో నూనె బాణలిలో పోసి తాళింపు పెట్టుకోవాలి. జాడీలోకి తీసేముందు చూసుకుని ఏదయినా తక్కువయితే కలుపుకోవాలి. నాలుగు రోజులు ఊరిన తరువాత అన్నంలోకి చాలా బాగుంటుంది.

వెల్లుల్లి నిలవ పచ్చడి

కావలసిన పదార్థాలు

వెల్లుల్లి — అరకిలో
(పొట్టు శుభ్రంగా వలిచి ప్రక్కన పెట్టుకోవాలి)

చింతపండు	100గ్రా.
కారం	100గ్రా.
ఉప్పు	100గ్రా.
పసుపు	ఒక స్పూను
ఆవపిండి	ఒక స్పూను
మెంతిపిండి	ఒక స్పూను
నిమ్మరసం	పావు కప్పు
ఇంగువ	కొద్దిగా
నూనె	200గ్రా.
తాళింపు దినుసులు	
కరివేపాకు	

తయారుచేయు విధానము

చింతపండు కడిగి ఒక గ్లాసు నీళ్ళుపోసి ఉడకబెట్టాలి. దానిలో ఉప్పు, కారం, పసుపు, ఆవపిండి, మెంతిపిండి వేసి మెత్తగా రుబ్బుకోవాలి. దీనిలో పొట్టు తీసిన వెల్లుల్లిపాయలను, నిమ్మరసం కలిపి స్టౌ మీద బాణలిపెట్టి నూనెవేసి కాగిన తరువాత తాళింపు వేయాలి. ఎండుమిర్చి, మినప్పప్పు, శనగపప్పు టేబుల్ స్పూను చొప్పున వేసి, ఆవాలు, కరివేపాకు, ఇంగువ వేసి వేగిన తరువాత రుబ్బి ఉంచుకున్న పచ్చడిలో వేసి కలుపుకోవాలి. తరువాత ఉప్పు, నూనె సరిచూసుకుని గాజు సీసాలో గానీ, జాడీలోగాని పెట్టుకోవాలి. కొలెస్ట్రాల్ ఉన్న వాళ్ళకు బాగా పనిచేస్తుంది. కొలెస్ట్రాల్‌ను తగ్గిస్తుంది. నాలుగయిదు రోజుల తరువాత నుండీ తినవచ్చు. ఊరినకొద్దీ చాలా బాగుంటుంది.

కంద నిలవ పచ్చడి

తయారుచేయు విధానము

కిలో కంద చెక్కు తీసి ముక్కలు కోసి 100గ్రా. ఉప్పు, ఒక స్పూను పసుపు వేసి రోటిలో కచ్చాపచ్చా తొక్కి జాడీలో పెట్టాలి. అందులో 125గ్రా. చింతపండు మధ్యలో పెట్టాలి. మూడవరోజు మిక్సీలో వేసి కారము 125గ్రా., వెల్లుల్లి 100గ్రా.లు, మెంతిపిండి 50గ్రా.లు వేసి మెత్తగా రుబ్బుకుని, 200గ్రా.ల నువ్వుల నూనెతో తాళింపు పెట్టుకుంటే చాలా రుచిగా ఉంటుంది. నూనె, ఉప్పు సరిగ్గా ఉంటే సం॥ము పాటు నిలువ ఉంటుంది.

మామిడికాయతో ఆవకాయ

కావలసిన పదార్థాలు

మామిడికాయ ముక్కలు ఎనిమిది గిన్నెలు
(మామిడికాయను టెంకతో సహా ఒక్కో కాయ మనకు కావలసిన సైజులో ఎనిమిది లేదా పది ముక్కలు చేసుకోవాలి)
కారం ఒక గిన్నె
ఉప్పు ఒక గిన్నె
ఆవాలు అరగిన్నె (మెత్తగా చేసుకున్న పొడి)
మెంతులు అరగిన్నె
(ఎర్రగా వేయించి చేసుకున్న మెత్తటి పొడి)
పసుపు ఒక టేబుల్ స్పూను
పచ్చి మెంతులు 25గ్రా.
పచ్చి శనగలు 25గ్రా.
వెల్లుల్లిపాయలు అర కిలో
(పొట్టు తీసి మామిడికాయ ముక్కలతో కలపాలి)
నూనె ఒక కిలో

తయారుచేయు విధానము

అర కిలో నూనెలో ముందు కోసి పెట్టుకున్న మామిడికాయ ముక్కలు వేసి అన్నీ కలిసిన తరువాత ఉప్పు, కారం, పసుపు, ఆవపిండి, మెంతుల పొడి అన్నీ కలిపి ఒక జాడీలో వేసుకుని రెండవరోజు చూసి మిగతా అరకిలో నూనె చూసి అవసరమనుకున్నంత కలపాలి. మూడో, నాలుగో రోజు మామిడికాయలు ఊరి బాగుంటుంది. తరువాత ఉప్పు, కారం చూసి ఏదయినా అవసరమనుకుంటే కలుపుకుని వాడుకోవచ్చు. సంవత్సరం వరకు నిలువ ఉంటుంది. ఊరగాయలు దేనికయినా సరే ఉప్పు, నూనె సరిగ్గా ఉంటే పచ్చడి తాజాగా ఉన్నట్లే నిలవ ఉంటుంది.

మామిడికాయతో ఎండు ముక్కల (మాగాయి) పచ్చడి

కావలసిన పదార్థాలు

మామిడికాయలు 25 (8 గిన్నెల ముక్కలకు)
కారం ఒక గిన్నె (కొద్దిగా తగ్గినా పరవాలేదు)
ఉప్పు ఒక గిన్నె
ఆవపిండి అర గిన్నె
మెంతిపిండి అర గిన్నె

తయారుచేయు విధానము

మామిడికాయలు చెక్కుతీసి సన్న ముక్కలుగా కోసుకుని ఎనిమిది గిన్నెలకు ఒక గిన్నె ఉప్పు, రెండూ స్పూన్‌ల పసుపు వేసి కలిపి పెట్టుకోవాలి. మూడోరోజున కానీ నాల్గవరోజున కానీ ముక్కలు గట్టిగా పిండి ఎండలో పెట్టాలి. మామిడికాయ జ్యూసు కూడా ఎండలో పెట్టాలి. ఒకటి రెండు రోజులు ఎండిన తరువాత తీసి మామిడకాయ రసంలో అర గిన్నె ఆవపిండి, అర గిన్నె మెంతిపిండి, ఒక గిన్నె కారం, కప్పు వెల్లుల్లి పేస్టు వేసి కలిపి ఒక అర కిలో నూనె కాగబెట్టి ఎండుమిరపకాయలు పది, ఆవాలు నాలుగు స్పూన్లు తాలింపు పెట్టి మామిడికాయ ముక్కలు కలిపి పెట్టుకున్న వాటిలో వేసి ఆరిన తరువాత జాడీలో తీసుకోవాలి.

టొమాటో నిలవ పచ్చడి

కావలసిన పదార్థాలు

టొమాటోలు	ఒక కిలో
చింతపండు	200గ్రా.
ఉప్పు	100గ్రా. (చింతపండులో) ముక్కలలో 100గ్రా.
కారం	200గ్రా.
వెల్లుల్లి	150గ్రా.
మెంతిపొడి	20గ్రా.
పసుపు	ఒక స్పూను
ఆవపిండి	25గ్రా.
ఇంగువ	చిటికెడు
తాళింపు దినుసులు	
నూనె	300గ్రా.

తయారుచేయు విధానము

దోరగా ఉన్న టొమాటోలు కడిగి ఆరిన తరువాత ముక్కలు కోసి అందులో 100గ్రా. ఉప్పు, పసుపు కలిపి రెండు రోజులు ఉంచాలి. మూడోరోజు ముక్కలు తీసి కొద్దిగా ఎండలో పెట్టి మిగిలిన రసములో చింతపండు నానబెట్టాలి. మరుసటి రోజు టొమాటో రసములో నానబెట్టిన చింతపండు, ఉప్పు, కారం, పసుపు, వెల్లుల్లి, మెంతిపిండి, ఆవపిండి అన్నీ కలిపి బాగా రుబ్బుకున్న తరువాత టొమాటో ముక్కలు కలిపి ప్రక్కన పెట్టాలి. స్టౌ మీద బాణలిపెట్టి నూనె పోసి కాగిన తరువాత పది ఎండు మిరపకాయలు, మినప్పప్పు 20గ్రా.లు, పచ్చిశనగపప్పు 20గ్రా.లు, ఆవాలు రెండు స్పూన్‌లు, ఇంగువ చిటికెడు, కరివేపాకు వేసి వేగిన తరువాత రుబ్బి పెట్టుకున్న పచ్చడిలో కలుపుకుని ఆరిన తరువాత పొడిగా ఉన్న సీసాలో జాగ్రత్త చేసుకోవాలి. అన్నంలోకి, దోశలు, ఇడ్లీలు, చపాతీలలో అన్నింటిలో బాగుంటుంది.

- నిలవ పచ్చళ్ళకు ఒకటే సూత్రమేమంటే – ఉప్పు సరిగ్గా ఉండాలి. పచ్చడి మీద ఒక అర అంగుళమైనా నూనె ఉండాలి. నూనె అందకపోతే పచ్చడి పాడయిపోతుంది. ఉప్పుకూడా అంతే. సరిపడా ఉండేలా చూసుకోవాలి.

నిమ్మకాయ నిలవ పచ్చడి

కావలసిన పదార్థాలు

నిమ్మకాయలు	100
ఉప్పు	300గ్రా.
కారం	300గ్రా.
పసుపు	15గ్రా.
వెల్లుల్లి	150గ్రా.
మెంతిపొడి	25గ్రా. (ఎర్రగా వేయించి చేసుకున్న పొడి)
పచ్చిమిరపకాయలు	200గ్రా. (మధ్య చీల్చి పెట్టుకోవాలి)
అల్లం	200గ్రా.

(సన్నగా పొడుగ్గా ముక్కలు తరిగి పెట్టుకోవాలి)

కాకరకాయ ముక్కలు	పావు కిలో (పొడుగ్గా కోసుకోవాలి)

తయారుచేయు విధానము: నిమ్మకాయ ముక్కలు, పచ్చిమిర్చి, అల్లం, కాకరకాయ ముక్కలు, పసుపు, ఉప్పు కలిపి మూడు నాలుగు రోజులు ఒక గాజు సీసాలో ఊరబెట్టుకోవాలి. నాలుగవరోజు ముక్కలు తీసి ఎండలో ఒకరోజు ఉంచాలి. తరువాత నిమ్మకాయ ముక్కలలో కారం, మెంతిపిండి కలిపి తరువాత వెల్లుల్లి దంచి నిమ్మకాయ పచ్చడిలో కలపాలి. కావాలంటే (మరీ గట్టిగాఉంటే) కొంచెం నిమ్మరసం కలుపుకోవాలి. ఉప్పు సరిచూసుకుని సీసాలో పెట్టుకొని వాడుకోవాలి. దీనికి తాళింపు అవసరము లేదు. ఏ పచ్చడి అయినా ఇచ్చిన కొలతల ప్రకారము చేసుకున్నా ఉప్పు, కారం చూసుకుని ఏదయినా అవసరమనుకుంటే మరల కొద్దిగా కలుపుకోవాలి.

కాలీఫ్లవర్ నిలవ పచ్చడి

కావలసిన పదార్థాలు

కాలీఫ్లవర్	1 కేజి
ఉప్పు	50 గ్రా.
కారం	50 గ్రా.
ఆవాలు	50 గ్రా. (కొద్దిగా తాళింపుకు)
నూనె	400 గ్రా.
నిమ్మకాయలు	3
వెల్లుల్లి	కొద్దిగా (తాళింపుకు)

తయారుచేయు విధానము

ముందుగా కాలీఫ్లవర్ విడదీసి ఒక టేబుల్ స్పూన్ ఉప్పు, పసుపు కొద్దిగా వేడి నీటిలో వేయాలి. స్ట్రైయినర్‌లో వేసి ఆరబెట్టి పొడిగా అయ్యేలాగా ఉంచాలి. తడి ఉండకూడదు.

పూలలో ఉప్పు, కారం, పసుపు, మెంతిపిండి, ఆవపిండి కొద్దిగా నూనెవేసి కలపాలి. దీనిలో నిమ్మరసం కూడా కలిపి పెట్టి తాళింపుకు – స్టౌమీద పాన్‌లో నూనెవేసి తాళింపు గింజలు, మిరపకాయలు రెండు వేసి కరివేపాకు వేసి ఆరిన తరువాత పచ్చడిలో కలపాలి. కాలీఫ్లవర్ పచ్చడి తయారయింది. ఇది 10, 15 రోజులు ఉంటుంది.

దొండకాయ నిలవ పచ్చడి

కావలసిన పదార్థాలు

దొండకాయలు	500 గ్రా.	ఉప్పు	175 గ్రా.
మిరపకాయలు	150 గ్రా.	నూనె	250 మి.లీ.
ఆవాలు	50 గ్రా.	మెంతులు	25 గ్రా.
వెల్లుల్లి	50 గ్రా.	జీలకర్ర	1 టేబుల్ స్పూన్
నిమ్మరసం		చింతపండు	150 గ్రా.
పచ్చిమిర్చి	10		

తయారుచేయు విధానము

దొండకాయలు పచ్చివి తీసుకుని శుభ్రంగా ఉప్పునీళ్ళతో కడిగి మళ్ళీ మంచినీళ్ళతో కడిగి బాగా తడి లేకుండా తుడిచి బాగా ఆరనివ్వాలి. స్టౌ మీద బాణలిపెట్టి పావు కిలో నూనెపోసి వేడి అయిన తరువాత దొండకాయలను అందులో వేసి బాగా మగ్గబెట్టుకోవాలి. మగ్గిన తరువాత తీసి వేరే గిన్నెలో పెట్టుకోవాలి.

ఆవాలు, మెంతులు వేరువేరుగా వేయించి మిక్సీలో పొడి చేయాలి. పచ్చిమిరపకాయలు మధ్యగా చీల్చి దొండకాయలు వేయించిన నూనెలో పచ్చివాసన పోయేలా వేయించండి.

తాళింపుకొరకు అదేనూనెలో తాళింపు గింజలు, మెంతిపిండి వేసి బాగా కలపాలి. ఇందులోనే 125 గ్రా. నిమ్మరసం కలిపి బాగా కలపాలి. మనము కలిపిన పచ్చడిలో తాళింపు ఆ నూనెతో సహా పచ్చడిలో వేసి బాగా కలిపి ఆరిన తరువాత గాజు సీసాలో పెట్టుకుని మూడవ రోజునుండి తినవచ్చు. బాగా రుచిగా ఉంటుంది. దొండకాయలు కోసేటప్పుడు చివర వరకు కోయకుండా నాలుగు పక్షాలుగా చివర కలిసేఉండేలా కోసుకోవాలి.

చిక్కుడుకాయ నిలవ పచ్చడి

కావలసిన పదార్థాలు

చిక్కుడు కాయలు	1 కేజి	చింతపండు	150 గ్రా.
కారం	100 గ్రా.	ఉప్పు	100 గ్రా.
పసుపు	చిటికెడు	ఆవాలు	2 స్పూన్‌లు
మెంతులు	2 స్పూన్‌లు		

(ఆవాలు, మెంతులు వేరువేరుగా దోరగా వేయించి పొడిచేయాలి)

తయారుచేయు విధానము

చింతపండు పులుసుతీసి చిక్కగా ఉడకబెట్టాలి. ఉప్పు, కారం కలపాలి. ఆవపిండి, మెంతిపిండి కలపాలి.

చిక్కుడుకాయలు తొడిమలు తీయకుండా కడగాలి. లేకపోతే లోపలకి నీరు చేరుతుంది.

స్టౌ మీద పాన్ పెట్టి నూనెపోసి కాగిన తరువాత చిక్కుడుకాయలు వేసి వేయించాలి. స్టౌ మీద పాన్ పెట్టి తాళింపు పెట్టి తాళింపు గింజలు వేగిన తరువాత కరివేపాకు వేసి చిక్కుడు కాయలలో వేసి కలుపుకోవాలి. పచ్చడి తయారయింది. చాలా టేస్టీగా ఉంటుంది.

మామిడికాయ పచ్చడి (అల్లంవెల్లులితో)

కావలసిన పదార్థాలు

పచ్చి మామిడికాయ ముక్కలు	5 గిన్నెలు (పుల్లగా ఉండాలి)
(5 గిన్నెల మామిడికాయ ముక్కలుముందుగా నూనెతో కలపాలి)	
పసుపు	నూనెలో కలపాలి
కారం	1 గిన్నె + 1/4 గిన్నె
ఉప్పు	1 గిన్నె (తలకొట్టి)
మెంతిపొడి	2 టేబుల్‌స్పూన్స్
అల్లం-వెల్లుల్లి	8 స్పూన్లు (కొద్దిగా మెత్తగా గ్రైండ్ చేయాలి)
జీలకఱ్ఱ పొడి	1 స్పూను

తయారుచేయు విధానము

1/4 కేజీ నూనె బాగా కాగబెట్టి దించి దానిలో 8 స్పూన్లు అల్లం+వెల్లుల్లి పేస్ట్ వేసి, జీలకఱ్ఱ పొడి వేసి అలాగే ఆరేవరకు నూనెలోనే ఉంచండి. బాగా ఆరిన తరువాత మామిడికాయ ముక్కలలో కలపండి. జాడీలో తీసుకుని 3వ రోజు ఉప్పు చూసి తక్కువ అయితే కలిపి నూనె కూడ సరిపోను కలిపి జాడీలోకి తీసుకోండి.

మామిడికాయ, పచ్చిమిర్చి + నువ్వులు పచ్చడి

కావలసిన పదార్థాలు

మామిడికాయ ముక్కలు	750గ్రా.
పచ్చిమిర్చి	1/4 కేజీ
(పచ్చిమిర్చి లైట్‌గా నూనెలో వేయించి గ్రైండ్ చేయాలి)	
నువ్వులు	50 గ్రా. (వేయించిపొడి చేయాలి)
అల్లం-వెల్లుల్లి పేస్టు	2 స్పూన్స్
ఆవాలు+జీలకఱ్ఱ+మెంతులుపొడి	2 స్పూన్స్
(అన్నీ కలిపి పొడి చేసుకోవాలి)	
ఉప్పు	5 టేబుల్ స్పూన్స్

తయారుచేయు విధానము

పైన చెప్పినవన్నీ మామిడికాయ ముక్కలలో వేసి కలపాలి. 2 నిమ్మకాయల రసం కూడ కలపాలి. నూనెలో పోపు ఆవాలు, జీలకఱ్ఱ, 10 వెల్లుల్లి రేకలు, కరివేపాకు బాగా వేయించి ఆరిన తరువాత పచ్చడిలో కలపాలి. 3 రోజుల తరువాత ఉప్పు, నూనె చూసుకుని కలుపుకోవాలి. జాడీలోకి తీసుకుని జాగ్రత్త చేయాలి.

నీరుల్లి (ఉల్లిపాయలు) నిలవ పచ్చడి

కావలసిన పదార్థాలు

ఉల్లిపాయలు	(వెనిగర్‌లో వేసి 4 గం. ఉంచాలి)
వెనిగర్	ఉల్లిపాయలు మునిగేవరకు
ఉప్పు	సరిపడ
కారం+మెంతిపిండి+ఆవాలపిండి	2 టేబుల్ స్పూన్‌లు
(అన్నీ కలపాలి)	
పసుపు	
నూనె	50 మి.లీ
చింతపండు	నిమ్మకాయంత (గుజ్జు తీసి పెట్టాలి)
పచ్చిమిర్చి (ముక్కలు)	6 (పెద్దవి అయితే 4 ముక్కలు)
వెల్లుల్లి	150 గ్రా.

తయారుచేయు విధానము

జీలకఱ్ఱ, ఆవాలు, మెంతులు + చింతపండు గుజ్జు + వెల్లుల్లి నూనెలో వేసి వేయించాలి. పులిహోర పులుసులాగా చిక్కగా అయిన తరువాత పసుపు వేయించి చేసిన మెంతిపిండి, ఆవాలపిండి, కారం కలిపిన ఉల్లిపాయలలో వేసి అంతా బాగా కలిపి జాడీలోకి తీసుకోవాలి. నూనె, ఉప్పు సరిగ్గా ఉంటే 10 రోజులు బయట ఉన్నా పచ్చడి బాగుంటుంది. ఫ్రిజ్‌లో అయితే ఒకటి నుండి రెండు నెలలు ఉంటుంది. చాలా రుచిగా ఉండి తరచూ చేసుకునేలా ఉంటుంది.

పచ్చిముక్కలతో దొండకాయ పచ్చడి

(అప్పటికప్పుడు చేసే పచ్చడి)

కావలసిన పదార్థాలు

దొండకాయలు	1/4 కేజి
నిమ్మరసం	3 కాయలరసం
కారం+ఉప్పు+మెంతులు+ఆవాలు	3 స్పూన్స్
(వేయించి చేసిన పొడి)	
వెల్లుల్లి	నూరినముద్ద
పెద్ద వెల్లుల్లిపాయ	ఒకటి
నూనె	100గ్రా.
తాళింపు దినుసులు	

తయారుచేయు విధానము

స్టౌమీద పాన్ పెట్టి నూనె పోసి కాగిన తరువాత తాళింపు దినుసులు, ఇంగువ, కరివేపాకు, వెల్లుల్లిపాయ క్రష్ చేసి వేసి, ఎండుమిర్చి వేసి సన్నమంట మీద బాగా వేయించి ముక్కలతో కలపాలి. ముందు పొడులు వేసుకోవాలి. ముక్కలలో ఉప్పు, పసుపు వేసి 2 స్పూన్స్ + 4 స్పూన్స్ కారం వేయాలి. మెంతులు+ఆవాలు వేయించి చేసిన పొడి కలపాలి.

తాళింపు వేసి నూనె కలిపి, నిమ్మకాయల రసం కలపాలి. ఉప్పు చూసి వేయండి పచ్చడి తయారు అయినట్లే.

బియ్యం పిండితో వడియాలు

కావలసిన పదార్థాలు

బియ్యం పిండి	రెండు కప్పులు
నీళ్ళు	నాలుగు కప్పులు
పచ్చిమిరపకాయలు	ఎనిమిది
ఉప్పు	రుచికి సరిపడా
జీలకర్ర	రెండు స్పూన్‌లు
నువ్వు పప్పు	రెండు స్పూన్‌లు

తయారుచేయు విధానము

మందపాటి గిన్నెలో రెండు గ్లాసుల నీరు పోసి స్టౌ మీద పెట్టాలి. బియ్యం పిండిలో రెండు గ్లాసుల నీరు పోసి (చల్లటి) ఉండలు కట్టకుండా కలపాలి. పిండి ఉడికిన తర్వాత మెత్తగా దంచిన పచ్చిమిర్చి, ఉప్పు, జీలకర్ర, నువ్వు పప్పు వేయాలి. చల్లారిన తరువాత జంతికల గొట్టంలో పోసి కావలసిన సైజులో పలుచని బట్టమీద ఒత్తి ఎండనివ్వాలి. ఎండిన తరువాత విరిగిపోకుండా జాగ్రత్తగా ఒలిచి డబ్బాలో భద్రపరచాలి.

పెసర వడియాలు

కావలసిన పదార్థాలు

పెసరపప్పు	ఒక కిలో
జీలకర్ర	పావు కప్పు
ఇంగువ	అర స్పూను
పచ్చిమిర్చి	50గ్రా.
కొత్తిమీర	పావు కప్పు (సన్నగా తరిగినది)
కరివేపాకు	పావు కప్పు (సన్నగా తరిగినది)

తయారుచేయు విధానము: పెసరపప్పును నానబెట్టాలి. నాలుగు గంటల తరువాత పచ్చిమిర్చితో కలిపి మెత్తగా రుబ్బాలి. ఉప్పు, జీలకర్ర, ఇంగువ, కొత్తిమీర, కరివేపాకు తురుము కలిపి బాగా కలిపి పల్చని వస్త్రంమీద వేళ్ళ అంచులతో పిండిని జారవిడుస్తూ చిన్న చిన్నవిగా అచ్చం మినప వడియాలలానే పెట్టుకోవాలి. అయితే మినప పిండిలా పెసరపిండి ఎక్కువసేపు ఉండదు. కాబట్టి రుబ్బిన వెంటనే పిండి విరిగినట్లు కాకముందే త్వరగా పెట్టేయాలి. లేదా కొంచెం కొంచెం రుబ్బుకోవాలి. వీటిని ఉల్లిపాయలతో కలిపి కూరలాగా వండుకున్నా చాలా బాగుంటుంది.

సొరకాయ వడియాలు

కావలసిన పదార్థాలు

సొరకాయ	ఒకటి	మినప్పప్పు	కాయ సైజును బట్టి
ఇంగువ	కొద్దిగా	పచ్చిమిర్చి	ఎనిమిది
ఉప్పు	సరిపడా	పండుమిర్చి	తగినంత
జీలకర్ర	ఒక స్పూను	తరిగిన కొత్తిమీర	
కరివేపాకు			

తయారుచేయు విధానము

రాత్రే మినప్పప్పు నానబెట్టుకుని ఉదయాన్నే మెత్తగా రుబ్బుకోవాలి. సొరకాయ తొక్కుతీసి సన్నగా తురిమి నీరు పిండి రుబ్బిన మినప్పిండిలో కలపాలి. ఉప్పు, దంచిన మిరపకాయలు, ఇంగువ, జీలకర్ర, తరిగిన కరివేపాకు, కొత్తిమీర కలిపి చిన్న చిన్న వడియాలుగా పెట్టుకోవాలి. ఎండిన తరువాత ఒలిచి మరోసారి ఎండలో పెట్టి గలగల ఎండిన తరువాత డబ్బాలో జాగ్రత్త చేసుకోవాలి. కావాలనుకున్నప్పుడు స్టౌ మీద బాణలిపెట్టి ఎర్రగా వేయించి అన్నంలోకి తినాలి. వట్టివి తిన్నా బాగుంటాయి.

సగ్గుబియ్యం వడియాలు

పల్చటి బట్టమీద పెడ్తే బాగుంటుంది. ప్లాస్టిక్ షీట్లు వాడవద్దు.

కావలసిన పదార్థాలు

సగ్గుబియ్యం	నాలుగు కప్పులు
నీళ్ళు	పదహారు కప్పులు (ఒకటికి నాలుగు)
జీలకర్ర	పావు కప్పు
ఉప్పు	సరిపడా
నువ్వుల పప్పు	పావు కప్పు
పచ్చిమిర్చి	ఎనిమిది

తయారుచేయు విధానము: కుక్కర్‌లో సగ్గుబియ్యంలో నీళ్ళుపోసి మూడు విజిల్స్ వచ్చేవరకూ ఉంచి దించేయాలి. మూత తీసినప్పుడు సగ్గుబియ్యం పూర్తిగా కరిగిపోయినట్లుగా ఉడకాలి. లేకపోతే మరికాసేపు ఉడికించాలి. తరువాత జీలకర్ర, ఉప్పు, నువ్వుల పప్పు, దంచిన పచ్చిమిర్చి ముద్ద కలిపి దించి చల్లార్చాలి. చల్లారిన తరువాత పల్చటి బట్ట తడిపి గట్టిగా పిండి దానిమీద కలిపి పెట్టుకున్న సగ్గుబియ్యం మిశ్రమాన్ని స్పూనుతో గుండ్రంగా పోసి ఎండనివ్వాలి. రెండు రోజులు ఎండిన తరువాత ఒలిచి మరలా నాలుగయిదు రోజులు పచ్చిలేకుండా ఎండబెట్టి డబ్బాలో భద్రపరచుకోవాలి.

బొంబాయి రవ్వ వడియాలు

కావలసిన పదార్థాలు

బొంబాయి రవ్వ	నాలుగు కప్పులు
నీళ్ళు	ఒకటికి ఐదు
జీలకర్ర	పావు కప్పు
ఉప్పు	సరిపడా
ఇంగువ	టీ స్పూను
పచ్చిమిర్చి	25గ్రా.

తయారుచేయు విధానము: రవ్వను కడిగి నీళ్ళుపోసి ఉంచాలి. స్టౌ మీద గిన్నెలో నీరుపోసి మరిగిన తరువాత రవ్వను వేసి ఉడికించాలి. ఉడుకుతుండగానే ఉప్పు, జీలకర్ర, ఇంగువ, పచ్చిమిర్చి ముద్ద వేసి కలపాలి. చల్లారిన తరువాత పై వాటిలానే పెట్టి ఎండిన తరువాత డబ్బాలో పెట్టి భద్రపరచాలి.

మినప వడియాలు

కావలసిన పదార్థాలు

మినపగుళ్ళు	అర కిలో
పచ్చిమిర్చి	50గ్రా.
ఉప్పు	సరిపడా
ఇంగువ	టీ స్పూను
జీలకర్ర	50గ్రా.

తయారుచేయు విధానము: ముందురోజు రాత్రి మినపగుళ్ళు నీళ్ళలో పోసి నానబెట్టాలి. ఉదయమే కడిగి పచ్చిమిర్చితో కలిపి మెత్తగా రుబ్బుకోవాలి. తరువాత ఇంగువ, ఉప్పు కలిపి పల్చటి బట్టమీద చిన్న చిన్న వడియాలు పెట్టుకోవాలి. బాగా ఎండిన తరువాత డబ్బాలో భద్రపరచుకోవాలి. ఎప్పుడు కావాలంటే అప్పుడు స్టౌ మీద బాణలిలో నూనెపోసి కాగిన తరువాత వడియాలు కొద్దిగా వేసి వేయించుకోవచ్చు.

ఉల్లి వడియాలు

కావలసిన పదార్థాలు

బియ్యం	ఒక కిలో
మంచినీళ్ళు	ఒక గ్లాసు పిండికి ఐదు గ్లాసుల చొప్పున
ఉప్పు	సరిపడా
జీలకర్ర	పావు కప్పు
ఉల్లిపాయలు	సుమారుగా ముప్పావు కిలో
కొత్తిమీర	పావు కప్పు (సన్నగా తరిగినది)
కరివేపాకు తురుము	అర కప్పు
పచ్చిమిరపకాయలు	ఐదు సన్నగా తరిగి

తయారుచేయు విధానము: బియ్యం ముందుగా ఒక ఐదు గంటలు నానబెట్టాలి. తరువాత ఆరబెట్టి ఆరిన తరువాత పిండి పట్టించాలి. ఇప్పుడు ఒకటికి ఐదు చొప్పున ఎసరు పెట్టి మరిగిన తరువాత అందులో బియ్యం పిండి, ఉప్పు, ఉల్లిపాయ తురుము, కొత్తిమీర, కరివేపాకు తరుగు, జీలకర్ర వేసి ఉడికించాలి. చిక్కగా ఉడికిన తరువాత చల్లార్చి వడియాలు చిన్నవిగా పెట్టుకోవాలి. నీళ్ళు సగము ఎసరుపెట్టి, సగము నీళ్ళలో పిండి గరిటె జారుగా కలిపాలి.

బూడిద గుమ్మడికాయతో వడియాలు

కావలసిన పదార్థాలు

బూడిద గుమ్మడికాయ	ఒకటి
మినపప్పు	సరిపడా
(కాయ సైజును బట్టి తీసుకోవాలి)	
ఉప్పు	సరిపడా
ఇంగువ	అర టీ స్పూను
పచ్చిమిర్చి	50గ్రా.
జీలకర్ర పొడి	ఒక స్పూను

తయారుచేయు విధానము

ముందురోజు బూడిద గుమ్మడికాయను తురిమి ఆ తురుమును పలుచని బట్టలో వేసి కట్టి దానిమీద ఏదయినా బరువు పెట్టాలి. ఉదయానికల్లా ఆ నీరంతా దిగిపోతుంది.

నానిన మినపప్పును మెత్తగా రుబ్బి అందులో ఉప్పు, కారం, ఇంగువ వేసి ఈ గుమ్మడి తురుము కూడా వేసి కలిపి చేత్తో రూపాయిబిళ్ళ సైజులో వడియాలు పెట్టుకోవాలి.

ప్రతి వడియాల పిండిలో కొత్తిమీర తురుము, సన్నగా తరిగిన కరివేపాకు కూడా పిండిలో కలిపితే రుచి చాలా బాగుంటుంది.

మామిడికాయ వరుగులు

కావలసిన పదార్థాలు

మామిడికాయలు	పది
ఉప్పు	రుచికి సరిపడ
పసుపు	ఒక స్పూను

తయారుచేయు విధానము

పచ్చి మామిడికాయలు చెక్కుతీసి సన్నని ముక్కలు పొడుగ్గా కోసుకుని ఉప్పు, పసుపు కలిపి మూడు రోజులు ఊరనిచ్చి మూడవరోజున తీసి గట్టిగా పిండి ఎండలో పెట్టి ఎండిన తరువాత పొడిగా ఉన్న డబ్బాలో జాగ్రత్త చేసుకుంటే సీజను కాని టైమ్‌లో కూడ వాడుకోవటానికి బాగుంటాయి. పప్పులోకి కానీ, వేరే కూరలలోకి కానీ పనికి వస్తాయి.

టొమాటో పురీ

కావలసిన పదార్థాలు

టొమాటోలు	అర కిలో (రెండుగా కోసి పెట్టుకోవాలి)

తయారుచేయు విధానము

స్టౌ మీద మందపాటి గిన్నెపెట్టి టొమాటోలు వేసి ఒక గ్లాసు నీరుపోసి సన్నటి మంటమీద బాగా ఉడకనివ్వాలి. తరువాత బ్లెండ్ చేసి స్ట్రైనర్‌లో వడకట్టి ఎలా కావాలో రెసిపీలకు తగ్గట్లుగా వాడుకోవచ్చు.

వంకాయలు - వరుగులు

కావలసిన పదార్థాలు

వంకాయలు	ఒక కిలో
ఉప్పు	రుచికి సరిపడ
పసుపు	ఒక స్పూను

తయారుచేయు విధానము

వంకాయలు శుభ్రంగా కడిగి పెట్టుకుని తడి లేకుండా సన్నగా, పొడుగ్గా ముక్కలు కోసుకుని ఉప్పు, పసుపు కలిపి ఒక గిన్నెలోగాని, జాడీలో కానీ పెట్టుకోవాలి. మూడు రోజుల తరువాత ముక్కలను రసం లేకుండా పిండి ఒక బట్టమీద ఎండలో ఆరబెట్టాలి. రెండురోజులు తడిలేకుంఢా (పచ్చి) ఎండిన తరువాత పొడిగా ఉన్న డబ్బాలో జాగ్రత్త చేసుకోవచ్చు.

గోరుచిక్కుడు వరుగులు

కావలసిన పదార్థాలు

గోరుచిక్కుడు కాయలు	అర కిలో
పసుపు	అర స్పూను
ఉప్పు	రుచికి సరిపడ

తయారుచేయు విధానము

గోరు చిక్కుడు కాయలను రెండు ప్రక్కల ఈనెలు తీసి ప్రెజర్‌కుక్కర్‌లో గోరుచిక్కుడు కాయలు, ఉప్పు, పసుపు వేసి రెండు విజిల్స్ వచ్చిన తరువాత దించి ఎండలో పెట్టి ఎండిన తరువాత డబ్బాలో జాగ్రత్త చేయాలి. సాయంకాలాలలో కొద్దిగా నూనెలో వేయించి స్నాక్స్‌లాగా కూడ తినటానికి బాగుంటాయి. సాంబారు అన్నంలోకి, పప్పు కూరలలోకి కూడా బాగుంటుంది.

ఉలవలు మొలకల కూర

తయారుచేయు విధానము

250 గ్రా॥ ఉలవలు రాత్రిపూట నానబెట్టి, నానిన తరువాత ఒక బట్టలో మూటకట్టి మొలకలు వచ్చేవరకు ఉంచాలి.

మొలకలు వచ్చిన తరువాత ఆ మొలకలను కుక్కర్‌లో ఉడికించి, స్టౌమీద పాన్ పెట్టి తాళింపు గింజలు వేసి చిటపట లాడిన తరువాత పచ్చిమిర్చి ముక్కలు, ఉల్లిపాయ ముక్కలు వేసి కొద్దిగా వేగిన తరువాత కొద్దిగా అల్లం, వెల్లుల్లి ముద్దవేసి వేయించి టమాటా ముక్కలు వేసి మూతపెట్టి మగ్గించుకోవాలి. తరువాత ఈ ఉలవల మొలకలు వేసి గసాయి, ఎండుకొబ్బరి, లవంగాలు మూడు, దాల్చిన చెక్క కలిపి పేస్టు చేసి కూరలో వేసి ఉప్పు, పసుపు వేసి దించేముందు కొత్తిమీర వేసి దింపేయాలి. రుచిగానూ ఉంటది, ఆరోగ్యానికి కూడా చాలామంచిది. నెలలో 4 లేక 5 సార్లు చేసుకోవచ్చు.

పన్నీర్

కావలసిన పదార్థాలు

ఫ్యాట్ ఫ్రీ పాలు	రెండు లీటర్లు
ఉప్పు	ఒక టేబుల్ స్పూను
నిమ్మకాయ రసం	రెండు కాయలది (లేదా)
వెనిగర్	మూడు టేబుల్ స్పూన్లు

తయారుచేయు విధానము

పాలు రెండు లీటర్లు బాగా కాగబెట్టి పొంగు వచ్చిన తరువాత బాగా మరగ కాయాలి. ఆ కాగిన పాలకు ఉప్పు, నిమ్మరసం కానీ, వెనిగర్ కానీ కలపాలి. తరువాత రెండు మూడుసార్లు బాగా కలపాలి. తరువాత పాలు విరిగినట్లయిన తరువాత నీళ్ళలాగ కొంచెము పచ్చగా విడిపోయినట్లవుతుంది. క్రింద గట్టిగా అయిన పదార్థాన్ని వడకట్టుకోవాలి. పల్చని బట్టలో వేసి మూటలాగ కట్టి కొంచెం ఎత్తుమీద వేలాడదీయాలి. ఒకటి లేదా రెండు గంటలు అలా ఉంచి ఆ మూట కట్టిన విరిగిన జున్నును ఒక బరువయిన (తిరుగలి లేక పత్రము) వస్తువు క్రింద పెట్టి ఉంచి నీళ్ళు అన్నీపోయి పన్నీరు మిగులుతుంది. తీసి అర అంగుళం ముక్కల క్రింద కోసి పెట్టుకోవాలి.

దీనిలో వచ్చిన పల్చని నీరు పారబోయవద్దు. ఎందుకంటే ఇది చాలా న్యూట్రిషనల్ వాల్యూ కలిగి ఉంటుంది. వేరే కూరలకు నీళ్ళు కలప వలసి వస్తే ఈ నీరు వాడుకుంటే చాలా మంచిది.

పెరుగు

కావలసిన పదార్థాలు

పాలు	అర లీటరు
పెరుగు లేదా మజ్జిగ	ఒక స్పూను

తయారుచేయు విధానము

పాలు గిన్నెలో పోసి స్టౌ పైన పెట్టి మంటమీద కాగబెట్టాలి. పొంగు వచ్చిన తరువాత స్టౌ ఆపేసి పాలగిన్నె ప్రక్కన పెట్టి పాలు ఆరనివ్వాలి. గోరువెచ్చగా అయిన తరువాత పెరుగుగానీ, మజ్జిగకానీ వేసి రెండుసార్లు వేరే గిన్నెలో తిరగబోసి మూతపెట్టుకోవాలి. మూడు, నాలుగు గంటలకు పాలు పెరుగుగా తయారవుతుంది.

కొబ్బరిపాలు తీయుటకు

తయారుచేయు విధానము: కొబ్బరికాయ చిప్పలను తురిమి కొబ్బరి తీసుకోవాలి. స్టౌ మీద వేడి నీళ్ళు కాగబెట్టి ప్రక్కన పెట్టుకోవాలి. తురిమిన కొబ్బరిని మిక్సీలో వేసి బాగా మెత్తగా చేసి దానిలో కాగబెట్టి పెట్టుకున్న వేడి నీళ్ళుపోసి వడకట్టుకుంటే కొబ్బరిపాలు వస్తాయి. మరల మరోసారి వేడినీళ్ళు పోసి వడకట్టుకొని మిగతా పాలు కూడా తీసుకుని వాడుకోవాలి.

బాదం మిల్క్ షేక్

కావలసిన పదార్థాలు

పాలు	ఒక గ్లాసు
బాదంపప్పులు	నాలుగు లేదా ఐదు
పంచదార	రెండు స్పూన్లు

తయారుచేయు విధానము: బాదంపప్పు రాత్రంతా నానబెట్టి పై తోలు తీసేయాలి. పాలు, పంచదార, బాదం పప్పులు కలిపి బ్లెండ్ చేసి చల్లగా తాగాలి.

స్ట్రాబెర్రీ స్మూతీ

కావలసిన పదార్థాలు

ఐస్	అర కప్పు
నీరు	అర కప్పు
పెరుగు	అర కప్పు
స్ట్రాబెర్రీలు	మూడు
పంచదార	రెండు స్పూన్లు

తయారుచేయు విధానము: అన్ని పదార్థాలు కలిపి బ్లెండ్ చేయాలి.

జామ-పైనాపిల్ జ్యూస్

కావలసిన పదార్థాలు

పైనాపిల్ జ్యూస్ (టిన్డ్)	125మి.లీ.
జామపండు రసం (టిన్డ్)	75మి.లీ.
తాజా నిమ్మరసం	ఒక స్పూన్
ఐస్ క్యూబ్స్	30గ్రా.

తయారుచేయు విధానము: పదార్థాలన్నీ బ్లెండర్లో వేసి బ్లెండ్ చేయాలి. చల్లగా తాగాలి. ఈ రెండు రకాల పండ్లు కూడ వేసవిలో అత్యధిక శక్తి నిచ్చేవే.

జొన్న సంకటి

తయారుచేయు విధానము: జొన్నలు రోటిలో పోసి కొద్దికొద్దిగా నీళ్లుపోస్తూ దంచుకోవాలి. పై పొట్టు అంతా పోయి జొన్న బియ్యం తెల్లగా అయిపోయి పొట్టుపోతుంది. ఇవి శుభ్రంగా కడిగి పొట్టు అంతాపోయి బియ్యం వస్తుంది. ఇవి స్ట్రైనర్లో వేయాలి. ఈ బియ్యం మిక్సీలో వేసి జల్లించుకొని రవ్వ వేరుగా, పిండి వేరుగా తీసుకోవాలి.

స్టౌ మీద గిన్నె పెట్టి అందులో నీరుపోసి కాగిన తరువాత ఉప్పు, పిండి వేసి కలుపుతూ ఉడకబెట్టాలి. దించిన తరువాత బాగా కలుపుకుని మరల స్టౌ మీద పెట్టి 2 ని॥లు ఉంచి దించేయాలి. సంకటి తయారయినట్లే.

రకరకాల టీ లు (తేనీరు)

1. **లెమన్ టీ:** నీళ్ళు బాగా మరిగిన తరువాత టీ పొడి వేసి గ్లాసులో వడపోసి, దానిలో నిమ్మరసం పిండి, చక్కెర కలిపితే లెమన్ టీ తయారవుతుంది. తలనొప్పి వచ్చినప్పుడు ఈ టీ తాగితే తల నొప్పి తగ్గుతుంది.
2. **పుదీనా టీ:** తెర్లుతున్న నీటిలో పుదీనా చిన్న చిన్న ముక్కలు చేసి నీటిలో వేసి మూతపెట్టి 2 ని॥లు ఆగి వడపోసి చక్కెర, పాలు కలిపి ఈ పుదీనా టీ తాగితే గొంతునొప్పి సాఫీగా ఉంటుంది.
3. **అల్లం టీ:** తెర్లుతున్న నీటిలో చిన్న అల్లం ముక్క తురిమి వేసి తరువాత టీ పొడి వేసి మూతపెట్టి రెండు నిమిషాల తరువాత వడపోసి పాలు, చక్కెర కలిపి తాగితే గొంతు గరగర తగ్గుతుంది.
4. పై విధముగానే తెర్లే నీటిలో తులసి ఆకులు 10, టీ పొడి వేసి వడకట్టి పాలు, పంచదార కలిపి తాగితే బాక్టీరియా, వైరస్‌ల నుండి కాపాడుతుంది.
5. **కెమేమైల్ టీ:** మంచి నిద్ర కలిగించి, జీర్ణవ్యవస్థ సక్రమంగా పనిచేసేలా చేస్తుంది.
6. గ్రీన్ టీ ప్రాసెసింగ్‌లో ఆక్సిడేషన్ ప్రక్రియ ఉండదు. ఆకులు మాడ్చి పొడి చేస్తారు. ఆకుపచ్చ రంగు కలిగిఉంటుంది. తెర్లే నీటిలో గ్రీన్ టి పొడి వేసి మూతపెట్టి 5 ని॥ తరువాత కొద్దిగా నిమ్మరసం, తేనె కలిపి తీసుకుంటే ఆరోగ్యానికి చాలా మంచిది.

యాలకులతో, మసాల పొడితో టీ

కావలసిన పదార్థాలు

యాలకుల పొడి	పావు స్పూను
టీ ఆకు	5 లేక 6 స్పూన్లు
నీరు	నాలుగు కప్పులు
పాలు	ఒకటి లేదా రెండు కప్పులు
పంచదార	రుచికి సరిపోయేలా

సుమారు ఒక కప్పు టీకి ఒక స్పూనుగానీ లేకా ఒకటిన్నర స్పూనుగానీ పంచదార సరిపోతుంది. ఒక పావు స్పూను యాలకులపొడి లేకపోతే టీ మసాల ఇవి ఇష్టమయినవారు వేసుకోవచ్చు. లేకపోతే ఇవి లేకుండా కూడ టీ తయారు చేసుకోవచ్చు. నీరు మరిగేటప్పుడు చిన్న అల్లంముక్క దంచి వేయవచ్చు.

తయారుచేయు విధానము: గిన్నెలో మూడు గ్లాసుల నీరు తీసుకుని స్టౌ మీద పెట్టి మరగనివ్వాలి. దీనిలో టీ ఆకుగానీ, పొడిగానీ వేసి ఒక నిముషం ఉంచి స్టౌ ఆపేయండి. ఇష్టమయినవారు యాలకులపొడి గానీ, టీ మసాలకానీ వేసుకోవచ్చు. లేకపోతే చిన్న అల్లం ముక్క కచ్చాపచ్చా దంచి వేసి అల్లం టీ కూడా తయారు చేసుకోవచ్చు. ఇప్పుడు ఈ టీ డికాక్షను వడకట్టి తగినంత పాలు కలిపి, పంచదార కూడ వేసి తాగండి. టీ పొడి వేసిన తరువాత నీరు మరగపెట్టవద్దు. చేదుగా ఉంటుంది.

టీ మసాల పొడి

కావలసిన పదార్థాలు

లవంగాలు	10 గ్రా.
దాల్చిన చెక్క	5 గ్రా.
జాజికాయ	5 గ్రా.
జాపత్రి	5 గ్రా.
అనాసపువ్వు	5 గ్రా.
సొంఠి	5 గ్రా.
యాలకులు	3

తయారుచేయు విధానము: అన్నీ విడివిడిగా సన్నమంటమీద వేయించి పొడి చేసుకుని గాజుసీసాలో జాగ్రత్త చేయాలి. ఒక కప్పు వేడి టీలో చిటికెడు పొడి కలిపి తాగితే చాలా బాగుంటుంది. గొంతు కూడా సాఫీగా ఉంటుంది.

దక్షిణభారత ఫిల్టర్ కాఫీ

కావలసిన పదార్థాలు

కాఫీ పౌడర్	10 టీ స్పూన్లు
బాగా మరగబెట్టిన నీళ్ళు	
పాలు	నాలుగు కప్పులు
పంచదార	రుచికి సరిపడ

తయారుచేయు విధానము: ఫిల్టరు అందరికి తెలిసే ఉంటుంది. ఫిల్టరు పై భాగములో కాఫీ పౌడరు వేసి దానిలో కాఫీ పొడిపైన ఫిల్టరులో ఉన్న కాడలాంటి భాగము పెట్టి దానిలో మరగబెట్టిన నీళ్ళుపోసి మూత పెట్టాలి. పదినిముషాలకు డికాక్షను ఫిల్టరు కింద భాగము గ్లాసులోకి దిగుతుంది. పాలు కాగబెట్టి ఈ డికాక్షను కలిపి కప్పుకు ఒక స్పూను చొప్పున పంచదార కలిపి తాగవచ్చు. సుమారు ఐదుగురికి సరిపోతుంది.

ఉసిరికాయలతో మురబ్బా

కావలసిన పదార్థాలు

ఉసిరికాయలు	1 కేజి
అల్లం	50 గ్రా.
సైంధవ లవణం	50 గ్రా. (లేదా నల్లఉప్పు)
జీలకర్ర	10 గ్రా.
మిరియాలు	10 గ్రా.
ఉసిరిక	కొద్దిగా
జాజికాయ	సగం

తయారుచేయు విధానము: ఉసిరికాయలు శుభ్రంగా కడిగి ఆవిరిమీద ఉడకబెట్టాలి. ఆరిన తరువాత కాయను చిదిమితే పక్షాలుగా విడిపోయి గింజ వచ్చేస్తుంది. అల్లం, జీలకర్ర, మిరియాలు, ఉప్పు, జాజికాయ అన్నీ కలిపి ముద్దగా నూరి ఈ ముద్ద ముక్కలకు బాగా పట్టించి ఎండలో పెట్టి బాగా ఆరిన తరువాత గ్లాస్ జార్‌లో నిలవ చేయాలి.

వంటింటి చిట్కాలు

- ఆకుకూరలుగానీ, క్యాబేజిగానీ ఉడకబెట్టిన నీళ్ళు పారబోయకుండా పకోడీల పిండిలో కలిపి పకోడీలు వేస్తే రుచిగా ఉండి, ఆరోగ్యానికి మంచి చేస్తుంది.
- కోడిగ్రుడ్డుతో ఆమ్లెట్ వేసేముందు రెండూ స్పూన్ల మైదాపిండి కలిపితే ఆమ్లెట్ మృదువుగా ఉంటుంది.
- కూరలో ఉప్పు ఎక్కువైతే పాలమీద మీగడ కూరలో వేస్తే సరిపోతుంది.
- ఉల్లిపాయ ముక్కలు త్వరగా వేగాలంటే కాస్త చక్కెర కలపండి.
- బొబ్బట్లు సరిగా రాకపోతే ఒక చెంచా గోధుమరవ్వ కలపండి.
- నెయ్యి ఎక్కువకాలం నిలవ ఉండాలంటే చిన్న బెల్లం ముక్క వేయాలి.
- పులిహోరలో కలిపే పసుపును ముందుగా తాళింపు నూనెలో వేసినట్లైతే మంచి రంగు వస్తుంది.
- పలావ్ వండేటప్పుడు రంగు మారకుండా రుచిగా రావాలంటే గ్లాసు వేడి నీటిలో స్పూన్ పంచదార కలిపి ఆ నీటిని పలావ్‌లో కలపాలి.
- మామిడిరసంలో మిరియాల పొడిని కలుపుకుని తాగితే కోల్పోయిన శక్తిని పుంజుకోవచ్చు. ఈ రసం కంటి చూపును మెరుగు పరచటానికి దోహదం చేస్తుంది.
- వెల్లుల్లిరసం, టొమాటో రసం కలిపి తాగితే శక్తి కలుగుతుంది.
- తక్షణ శక్తినిచ్చే జ్యూస్ బీట్రూట్. ప్రతిరోజూ తాగితే (ఒక గ్లాసు) మందులతో చాలావరకు పని ఉండదని నిపుణుల సలహా.
- నువ్వులలో మెగ్నీషియం, కాల్షియం, కాపర్ పుష్కలంగా లభిస్తాయి. వీటిని ఆహారం ద్వారా తీసుకుంటే ఎముకలు, కీళ్ళు శక్తివంతంగా తయారవుతాయి.
- సోయాబీన్ సాస్ వాడటానికి ముందు ఆ సీసాను బాగా కదిపి వాడితే ఆ సీసాలో సాస్ పేరుకుపోకుండా సమానంగా వస్తుంది.
- టొమాటో సూప్ తయారు చేసేటప్పుడు అందులో ఒక బీట్‌రూట్‌ను ముక్కలుగా కోసి వేస్తే రంగు, రుచి బాగా ఉంటుంది.
- పచ్చి బఠాణీలు ఉడకబెట్టే నీటిలో ఒక స్పూన్ పంచదార వేసినట్లయితే త్వరగా ఉడుకుతాయి.
- సమోసాలు చేసేటప్పుడు ఆ పిండిలో కొన్ని చుక్కలు నిమ్మరసాన్ని కలిపితే సమోసాలు కరకర లాడతాయి.
- ఎండు కొబ్బరిని సులభంగా తురమాలంటే దానిపై కొద్దిగా నీళ్ళు చల్లి ఫ్రిజ్‌లో పెట్టాలి.
- పూరీల పిండిలో రెండు చెంచాల బొంబాయి రవ్వ, రెండు చెంచాల మైదా కలిపితే పూరీలు చాల రుచిగా ఉంటాయి.
- ఆకుకూరలు ఉడకబెట్టేటప్పుడు మూత పెట్టవద్దు. అలా చేస్తే వాటి రంగు పోతుంది.
- పాలు కాగిన తరువాత చిల్లుల మూత ఆ పాత్ర మీద ఉంచితే మీగడ ఎక్కువ కడుతుంది.
- ఎండాకాలం పాలు విరగకుండా ఉండాలంటే పాలలో రెండు, మూడు వడ్ల గింజలు వేయండి.
- వెల్లుల్లిపాయల్ని పాలిథిన్ సంచిలో వేసి రాత్రంతా ఫ్రిజ్‌లో పెడితే మర్నాడు పొట్టు తీయడం సులభం.
- కాకరకాయ చేదు విరగాలంటే ముక్కలు తరిగి బియ్యం కడిగిన నీటితో గంటసేపు నాననిచ్చి చూడండి.
- గ్యాస్ స్టౌ అరుగుపై చాలా కాలంగా ఉండిపోయిన జిడ్డును నిమ్మపండు తొక్కతో రుద్ది వేడి నీటితో కడిగితే శుభ్రపడుతుంది.
- పాలు త్వరగా తోడుకోవాలంటే తోడుకు పెరుగు కలిపిన తరువాత ఒక ఎండుమిరపకాయను వేయండి.

వంటింటి చిట్కాలు

- స్క్రూ బిగించేముందు రంధ్రంలో కాస్తంత ఉప్పు చల్లి తిప్పాలి. గట్టిగా బిగుసుకుంటుంది.
- రక్తంలో కొలెస్ట్రాల్ తగ్గించుకోవటానికి ప్రతిరోజూ బీట్‌రూట్ వాడాల్సిందే.
- పుదీనా ఆకులు ఎండిపోతున్నాయనిపిస్తే రెండు చుక్కలు నూనెవేసి డబ్బాలో జాగ్రత్తచేస్తే చాలా రోజులు వాడుకోవచ్చు.
- ఆవాలు పొడిచేసి దానితో వెండిగిన్నెలు తోమితే పాత్రలు మెరుస్తుంటాయి.
- వంట చాకు కడిగిన తరువాత తుడిస్తే దాని పదును పోతుంది. అందుకే నీరు పోయేవరకు ఒడ్డుండి. సరిపోతుంది.
- చపాతీ పిండి కలిపేటప్పుడు ఒక కప్పు పాలు, కొద్దిగా గోరువెచ్చని నీరు పోసి కలిపితే చపాతీలు మృదువుగా ఉంటాయి.
- కాకరకాయ కూరలో నాలుగు పచ్చి మామిడికాయ ముక్కలు వేస్తే చేదు బాగా తగ్గుతుంది.
- వారంలో కనీసం మూడు సార్లయినా మెంతికూర తింటే శరీరం ప్రకాశవంతమవుతుంది.
- బచ్చలి ఆకు వండి తింటే రుచిగా ఉండటమే కాదు. చలువచేసి దాహాన్ని అణచి జఠర దీప్తిని కలిగిస్తుంది.
- అరటికాయ, చిప్స్‌ను వేయించటానికి ముందు పసుపు కలిపిన నీళ్ళలో మూడు నిముషాలుంచి తరువాత వేయిస్తే చిప్స్ నల్లబడవు.

వంటింటి వైద్యం

సమతుల ఆహారం ఆరోగ్యానికి ఎంతో అవసరం. తీసుకునే ఆహారంలో ఎన్నో రకాల పోషకాలు దేహానికి రకరకాల ప్రయోజనాలను కలిగిస్తాయి. అందువల్ల ఏకాలంలో వచ్చే కూరలు, పళ్ళు ఆ కాలంలో తినాలి. అది ఆరోగ్యానికి ఎంతో మంచిది. ప్రతిరోజూ ఎదురయ్యే కాలుష్యంతో మనలో రోగ నిరోధక శక్తి తగ్గుతూ ఉంటుంది. అయితే మనం తీసుకునే ఆహార పదార్థాల వలన తిరిగి ఆరోగ్యాన్ని బలపరుచుకుంటూ వుంటాం. వంట ఇంట్లో మనం రోజూ వాడుకునే పదార్థాల విలువ ఇప్పుడు తెలుసుకుందాం.

వెల్లుల్లి : ఇది ఎంతోకాలంగా ప్రతిరోజూ వంటకాలలో ఉపయోగిస్తున్నాం. ఇందులోని అల్లిసిన్, సల్ఫర్ రోగ నిరోధక శక్తిని పెంచుతూ ఉంటాయి. అంతేగాకుండా జలుబు, జ్వరం, రక్తపోటు, చాతి సంబంధ వ్యాధులు, గడ్డలు, క్యాన్సర్, మధుమేహం, అలర్జీలాంటి అంటువ్యాధులు, ఒత్తిడికి గురి కాకుండా ఇలా ఎన్నింటికో ఉపయోగపడుతుంది. పిల్లల్లో కడుపులోని నులి పురుగులు నశించడానికి ఆకలి పెరగడానికి బాగా పనిచేస్తుంది.

తులసి : ఇది లేని ఇల్లు ఉండదంటే అతిశయోక్తి కాదు. తులసి ఆకులను రంగు, రుచికోసం వంటలలో ఉపయోగించవచ్చు. ఆకలి పుట్టిస్తుంది, గ్యాస్ ట్రబుని నివారిస్తుంది. కడుపునొప్పి, దగ్గు, జలుబులను తగ్గిస్తుంది. మంచి యాంటీ బాక్టీరియా లక్షణాలు దీనిలో ఉండటం మూలంగా ఫేస్ ప్యాక్ లాగా కూడా వాడతారు. తులసి ఆకులతో ఫేస్ ప్యాక్ వేసుకుంటే మొటిమలు తగ్గుతాయి.

క్యాబేజి : అయొడిన్, సల్ఫర్, కాల్షియం, మెగ్నీషియం, పొటాషియం క్యాబేజీలో ఉంటాయి. ఆకుపచ్చని ఆకులలో విటమిన్ 'ఇ' ఎక్కువగా ఉంటుంది. కనుక ఆరోగ్యానికి ఇది ఎన్నో రకాలుగా దోహద పడుతుంది. అల్సర్‌ని తగ్గించేగుణం దీనికి ఉంది. డిప్రెషన్‌ని పోగొడుతుంది. అరుగుదలను పెంచుతుంది.

పచ్చిమిరపకాయలు : జీర్ణవ్యవస్థ సక్రమంగా పనిచేసేలా చేస్తుంది. మలబద్ధకాన్ని నివారిస్తుంది. ఆకలిని పెంచుతుంది. కఫంని విడుదల చేస్తుంది. జలుబును తగ్గిస్తుంది. అల్సర్‌ని కూడా తగ్గించే గుణాలు దీనిలో ఉన్నాయంటే ఆశ్చర్యమనిపిస్తుంది. కానీ మిరపకాయలు హిస్టామిన్‌ని విడుదలచేయటం వలన టిష్యూలు వృద్ధిచెంది అల్సర్ నుండి త్వరగా విముక్తి పొందేలా చేస్తుంది.

ఋతువులు

ఋతువుల స్వభావాన్ని బట్టి ఋతువులు మారినప్పుడు మనము తీసుకునే ఆహారాన్ని మార్చుకుంటూ ఉండాలి. ఎప్పుడూ ఒకే రకమైన ఆహారాన్ని కాకుండా ఏ ఋతువులో పండే కూరలు, పండ్లు ఆయా ఋతువులలో తినేలాగా అలవాటు చేసుకోవాలి. ఈ రోజులలో ప్రతి మానవుడు ఏ కష్టాలు లేకుండా తనవారందరూ సంతోషంగా జీవించాలని ఎంతో వ్యయప్రయాసలకులోనై సంపాదిస్తున్నాడు. కానీ దీనివలన అందరూ సంతోషంగా బ్రతుకుతున్నారా అంటే, చాలా తక్కువమందికి ఆ సంతోషం దక్కుతున్నది. మిగతావారు తీవ్రమయిన ఇబ్బందులతో, అనారోగ్యంతో బాధపడుతున్నారు. 'ఆరోగ్యమే మహాభాగ్యము' అనే నిజాన్ని ఆచరించకపోవటమే ఈ కష్టాలకు కారణం. ఎవరి ప్రాంతానికి సంబంధించిన ఆహారపు అలవాట్లు వాళ్లు పాటిస్తూ ఉంటే ఆరోగ్యంగా ఉంటారు.

ఆరు ఋతువులు

1.	శిశిర ఋతువు	(జనవరి 15 నుండి – మార్చి 14 వరకు)
2.	వసంత ఋతువు	(మార్చి 15 నుండి – మే 14 వరకు)
3.	గ్రీష్మఋతువు	(మే 15 నుండి – జూలై 14 వరకు)
4.	వర్షఋతువు	(జూలై 15 నుండి – సెప్టెంబరు 14 వరకు)
5.	శరదృతువు	(సెప్టెంబరు 15 నుండి – నవంబరు 14 వరకు)
6.	హేమంతఋతువు	(నవంబరు 15 నుండి – జనవరి 14 వరకు)

చలి ప్రభావము కల **హేమంత ఋతువులో** – శరీర భాగాలకు చలి వలన ఎలాంటి ఆహారమైనా జీర్ణమవుతుంది. కాబట్టి హేమంత ఋతువులో బలము గల తీపి, పులుపు రుచులు గల వాటిని ఎక్కువగా తినాలి. లేకపోతే దీని తరువాత వచ్చే శిశిర ఋతువులో ఎదురవబోయే జబ్బులను తట్టుకోవటానికి తగిన శక్తిని కూర్చుకోవాలి. కనుక నూనె, పులుపు, ఉప్పుతో చేసినటువంటివి, ఆవుపాలు, పంచదార, బెల్లముతో తీపి పాయసాలు, బాగా తినేవారికి ఆయువు వృద్ధి చెందుతుంది. నిత్యము నూనె రాసుకుని మర్దన చేసి గోరువెచ్చని నీటితో స్నానం చేయాలి. ఎండను తగులనీయాలి.

హేమంత, శిశిర ఋతువుల్లో – పాతబియ్యాన్ని వండుకుని తినాలి. కందిపప్పు, పొట్లకాయ, బీరకాయ, లేత వంకాయ, లేత మునగకాయలు, చిన్న ముల్లంగి, కంద, పుదీన, ఆకుకూరలు, నీరుల్లి, వెల్లుల్లి, అల్లము, సొంఠి, ఆవాలు, లవంగాలు, మిరియాలు, బెల్లము, ఇంగువ, జీలకఱ్ఱ, వాము, దాల్చినచెక్క, నువ్వులు, పాతచింతపండు, ఉలవచారు, శనగలు, ఆవుపాలు, ఆవునెయ్యి, దానిమ్మ, రేగుపండ్లు, బాదంపప్పు, ద్రాక్షపండ్లు, ఖర్జూరపుపండ్లు, నారింజపండ్లు, నిమ్మపండ్లు, మారేడు, పాతచింతకాయ, పాతఉసిరికాయ, పచ్చళ్లు, పానకము సేవించవచ్చు.

వసంత ఋతువులో – ఈ ఋతువు శరీరంలోని శక్తిని తగ్గించి అనారోగ్యములను కలుగచేసే కాలం. తీపి, పులుపు రుచులు గల పదార్థాలను బాగా తగ్గించాలి. తప్పనిసరిగా వ్యాయామాన్ని ఆచరించాలి.

పాత బియ్యముతో అన్నము, రవ్వతో జావ చేసుకుని తింటే చాలా మంచిది. శనగలు, పెసలు, ఉలవలు వాడవచ్చు. పొట్లకాయ, కాకరకాయ, మేడికాయలు, నీరుల్లి, అరటిపువ్వు, కంద, లేతముల్లంగి, కొత్తిమీర, తేనె, ద్రాక్ష, కలకండ, పసుపు, మామిడిఅల్లము, మిరియాలచారు, మెంతికూర, వెల్లుల్లి, కరివేపాకు, సైంధవ లవణము, సొంఠి, తెల్లగలిజేరు తినవచ్చు. పానకము, శొంఠి, కాఫీ, అల్లం టీ, పాత ఉసిరికాయ పచ్చడి తినవచ్చు.

గ్రీష్మఋతువులో – ఎండవేడిమి ఎక్కువగా ఉంటుంది. కాబట్టి ఈ కాలంలో తియ్యని పదార్థాలు, చల్లగా ఉండే ద్రవపదార్థాలు, మామిడిపండ్లు మొ॥ తీసుకునేవారు ఈ కాలంలో కృశించకుండా ఉంటారు. ఉప్పు, పులుపు, కారము అధికముగా కల పదార్థములను ఎక్కువగా తీసుకొనరాదు.

వర్షఋతువులో – ఈ కాలంలో సమస్త జాగ్రత్తలు తీసుకోవాలి. వర్షాకాలపు ఎండలో తిరగటము, వర్షములో తడవటము, అధిక వ్యాయామము మానుకోవాలి. తేనె వాడటము ఎంతో మంచిది. దానితో పాటు పులుపు, ఉప్పు, నూనె గల పదార్థాలను భుజించాలి.

అల్లము, ఆకుపత్రి, ఆవునెయ్యి, ఆగాకరకాయ, ఆవువెన్న, ఉసిరికాయ, త్రిఫలాలు (ఉసిరి, తాని, కరక), కిస్‌మిస్, కొత్తిమీర, కర్బూజాపండు, పాతచింతపండు, చిలుకతోటకూర, పొట్లకాయ, నిమ్మపండు, అన్ని ఆకుకూరలు, ముల్లంగి, మునగపూవుకూర, సైంధవలవణము మొదలగునవి ఆహారముగా వాడటము అలవాటు చేసుకోవాలి. అలా ఈ వర్షఋతువులో ఏ జబ్బు చేయకుండా చేయవచ్చు.

శరదృతువు – ఈ కాలంలో అతివేడిని తక్కువ చేసే తీపి పదార్థాలు, తేలికగా ఉండి, సులభంగా జీర్ణమయ్యే చలువ పదార్థాలు పరిమితిగా తీసుకోవాలి. పాతబియ్యము, గోధుమలు ఆహారంగా తీసుకోవాలి. మాంసము, పెరుగు, సున్నము, తూర్పుగాలి నిషేధించాలి. అల్లము, ఆవుపాలు, ఆవునెయ్యి, అరటికాయ, అరటిపండు, ఆగాకరకాయ, ఏలకులు, కందిపప్పు, కరివేపాకు, కొత్తిమీర, పుదీనా, కొబ్బరికాయనీళ్ళు, కొబ్బరిపాలు, ద్రాక్ష, ఖర్జూరం, గరికవేళ్ల రసము, గోధుమగడ్డి రసము, గాజరగడ్డలు, గోంగూర, చింతపొట్టు, చింతపువ్వు, జీలకఱ్ఱ, తేనె, త్రిఫలాలు, కర్బూజాపండు, దానిమ్మ, దోస, దొండకాయ, ధనియాలు, నిమ్మ, నీరుల్లి, బత్తాయి, నారింజ, నేరేడుపండ్లు, పటికబెల్లం, పెద్దబచ్చలికూర, పుల్లబచ్చలికూర, పానకం, బూడిదగుమ్మడికాయ కూర, లేతమునగాకు కూర, మెంతికూర, కొయ్యతోటకూర, శనగపులుసు, సునాముఖి చారు, పేలాలు, మేడిపండ్లు, బార్లీ, జావ, పచ్చిపెసరపప్పు లేక పెసరకట్టు, పొట్లకాయ, బీరకాయ, నక్కదోసకాయ, చుక్కకూర, పెరుగుతోటకూర, పొన్నగంటికూర, పాతనిమ్మ, ఉసిరి, దబ్బ, చింతకాయ పచ్చళ్ళు వాడవచ్చు.

షడ్రుచులు (ఆరు రుచులు)

1) తీపి	2) పులుపు	3) ఉప్పు
4) కారము	5) చేదు	6) వగరు

ఈ ఆరు రుచులను ఆరు ఋతువులకు అనుగుణంగా తినటము ఆరోగ్యకరం.

కొన్ని కాయగూరలు / ఆకుకూరల ఉపయోగాలు

సొరకాయ : సొరకాయ రక్తాన్ని శుద్ధి చేస్తుంది. బరువు పెరగకుండా ఉంటారు. సులభంగా జీర్ణమవుతుంది.

క్యాబేజీకూర : ఇది వేడి చేసి చల్లారుస్తుంది. రక్తవృద్ధి చేస్తుంది. మెదడులోని వేడిని తగ్గించి హాయిగా నిద్రపట్టేలా చేస్తుంది. చల్లని శరీరతత్వం గల వారికి బాగా ఉపయోగపడుతుంది. మద్యపానం వలన కలిగే మత్తును వదిలిస్తుంది.

గోంగూర : దీని వలన లివర్‌కు బలం కలుగుతుంది. ఇనుము ఎక్కువగా ఉంటుంది. రేచీకటిని పోగొడుతుంది. గోంగూర వేడిచేసి గడ్డలు, వ్రణాల మీద వేసి కట్టుకడితే అవి తగ్గిపోతాయ్. గోంగూర తినటం వలన ఆకలి బాగా కలిగి, ఆహారం చక్కగా జీర్ణమై మలబద్ధకం లేకుండా చేస్తుంది.

చింతచిగురుకూర : దీనిని పప్పులో, ఇతర కూరలలో వేసుకుని తినటం మనకు అలవాటే. దీనిని తినటము వలన వాతరోగాలు, దురదలు, పొట్టలోని క్రిములు, కఫము తగ్గిపోతాయి. దీనిలో మిరియాలు, అల్లము తప్పక వేసి వండుకోవాలి.

చుక్కకూర : దీనిలో క్షయ, ట్యూమర్లు, మేహవ్యాధులు, పైత్యము గుండెరోగాలు హరించే లక్షణములు కలవు. మెదడుకు బాగా చలువచేసి, మనస్సుకు హాయిగా ఉండేలా తోడ్పడుతుంది. మలబద్ధకం ఉండదు. అధిక వేడిని, మంటను తగ్గిస్తుంది. వేడిశరీరం కలవారికి ఇది బాగా హితంగా ఉంటుంది. ఈ కూర ఆరోగ్యానికి చాలా మంచిది.

తోటకూర : ఇందులో ఎఱ్ఱతోటకూర, కొయ్యతోటకూర, పెరుగుతోటకూర, చిలకతోటకూర అనే రకాలు కలవు. బాగా వేడి శరీరం కలవారికి, మేహరోగులకు పథ్యమైన ఆహారం.

కొయ్యతోటకూర వాత శరీరం కలవారికి హితంగా ఉంటుంది. వేడి శరీరం కలవారు దీనిని తినకపోవటమే మంచిది.

చిలుకతోటకూర అన్ని రకముల వ్యాధులను హరిస్తుంది. క్రిమి రోగాలను, రక్తదోషాలను పోగొడుతుంది. ఆకలి పుట్టించి శరీరాన్ని తేలికగా, సుఖంగా ఉండేలా సహాయపడుతుంది.

నీరుల్లి ఆకుకూర : నీరుల్లి గడ్డలే కాకుండా ఆకును కూడ పులుసులోకి, సాంబారులోకి వాడుతాము. అతిసారము, నరాల బలహీనత మొదలైన వ్యాధులకు చాలా మంచిది. మలబద్ధకము ఉండదు. రక్తవృద్ధి చేస్తుంది. వాతాన్ని, రక్తనాళాలలోని చెడు పదార్థాలను హరిస్తుంది.

పొన్నగంటి ఆకుకూర : దీన్ని వలిచి వండటానికి కొంత సమయము పట్టినా దీని గుణములు తెలుసుకుని చేస్తే చాల మంచి ఆహారము. రక్తంలోని అధిక వేడిని, నేత్రరోగాలు, దగ్గులు, శ్వాసరోగాలు, జ్వరాలు ఇలా ఎన్నింటినో హరించి సుఖాన్ని కలుగచేస్తుంది. రోగులకు చాలా మంచి పథ్యమైన ఆహారం.

బచ్చలికూర : దీనిలో ఎన్నో రకాలున్నా పెద్దబచ్చలికూర మంచిది. ఇది చలువ చేస్తుంది. మేహరోగులకు, వేడి శరీరం కలవారికి చాల మంచిది. దగ్గు, ఒగర్పు, మేహము వీటిని పోగొట్టి శరీరమునకు శాంతిగా ఉండేలా చేస్తుంది.

మునగాకు : ఇది వాత శరీరులకు హితముగా ఉంటుంది. శరీరంలోని చెడు నీరును తొలగించి వేస్తుంది. వేడి శరీరతత్వం కలవారు ఈ కూరను తినరాదు.

మెంతికూర : మనము ఎల్లప్పుడూ వాడేకూర. రుచిగా ఉంటుంది. త్రిదోషాలను హరిస్తుంది. విషదోషాలు, వాతరోగాలు, శ్లేష్మరోగాలు కలవారికి మందులాగా పనిచేస్తుంది. గర్భాశయాన్ని శుద్ధిచేస్తుంది. సకల మూత్ర రోగాలను పోగొడుతుంది. పథ్యమైన ఆహారమే అయినా అతిగా కాకుండా పరిమితంగా మాత్రమే తినాలి.

అరటికాయకూర : లేతకాయలనే ఉపయోగించాలి. అతిమూత్రంతో బాధపడేవారు, చర్మరోగులు, క్రిమిరోగాలు మొదలగు వాటితో బాధపడేవారు ఈ కూరను హాయిగా తినవచ్చు. నేత్ర సంబంధిత వ్యాధులు కలవారికి కూడ బాగుంటుంది.

సొరకాయ : శరీరంలోని వేడి తగ్గుతుంది. శరీరశక్తి పెరుగుతుంది. పులుసు కూరగా చేసుకుని తినటము మంచిది. పులుపు కలవటం వలన మలబద్ధకం, అగ్నిమాంద్యం కలిగించే గుణం పోతుంది.

కాకరకాయకూర : ఈ కూర తినటం వలన మేహరోగాలు, వాతజబ్బులు, శ్వాస వ్యాధులు, చర్మపు వ్యాధులు తగ్గుతాయి. అధిక కఫము, రక్త దోషాలు హరింపబడతాయి. దీనిలోని అమిత చేదుతత్వానికి నెయ్యి, పులుపు, ఆవాల పొడి విరుగుళ్లు.

కొబ్బరితో : శరీరానికి పుష్టినిస్తుంది. శిరస్సులోని కఫాన్ని తొలగించి గుండె బలహీనతను నివారిస్తుంది. రక్తవృద్ధిని కలిగిస్తుంది. అయినా పరిమితంగానే వాడాలి.

చింతకాయతో పచ్చడి + కూర : అమితమైన రుచి కలిగి శరీరంలోని వాతాన్ని అణచి సుఖవిరోచనము కలుగచేస్తుంది. బాగా ఆకలిని పుట్టిస్తుంది.

చిక్కుడు కాయకూర : దీనిలో మాంసకృత్తులు ఎక్కువగా ఉండి, బలము కలుగ చేస్తుంది. స్త్రీలకు చనుబాలు ఎక్కువ చేస్తుంది.

గోరుచిక్కుడుకూర : ఇది తినటానికి రుచిగా వున్నా అమితమైన వేడిని పుట్టిస్తుంది. అప్పుడప్పుడు తినవచ్చు. అపథ్యకర ఆహారం.

దొండకాయకూర : రుచిగా ఉండి విషాలను హరిస్తుంది. నేత్రరోగాల్లో హితకరంగా ఉంటుంది. ఎక్కువ తింటే బుద్ధి మందగించి జ్ఞాపకశక్తి తగ్గుతుంది.

దోసకాయ : మేహరోగులకు హితకరంగా ఉంటుంది. వాతనొప్పులతోటి, జలుబు, దగ్గు, ఉబ్బసములతోటి బాధపడేవారు తినవద్దు. వేడిశరీరం కలవారికి చాలా మంచిది

పొట్లకాయ : అన్ని కూరలకన్నా ఉత్తమమైనది. త్రిదోషాలను (వాతము, పిత్తము, శ్లేష్మము) హరించి, జ్వరాలకు మంచి పథ్యమైన ఆహారముగా ఉంటుంది. దీనివలన ఆకలి కలిగి, సుఖవిరేచనమవుతుంది. శరీరాన్ని అన్ని ఋతువులలోను సమంగా ఉంచి కాపాడుతుంది. ఎక్కువ శ్లేష్మతత్వం కలవారు దీనితో కొద్దిగా ఆవపిండిని కానీ మసాల ద్రవ్యాలను కానీ కలిపి వండుకోవచ్చు.

బీరకాయ : ఇది చాలా రుచిగా ఉండి జీర్ణకోశాన్ని శుద్ధిచేసి ఆకలిని పుట్టిస్తుంది. సకల వ్యాధులు కలవారికి ఈ కూర పథ్యమైన ఆహారముగా హితముగా ఉంటుంది. దీనిలో నెయ్యి, మసాల ద్రవ్యాలు కలపటం వలన అన్ని ఇబ్బందులు (వాత వ్యాధులతో బాధపడేవారు) తొలగిపోతాయి.

బెండకాయకూర : చాలా రుచిగా ఉండి చలువ చేస్తుంది. వేడి శరీరం కలవారికి హితకరంగా ఉండి వాతమేహ రోగాలను శాంతింపచేస్తుంది. దీనిని పుల్లటి మజ్జిగతో కలిపి వండితే అందరికీ హితకరంగా వుంటుంది.

లేతమునగకాయకూర : సర్వరోగాలను తగ్గించి రుచిగా ఉండి, ఆకలిని పుట్టించి బలం కలుగచేస్తుంది. త్రిదోషాలను హరించి పథ్యమైన ఆహారంగా కొత్త రక్తాన్ని పుట్టిస్తుంది.

పచ్చిమిరపకాయలు : ఇవి అమితంగా వేడిని కలిగిస్తాయి. కఫాన్ని, జలుబును కలుగజేస్తాయి. ఎక్కువగా తింటే కడుపులో పసరు పెరుగుతుంది. అయితే కూరల్లో కలిపి వండినప్పుడు ఈ దుర్గుణం హరించి పోతుంది. అయినా వీటిని పరిమితంగా వాడుకోవాలి.

వంకాయకూర : ఇది మనము ఎక్కువగా వాడేకూర. లేతకాయల కూర మంచిగుణం కలిగి త్రిదోషాలను హరించి, నేత్ర సంబంధమైన జబ్బులలో హితకరంగా ఉండి శక్తినిస్తుంది. అయినా వీటిని ఎక్కువ తినరాదు. ఎక్కువ తింటే ఎముకల్లో శూల పుడుతుంది. లివర్ దెబ్బతింటుంది. దీనిలో (కూరగా) నేయి కలిపి తింటే దోషముండదు.

Some Important Vitamins

Vitamin A
Sources from Vegetables: Carrots, Green Leafy Vegetables.
Sources from Animals: Liver, Milk, Egg Yolk, Butter, Cottage Cheese (Paneer).

Vitamin D
Cod Liver Oil, Egg Yolk.

Vitamin E
Nuts, Seeds, Oils, Egg Yolk.

Vitamin B1
Whole grain cereals, wheat flour, bran whole pulses, egg yolk, liver.

Vit B2 (Reboflavin)
Milk, Curd, whey, meat, liver, kidney, heart, leafy vegetables, yeast.

Niacin (Nicotinic Acid)
Chicken, meat, fish, liver, potato, peanuts, whole pulses and green leafy vegetables.

Vit C (Ascorbin Acid)
Orange, sweet lime, guava, pineapple, potato, sweet potato, tomato, green leafy vegetables.

Some Important Minerals

Calcium	Milk and milk products like cottage cheese (Paneer), cheese, curd, etc, and whole pulses.
Iron	Green leafy vegetables, whole grain cereals, pulses dried fruits, liver, lean meat etc.
Magnesium	Grain products, milk, meat, poultry, potato, spinach, soya beans etc.
Iodine	Salt, water, fish.
Fluorine	Black tea, salt, water, fish, etc.

One should not take salt more than 15-20 grams per day. Too much salt causes high Blood Pressure, calcium disorders, deregulate mineral balance.

THE FOOD GROUPS

Foods are classified in (1) Groups based on their nutrient content. They are (a) cereals & millets, (b) Pulses, (c) Nuts & Oil seeds, (d) Vegetables & Fruits, (e) Milk & Milk products, (f) Eggs, (g) Meat, Poultry, Fish & Sea foods (h) Fats & oils, (i) Sugar, jaggery & other sweets items, (j) spices & condiments

(a) **Cereals & Millets:** In general category, the large food grains like – rice, wheat, maize and their processed products (flakes, puffed / popped) are included. In millets category small grains like – Bajra (peal millet), Sorghum, Ragi (finger millet) and other minor millets like (Arika, Ooda, Sama, etc.) are covered.

(b) **Pulses (Whole dhals):** In this category come redgram, greengram, bengalgram, blackgram, white chana (Kabooli), Corn peas, housegram, dry peas, dry beans, rajmah, dhals and roasted ones.

(c) **Nuts & Oil Seeds:** Coconut (both fresh & dry), gram nuts, sesame (til), almonds, pista nuts, walnuts, pumpkin seeds, melon seeds, neiger seeds, sunflower seeds are covered under this group.

(d) **Vegetables:** Classified as three categories.

  i. **Green-leafy vegetables:** All types of leafy vegetables like spinach, amaranthus, fenugreek, chekurmani, gogu, cabbage, etc.

  ii. **Other Vegetables:** Gourds, pumpkin, cucumber, beans, bread double beans, bitter gourd, peas, brinjals, little gourd, ladies finger, filed beans, capsicum, cauliflower, broccoli, drumsticks, raw banana, banana flower, raddish, green tomato, tender jack, fruits, mushrooms (fungi), etc.

  iii. **Roots & Tubers:** Yarn, potato, carrot, calocasia, beetroot etc., onions, sweet potato (yellow & white).

(e) **Fruits:** Citrus fruits (lime, sweet lime, orange, grapes), melons (musk melon, water melon), Sweet fruits (mango, sapota, jackfruit, papaya), Pineapple, grapes (blue, black, green), Kiwi, dragon, apple, guava, cashew apple, apricot, cherries, peaches, pluma, dates, pomegranate, figs, berries, stemberry, raspberry, gooseberry, cram berry, etc.

(f) **Milk & Milk Products:** Cow milk, buffalo milk, toned milk, low fat milk, high fat milk, butter milk, curd (yogurt), milk powders (skim milk, whole milk), milk shakes, flavoured milks, basundi, rabri, cheese, khoa, paneer, flavoured (yogurts) shrikand, cream, ice creams, kulfi, casein powder.

(g) **Eggs & Egg Products:** Poultry eggs, country eggs, duck eggs, egg products (albumin, whole egg powder), boiled eggs, omlete, cakes & pastry items, egg mage, etc.

(h) **Meat, Poultry, Fish & Sea foods:** Goat meat, lamb meat, organ meat, pork, poultry & country chicken, nuggets, minced meat, cutlets, cheese & nuts, different types of fish (fresh water & salt water), fillete shrimps (large & small, fresh water & salt water), crabs, oysters, etc.

(i) **Oils & Fats:** Extracted oils – Til (sesame), ground nut, coconut, miger seed, sunflower, safflower, refined oils, rice bran oil, cosmoil, mustard, olive, palm oil, butter, ghee, margarine, etc.

(j) **Sugar, Honey & Glucose:** Sugarcane juice, honey, sugar cubes, cane sugar, palm sugar, jaggery (powder & blocks), brown sugar, corn syrup, maple syrup, sugar syrup, beet sugar, sugar candies, sugar cubes, etc.

(k) **Spices & Condiments:** Chillies (Spicy red fresh & dry), chilli powder, ginger, pepper, cloves, azoin, garlic, turmeric, fennel, nutmeg, mustard seeds, cumin, japatri (mace), berry leaves, asafetida, cinnamon, fenugreek, etc.

Nutrients in different foods / groups

No.	Foods / food groups / snack items	Nutrients present
i.	**Cereals:** Rice & products, wheat & products, maize & products, oats & products, barley & products **Millets:** Jowar & Products, Bajra & Products, Ragi & Products **Minor Millets:** Kodo, Arika, Sama, Ooda, Quinoa	Fibre, Carbohydrates, protein, β--vitamins, calcium, iron, low in fat
ii.	**Pulses:** Roasted dhals / puffed dhal powders	High in protein, carbohydrates, low in fat (except soya beans), good in β-vitamins & iron
iii.	**Nuts & Oil Seeds**	High in protein, fat, β-vitamins, high in fibre, calcium & iron, essential fatty acids
iv.	**Green leafy vegetables** (all types)	
v.	**Other Vegetables**	Minerals, vitamins, indigestible fibre, antioxidant
vi.	**Roots & Tubers**	Soluble starches, pro vitamin-A (β-carotene), vitamin-C, some fibre - all vegetables are .... antioxidants.
vii.	**Fruits & Fruit products** (Protective foods)	Attractive colour compound, attractive flavor compound, vitamin-C, pro vitamin-A (β-carotene), fibre citrus & titrate components, enzymes, pectic substance.
viii.	**Milk & Milk products** (Protective foods) **Cow milk** **Buffalo milk** **Cheese / Paneer** **Rasagolla (with sugar), gulab-jamoon, butter & ghee**	Protein, small quantities of sugar (lactose), fat, calcium, low in fibre, β-vitamins, vitamin-D Low fat High fat High proteins Energy (calories), proteins, carbohydrates, fat, flavor components

No.	Foods / food groups / snack items	Nutrients present
ix.	**Eggs & their products** (highly protective food item)	High and very good quality protein, low in carbohydrates, rich in β-vitamins, iron, very high β-12 complex, phosphorus
x.	**Meat, Poultry & Sea foods**	
	Sea fish (most types), shrimp & crabs	Moderate to high fat, omega-3 fatty acids, rich in fat
xi.	**Fats & Oils :** Butter & Ghee	Natural good fats, no carbohydrates, no proteins, good in vitamin-A & vitamin-D
	Refined vegetable oils	Good in essential fatty acids
	Enriched oils	High in vitamin-A, D, E; high smoke temperatures
xii.	**Sugar, Jaggery, Honey & Syrups**	High in carbohydrates, high in energy (calorie), low in fat, low in protein, flavor components
xiii.	**Spices & Condiments :** Chillies, pepper, onion, nutmeg, turmeric, all spice, bay leaf, mint, garlic, ginger, saffron, vanilla	Contain colour flavor components, minerals in small quantity, vitamins in small amounts, also contain antibacterial, antifungal antiviral, antiinflammatory, stimulate salivation amounts gastric, enzyme production. Add variety and taste to food. To some extent aid in digestion &control sugar levels in blood.

The foods eaten raw, cooked or processed have different taste in original form or with added ingredients. The inherently present (or) added ingredients influence the taste sensations of the person.

(a) salt, (b) sweet, (c) sour, (d) hot (or) spice, (e) bitter and (f) astringent

(a) **Salt** : Rock salt/sea salt used to flavor food. Do not provide energy to the body. Some vegetables have inherent salt / sodium content. Therefore added salt should be minimum amount. Pickles generally have high amount of salt to protect from spoilage. High salt intakes beyond 5g a day may increase blood pressure.

(b) **Sweet** : Jaggery, cane sugar, sugar syrups, fruit juices with added sugar or beetroot, carrot, sweet potato, bakery products, sweet eats are all sweets and sweet items give more energy (calories), small amount of sugar intake is ideal and more is bad for health.

(c) **Sour/Acid** : Citrus fruits – lime, sweet lime, grape fruits, grapes and their juices, berry fruits and their products, kokum fruit (dry), tamarind and the leaves green, unripe mango and mango powder (amchur), pineapple, kiwi, amla, goose berry, tomato, citric acid (salt) are sour to taste. In small amounts sour is well tolerated.

Sourness or acid ingredient is needed in pickling, tomato sauce or ketchup prep, certain types of soups, curry preparations. Sourness is required to suppress the growth of some types of bacteria.

(d) **Hot / Spices** : Chillies (fresh / dry), pepper, cloves, cardamom, azoin, ginger contribute to hot/spicy taste. Minimal amount of spice should be used to flavour foods, otherwise they may irritate stomach or gastric tract.

(e) **Bitter** : Bitter gourd, caramel, green tea, Coffee, cocoa, chocolate over boiled tea beverage, orange peel, Lemon peel are bitter to taste. Certain gourd vegetables other than bitter gourd are poisonous, bitterness in moderation is required to keep away the intestinal parasites.

(f) **Astringent** : Grapes, blue berries, cran berries, coffee, cocoa, black & green tea, goose berry, wood apple, wines, apple, apple juice, olives, guava, persimmon fruit are astringent in taste.

The taste perception varies from individual to individual and according to age, sex, place of living, climate / seasons (ritus) and one needs to initially choose the foods and the type of preparation to be healthy.